AF747759

സ്വാമി വിവേകാനന്ദൻ

swami vivekanandan

•

p p sathyan

•

first edition
may 2013

•

second edition
november 2014

•

typesetting
chintha publishers, thiruvananthapuram

•

published
chintha publishers, thiruvananthapuram

•

•

cover
prasoon

•

വിതരണം

ദേശാഭിമാനി ബുക്ക് ഹൗസ്

H O തിരുവനന്തപുരം-695 035
phone: 0471-2303026, 6063026
www.chinthapublishers.com
chinthapublishers@gmail.com

ബ്രാഞ്ചുകൾ

ഹെഡ്ഡാഫീസ് ബ്രാഞ്ച് കുന്നുകുഴി • സ്റ്റാച്യു തിരുവനന്തപുരം • കെ എസ് ആർ ടി സി ബസ് സ്റ്റേഷൻ ആലപ്പുഴ • കെ എസ് ആർ ടി സി ബസ് സ്റ്റേഷൻ എറണാകുളം • ചിറ്റൂർ റോഡ് എറണാകുളം • മച്ചിങ്ങൽ ലെയ്ൻ തൃശൂർ • ഐ ജി റോഡ് കോഴിക്കോട് • മാവൂർ റോഡ് കോഴിക്കോട് • എൻ ജി ഒ യൂണിയൻ ബിൽഡിങ് കണ്ണൂർ • സെൻട്രൽ ബസ് ടെർമിനൽ കോംപ്ലക്സ് താവക്കര കണ്ണൂർ

CR - 1417 / 3581

സ്വാമി വിവേകാനന്ദൻ

(ജീവചരിത്രപരമ്പര)

പി പി സത്യൻ

ചിന്ത പബ്ലിഷേഴ്സ്
തിരുവനന്തപുരം-695 035

പി പി സത്യൻ

നിരൂപകനും സാംസ്കാരിക പ്രവർത്തകനും.

നാടകരംഗത്ത് സജീവമായി പ്രവർത്തിച്ചിരുന്നു.

പ്രധാനകൃതികൾ: *അൽത്തൂസറും മാർക്സിസത്തിന്റെ ഭാവിയും, പ്രകൃതിയെ സ്നേഹിച്ച മഹാരഥന്മാർ, ശ്രീനാരായണ ഗുരു: ആധുനിക കേരളത്തിന്റെ ശിൽപ്പി, ലോക ഇതിഹാസങ്ങൾ, പ്രഭാഷണകല, ലോകനാടക ക്ലാസിക്കുകൾ, ലോകത്തിലെ പ്രധാനപ്പെട്ട വിപ്ലവങ്ങൾ.*

പി ജി അഭിമുഖങ്ങൾ (ഡോ. പി കെ പോക്കർ, വിനോദ് വൈശാഖി എന്നിവരോടൊപ്പം), അയോധ്യാവിധി ഹിന്ദുത്വ ഫാസിസത്തിന്റെ ദൃശ്യസാന്നിധ്യം (എഡിറ്റർ) എം എഫ് ഹുസൈൻ എന്ന ഇതിഹാസം (സമാഹരണം: രാജേഷ് ചിറപ്പാടിനൊപ്പം).

പരിഭാഷകൾ: വർഗീയ രാഷ്ട്രീയം (രാം പുനിയാനി), *സ്റ്റാലിൻ ജീവിതവും ചരിത്രവും* (എം ആർ അപ്പൻ), *പ്രണയത്തിന്റെയും രതിയുടെയും മനഃശാസ്ത്രം* (സിഗ്മണ്ട് ഫ്രോയിഡ്), *യഥാർഥത്തിൽ നിലനിൽക്കുന്ന മാർക്സിസം* (ഫ്രെഡറിക് ജെയിംസൺ), *ഉത്തരാധുനികത മധ്യവർഗം ഹിന്ദുത്വം* (മീരാനന്ദ), *വേദങ്ങൾ ഹിന്ദുദർശനം, ഹിന്ദുത്വം* (കുങ്കും റോയ്, കുനാൽ ചക്രബർത്തി, തനികാ സർക്കാർ), *ചരിത്രഗവേഷണ രീതിശാസ്ത്രം* (പ്രൊഫ. ഇ ശ്രീധരൻ), *ഫാസിസത്തെപ്പറ്റി* (അന്റോണിയോ ഗ്രാംഷി – ഷിജു ഏലിയാസിനൊപ്പം), *പ്രത്യയശാസ്ത്രം* (അൽത്തൂസർ).

'ഇസ്ലാം എന്റെ വീക്ഷണത്തിൽ' എന്ന പഠനത്തിന് 2000 ലെ ഇസ്ലാം സ്റ്റഡിസെന്ററിന്റെ സംസ്ഥാന അവാർഡ് നേടിയിട്ടുണ്ട്. ആനുകാലികങ്ങളിൽ എഴുതുന്നു.

ഭാര്യ : ഷീബ
മക്കൾ : പ്രൊമിത്യ, അർജുൻ
Email : ppsathyartha@gmail.com

ഉള്ളടക്കം

1

യുഗപ്രഭാവനായ സ്വാമി വിവേകാനന്ദൻ

ആധുനിക ഭാരതം കണ്ട മഹാപ്രതിഭകളിൽ അദ്വിതീയനാണ് സ്വാമി വിവേകാനന്ദൻ. സാമൂഹിക പരിഷ്കർത്താവും ചിന്തകനും സന്യാസിവര്യനും എഴുത്തുകാരനും ജനഹൃദയങ്ങളെ ഇളക്കിമറിച്ച മഹാപ്രഭാഷകനുമായിരുന്ന വിവേകാനന്ദന് ആധുനിക ഇന്ത്യൻ ചരിത്രത്തിലുള്ള സ്ഥാനം അനിഷേധ്യമാണ്. ഇന്ത്യൻ നവോത്ഥാനപ്രസ്ഥാനത്തിന്റെ രാജശിൽപ്പികളിൽ പ്രമുഖനായിരുന്നു അദ്ദേഹം. നൂറ്റാണ്ടുകളായി വൈദേശികാധിപത്യത്തിൻകീഴിൽ കഴിഞ്ഞ ഇന്ത്യൻ ജനതയെ തട്ടിയുണർത്തി സ്വാതന്ത്ര്യത്തിലേക്ക് കൈപിടിച്ചുയർത്തുന്നതിൽ സ്വാമി വിവേകാനന്ദൻ മഹത്തായ പങ്കുവഹിച്ചു. ബ്രിട്ടീഷുകാരിൽനിന്നുള്ള രാഷ്ട്രീയമായ സ്വാതന്ത്ര്യം മാത്രമല്ല ഇവിടെ ഉദ്ദേശിക്കുന്നത്. മറിച്ചു സാമൂഹികവും സാംസ്കാരികവും സാമ്പത്തികവുമായ ഒരു ജനതയുടെ വിമോചനമാണ് സ്വാതന്ത്ര്യം എന്നതുകൊണ്ടുദ്ദേശിക്കുന്നത്. അടിമസമാനരായി കഴിഞ്ഞിരുന്ന ഒരു ജനതയുടെ മനസിൽ ആത്മാഭിമാനവും സ്വാതന്ത്ര്യദാഹവും ഉണർത്തിവിടുകയായിരുന്നു വിവേകാനന്ദൻ ചെയ്തത്. ഈ രംഗത്ത് വിവേകാനന്ദൻ ഒറ്റയാനായിരുന്നില്ല. പത്തൊമ്പതാം നൂറ്റാണ്ടിൽ ഇന്ത്യയിൽ നവോത്ഥാനപ്രസ്ഥാനം ഉദയംചെയ്തു. നൂറ്റാണ്ടുകളായി ദാരിദ്ര്യത്തിലും അന്ധവിശ്വാസങ്ങളിലും അനാചാരങ്ങളിലും തളയ്ക്കപ്പെട്ടു കഴിഞ്ഞിരുന്ന ഇന്ത്യയെ ആധുനിക നവോത്ഥാന ചിന്തകളിലേക്ക് ഉയർത്തുകയായിരുന്നു വിവേകാനന്ദൻ ചെയ്തത്. രാജാറാം മോഹൻ റോയ്, ശ്രീരാമകൃഷ്ണപരമഹംസൻ, ദേബേന്ദ്രനാഥ ടാഗോർ, കേശവചന്ദ്ര സെൻ, ശ്രീനാരായണ ഗുരു, ജ്യോതിബാഫൂലെ, സ്വാമിദയാനന്ദ സരസ്വതി തുടങ്ങിയ മഹാരഥന്മാരുടെ ഒരു വൻനിരതന്നെ ഇന്ത്യയിലുണ്ടായിരുന്നു. ഇവരാണ് ഇന്ത്യൻ നവോത്ഥാനപ്രസ്ഥാനത്തിന്റെ അമരക്കാർ.

പത്തൊമ്പതാം നൂറ്റാണ്ടിൽ ബംഗാളിൽ ആരംഭിച്ച നവോത്ഥാനം പിന്നീട് ഇന്ത്യയൊട്ടുക്കും വ്യാപിക്കാൻ തുടങ്ങി.

ആധുനിക പാശ്ചാത്യ വിദ്യാഭ്യാസം സിദ്ധിച്ച യുവാക്കളായിരുന്നു ഇന്ത്യൻ നവോത്ഥാനപ്രസ്ഥാനത്തിൽ നല്ലൊരുഭാഗവും. രാജാറാം മോഹൻ റോയ്, വിവേകാനന്ദൻ തുടങ്ങിയവർ അക്കൂട്ടത്തിൽ പ്രമുഖരായിരുന്നു. ഇക്കാലത്ത് ഇന്ത്യയുടെ സാമൂഹിക ശരീരത്തെ ഗ്രസിച്ചിരുന്ന മഹാരോഗങ്ങളായിരുന്നു നവോത്ഥാന നായകർക്ക് ചികിത്സിച്ചുമാറ്റാനുണ്ടായിരുന്നത്. ജാതീയത, അയിത്താചരണം, സതി, ശൈശവഹത്യ തുടങ്ങിയ അന്ധവിശ്വാസങ്ങൾക്കും ഹീനാചാരങ്ങൾക്കുമെതിരെ യുദ്ധകാഹളം മുഴക്കിയ യുഗപ്രഭാവരായ ഈ നവോത്ഥാനനായകരാണ് ആധുനിക ഇന്ത്യയുടെ മുഖപടം മാറ്റിവരച്ചത്.

മോഹൻ റോയിയുടെ നേതൃത്വത്തിൽ ബംഗാളിൽ ആരംഭിച്ച ബ്രഹ്മസഭ എന്ന സാമൂഹികപരിഷ്കരണപ്രസ്ഥാനം പിന്നീട് ബ്രഹ്മസമാജമായി വളർന്നു. അതുപോലെതന്നെ വിവേകാനന്ദന്റെ ശ്രീരാമകൃഷ്ണമിഷൻ, മഹാദേവഗോവിന്ദറാനഡെ മഹാരാഷ്ട്രയിൽ സ്ഥാപിച്ച പ്രാർഥനാ സമാജം, മഹാത്മാ ജ്യോതിബാഫൂലെയുടെ സത്യശോധകസമാജം, പഞ്ചാബിൽ ദയാനന്ദസരസ്വതിയുടെ ആര്യസമാജം, കേരളത്തിൽ ശ്രീനാരായണ ഗുരുവിന്റെയും അയ്യങ്കാളിയുടെയും നേതൃത്വത്തിൽ രൂപംകൊണ്ട പ്രസ്ഥാനങ്ങൾ തമിഴ്നാട്ടിൽ ഇ വി രാമസ്വാമിനായ്ക്കരുടെ പ്രസ്ഥാനം ഉത്തരേന്ത്യയിൽ സർ സയ്യിദ് അഹമ്മദ്ഖാന്റെ നേതൃത്വത്തിൽ രൂപംകൊണ്ട അലിഗർ പ്രസ്ഥാനം എന്നിവയായിരുന്നു ഏറ്റവും പ്രധാനപ്പെട്ട നവോത്ഥാനപ്രസ്ഥാനങ്ങൾ.

അന്ധവിശ്വാസങ്ങളിലും അനാചാരങ്ങളിലും ദാരിദ്ര്യത്തിലും നിരക്ഷരതയിലും വീർപ്പുമുട്ടിക്കഴിഞ്ഞിരുന്ന ഒരു ജനതയെ മാനസികമായും ഭൗതികമായും സ്വതന്ത്രരാക്കുക എന്നതായിരുന്നു നവോത്ഥാനത്തിന്റെ ലക്ഷ്യം. ജാതിവ്യവസ്ഥയും വർണവ്യവസ്ഥയും ഇന്ത്യൻ സമൂഹത്തിന്റെ ശാപമായിരുന്നു. ഇന്നും ഈ തീരാശാപത്തിൽനിന്നും ഇന്ത്യൻ സമൂഹങ്ങൾ മോചിതരായി എന്നുപറഞ്ഞുകൂടാ. എന്നാൽ ഒരു വലിയ അതിരുവരെ ഇന്ത്യൻ നവോത്ഥാനപ്രസ്ഥാനവും മറ്റുദേശീയപ്രസ്ഥാനങ്ങളും ഇന്ത്യയെ മുന്നോട്ടുനയിച്ചു. നൂറ്റാണ്ടുകളായി വിദ്യാഭ്യാസം നിഷേധിക്കപ്പെട്ട ഇന്ത്യയിലെ മഹാഭൂരിപക്ഷം ജനതയിൽ സ്വാതന്ത്ര്യദാഹം ഉണർത്തിവിടാൻ നവോത്ഥാന സംരംഭങ്ങൾക്കുകഴിഞ്ഞു. ജനാധിപത്യബോധവും ദേശീയത്വവും ഇന്ത്യയിൽ വളർന്നു. ശതാബ്ദങ്ങളായി രാജവാഴ്ചയിലും ജന്മിവ്യവസ്ഥയിലും ജീവിതം നയിച്ച് ശീലിച്ച ഇന്ത്യയ്ക്ക് ജനാധിപത്യവും ദേശാഭിമാനവും അപരിചിതമായ ആശയങ്ങളായിരുന്നു. എന്നാൽ കൊളോണിയൽ ഭരണം അടിച്ചേൽപ്പിച്ച ചൂഷണവും മർദനവും ഇന്ത്യക്കാർക്കിടയിൽ ദേശാഭിമാനം വളർത്താൻ സഹായകമായി. അതുപോലെതന്നെ പാശ്ചാത്യവിദ്യാഭ്യാസം പുതിയ ആശയങ്ങൾ കടന്നുവരാൻ വഴിയൊരുക്കി.

ബ്രിട്ടീഷുകാർക്കുമുമ്പ് ഇന്ത്യയിൽ രാജവാഴ്ചയായിരുന്നു നിലനിന്നിരുന്നത്. ഇന്ത്യ അക്കാലത്ത് അനേകം നാട്ടുരാജ്യങ്ങളായി ചിതറിക്കിടക്കുകയായിരുന്നു. ബ്രിട്ടീഷു ഭരണം ഇന്ത്യയിൽ ഏറെക്കുറെ കേന്ദ്രീകൃതമായൊരു ഭരണം നടപ്പാക്കി. ജന്മിവർഗത്തിന്റെയും മറ്റും ചൂഷണത്തിൻകീഴിലായിരുന്നു ഇന്ത്യയിലെ ഭൂരിഭാഗം ജനങ്ങളും ജീവിച്ചിരുന്നത്. മതപരവും ജാതീയവുമായ വിലങ്ങുകളും ഇവർക്കുമേലുണ്ടായിരുന്നു. ബ്രാഹ്മണരുടെയും ക്ഷത്രിയരുടെയും ജാതിമേധാവിത്വമാണ് ഇന്ത്യയിൽ നിലനിന്നിരുന്നത്. അതുപോലെതന്നെ സാമൂഹികമായ അനേകം അനാചാരങ്ങളും നിലനിന്നിരുന്നു. അതിലൊന്നായിരുന്നു ബഹുഭാര്യാത്വം. ഇത് സ്ത്രീസ്വാതന്ത്ര്യത്തെ ഹനിക്കുന്നതായിരുന്നു. അതുപോലെതന്നെ ഭർത്താവിന്റെ സ്വത്തിൽ ഭാര്യയ്ക്ക് ന്യായമായ അവകാശങ്ങളൊന്നും ഉണ്ടായിരുന്നില്ല. പെൺകുട്ടികൾ ജനിച്ചാൽ അവരെ നിഷ്കരുണം വധിക്കുന്ന സമ്പ്രദായവും നിലനിന്നിരുന്നു. ഏറ്റവും പ്രാകൃതമായ മറ്റൊരാചാരമായിരുന്നു സതി. ഭർത്താവ് മരിച്ചാൽ ഭർത്താവിന്റെ ചിതയിൽ വിധവയും എരിഞ്ഞടങ്ങണം എന്ന ഹീനമായ ആചാരമായിരുന്നു അത്. ഇത് നിലനിന്നിരുന്നിട്ടില്ലാത്ത സമൂഹങ്ങളിൽ വിധവകൾക്ക് പുനർവിവാഹത്തിനുള്ള അവകാശം ഉണ്ടായിരുന്നില്ല. യുവതികളെ വൃദ്ധന്മാർക്ക് വിവാഹം ചെയ്തുകൊടുക്കുന്ന സമ്പ്രദായവുമുണ്ടായിരുന്നു. മറ്റൊരു പ്രാകൃതാചാരമായിരുന്നു ശൈശവ വിവാഹം. ഇത്തരത്തിലുള്ള എല്ലാവിധ അനാചാരങ്ങൾക്കുമെതിരെ മോഹൻ റോയിയെപ്പോലുള്ള സാമൂഹികപരിഷ്കർത്താക്കൾ പടപൊരുതി. ഇതിന്റെയെല്ലാം ഫലമായി പല അനാചാരങ്ങളും ബ്രിട്ടീഷുകാർ നിയമംമൂലം നിരോധിച്ചു. ഈ രംഗത്ത് പടപൊരുതിയ മഹാനായ സാമൂഹികപരിഷ്കർത്താവായിരുന്നു സ്വാമി വിവേകാനന്ദൻ. അദ്ദേഹം ഹിന്ദുമതത്തിലെ പരിഷ്കരണപ്രസ്ഥാനത്തിൽപ്പെട്ട മഹാനായിരുന്നു. ഇന്ത്യയിൽ നിലനിന്ന പല അനാചാരങ്ങളെയും അദ്ദേഹം ധീരമായി എതിർത്തു. സ്ത്രീവിദ്യാഭ്യാസത്തിനുവേണ്ടി പോരാടി. ഉറച്ച ആത്മീയവാദിയായിരുന്ന വിവേകാനന്ദൻ ആത്മീയതയെ മനുഷ്യവിമോചനത്തിനുള്ള മാർഗമായി സ്വീകരിച്ചു. എന്നാൽ വിവേകാനന്ദന്റെ ആത്മീയത പുരോഹിതന്മാരുടെ ആത്മീയതയായിരുന്നില്ല. അദ്ദേഹം മതാതീതമായ ആത്മീയതയാണ് മുന്നോട്ടുവെച്ചത്.

വിശ്വമാനവികതയുടെ പ്രണേതാവായിരുന്നു സ്വാമി വിവേകാനന്ദൻ. അദ്ദേഹം അമേരിക്കയിലെ ഷിക്കാഗോയിൽ നടന്ന സർവമത സമ്മേളനത്തിൽ പങ്കെടുത്തുകൊണ്ട് നടത്തിയ പ്രസംഗം ലോകപ്രസിദ്ധമാണ്. ഇന്ത്യൻ സംസ്കാരത്തിന്റെ മഹത്വത്തെ ഉൽഘോഷിക്കുന്നതായിരുന്നു ആ പ്രസംഗം. അടിയുറച്ച കർമയോഗിയായിരുന്നു വിവേകാനന്ദൻ. ഉപഭോഗത്തിലധിഷ്ഠിതമായ പാശ്ചാത്യസംസ്കാരത്തെ അദ്ദേഹം നിശിതമായി വിമർശിച്ചു. തന്റെ ശ്രീരാമകൃഷ്ണമിഷൻ എന്ന സംഘടനയിലൂടെ അഗതികളും അശരണരുമായ ജനങ്ങളുടെ ക്ഷേമത്തിനുവേണ്ടി പ്രവർത്തിച്ചു. വിവേകാനന്ദൻ സമുന്നതനായ ഒരു എഴുത്തുകാരൻ കൂടി

യായിരുന്നു. വേദങ്ങളെയും ഉപനിഷത്തുകളെയും നൂതനരീതിയിൽ അദ്ദേഹം വ്യാഖ്യാനിച്ചു. ആ വ്യാഖ്യാനം ഇന്ത്യൻ ജനങ്ങൾക്കിടയിൽ പുതിയൊരുണർവ് സൃഷ്ടിച്ചു.

ഹിന്ദുമതത്തിന്റെ അടിസ്ഥാന തത്വങ്ങളെ അദ്ദേഹം വ്യാഖ്യാനിച്ചത് പുരോഹിതന്മാരുടെപോലും എതിർപ്പിന് ഇടയാക്കി. ശങ്കരാചാര്യരുടെ അദ്വൈത ചിന്തയെ അദ്ദേഹം ആഴത്തിൽ വിശകലനം ചെയ്തു. സേവനമായിരുന്നു അദ്ദേഹത്തിന്റെ ആപ്തവാക്യം. അതുപോലെതന്നെ യോഗശാസ്ത്രത്തെ അദ്ദേഹം ജനങ്ങളുടെ വിമോചനത്തിനുവേണ്ടി പുനർവ്യാഖ്യാനിച്ചു. വിവേകാനന്ദന്റെ ആത്മീയചിന്തകൾ ഉൾക്കൊള്ളുന്ന ഗ്രന്ഥമാണ് *വിവേകാനന്ദസാഹിത്യസർവസ്വം.* ഇസ്ലാംമതത്തിലെയും ക്രിസ്തുമതത്തിലെയും ഹിന്ദുമതത്തിലെയും അടിസ്ഥാനാശയങ്ങൾ ഒന്നാണെന്ന് സ്വാമിവിവേകാനന്ദൻ സ്പഷ്ടമാക്കി. വർണവിവേചനം ജാതിവിവേചനം, അടിച്ചമർത്തൽ, അടിമത്വം എന്നിവയെയെല്ലാം അദ്ദേഹം ശക്തമായി എതിർത്തു. ഭൗതികവും ആത്മീയവുമായ വിമോചനത്തിനുവേണ്ടി അദ്ദേഹം പടപൊരുതി.

ഇത്തരത്തിൽ ആധുനിക ഇന്ത്യയുടെ സാംസ്കാരികവും രാഷ്ട്രീയവുമായ ചരിത്രത്തെ ഇളക്കിമറിക്കുന്നതിൽ വിവേകാനന്ദൻ വഹിച്ച പങ്ക് സമാനതകളില്ലാത്തതാണ്. ഇന്ത്യയിലെ ഭക്തിപ്രസ്ഥാന നേതാക്കളുടെ മൗലികാശയങ്ങൾ അദ്ദേഹം സ്വീകരിച്ചു. കബീർ, തുളസീദാസ്, ചൈതന്യർ, തുക്കാറാം, ഗുരുനാനാക്ക്, ജ്ഞാനേശ്വർ തുടങ്ങിയ ഭക്തിപ്രസ്ഥാനത്തിന്റെ പ്രണേതാക്കളുടെ ആശയാദർശങ്ങൾ ഉൾക്കൊണ്ടാണ് വിവേകാനന്ദൻ പ്രവർത്തിച്ചത്. അതുപോലെതന്നെ തന്റെ ഗുരുവായ ശ്രീരാമകൃഷ്ണ പരമഹംസരുടെ ജ്ഞാനമാർഗങ്ങൾ അദ്ദേഹം പിൻതുടർന്നു. വിവേകാനന്ദന്റെ ചിന്തകളെയും ജീവിതത്തെയും രൂപപ്പെടുത്തുന്നതിൽ ശ്രീരാമകൃഷ്ണപരമഹംസർ അഗാധമായ സ്വാധീനം ചെലുത്തി. അങ്ങനെ ഒരു കാലഘട്ടത്തിന്റെ സംസ്കാരം രൂപപ്പെടുത്തുന്നതിൽ മഹത്തായ പങ്കുവഹിച്ച വിവേകാനന്ദന്റെ ജീവിതം ഇന്ത്യയുടെ ചരിത്രത്തിന്റെ ഭാഗമായി മാറി. ആധുനിക ഇന്ത്യയുടെ ചരിത്രവും സംസ്കാരവുമായി ഇഴചേർന്നുകിടക്കുന്നതാണ് വിവേകാനന്ദന്റെ ജീവിതം. ആവേശകരവും പ്രചോദനാത്മകവുമായ ആ ജീവിതത്തിന്റെ തുടിക്കുന്ന താളുകൾ ഏതൊരാൾക്കും തങ്ങളുടെ ജീവിതത്തിന് വെളിച്ചം നൽകാൻ സഹായകമാകും.

2

നരേന്ദ്രൻ

ആയിരത്തി എണ്ണൂറ്റി അറുപത്തിമൂന്ന് ജനുവരി പന്ത്രണ്ടിന് ആണ് സ്വാമി വിവേകാനന്ദൻ ജനിച്ചത്. അക്കാലത്ത് ഇന്ത്യയുടെ തലസ്ഥാനമായി അംഗീകരിക്കപ്പെട്ടത് കൽക്കത്ത ആയിരുന്നു. കൽക്കത്തയുടെ വടക്കുഭാഗത്തുള്ള സിമൂലിയ(സിംല)യിൽ ആയിരുന്നു വിവേകാനന്ദന്റെ കുടുംബം. ദത്തകുടുംബം എന്നായിരുന്നു വിവേകാനന്ദന്റെ കുടുംബത്തിന്റെ പേര്. സമ്പത്തും ആഭിജാത്യവുമുള്ള കുടുംബമായിരുന്നു വിവേകാനന്ദന്റേത്. വിവേകാനന്ദന്റെ കുട്ടിക്കാലത്തെ പേര് നരേന്ദ്രൻ എന്നായിരുന്നു. നരേന്ദ്രന്റെ പിതാവ് വിശ്വനാഥൻ ഒരു ബഹുഭാഷാ പണ്ഡിതനും ഗ്രന്ഥകർത്താവുമായിരുന്നു. പേർഷ്യൻ, ഹിന്ദി, ഉറുദു, അറബി എന്നീ ഭാഷകളിൽ അദ്ദേഹത്തിന് തികഞ്ഞ പാണ്ഡിത്യമുണ്ടായിരുന്നു. പാശ്ചാത്യ ആശയങ്ങളിൽ വള

യുവാവായ വിവേകാനന്ദൻ

രെയധികം താൽപ്പര്യമുണ്ടായിരുന്ന വ്യക്തിയായിരുന്നു വിശ്വനാഥൻ. അതുപോലെതന്നെ തികഞ്ഞ മതേതരവാദിയായിരുന്നു അദ്ദേഹം. എല്ലാ മതഗ്രന്ഥങ്ങളും സവിസ്തരം വായിച്ചുപഠിച്ച പണ്ഡിതനായിരുന്നു അദ്ദേഹം. നരേന്ദ്രന്റെ വ്യക്തിജീവിതത്തിൽ പിതാവായ വിശ്വനാഥൻ വളരെയധികം സ്വാധീനം ചെലുത്തിയിട്ടുണ്ട്. ഇസ്ലാം-ക്രൈസ്തവ ഗ്രന്ഥങ്ങൾ വായിക്കാൻ വിശ്വനാഥൻ മകനെ പ്രേരിപ്പിച്ചിരുന്നു. ഇത് പിൽക്കാലത്ത് നരേന്ദ്രന്റെ ചിന്തകളെ രൂപപ്പെടുത്താൻ വളരെയധികം സഹായിച്ചു. വിശ്വനാഥൻ എല്ലാ മതങ്ങളോടും സഹിഷ്ണുതയും സൗഹാർദവും നിലനിർത്തി. അദ്ദേഹം എല്ലാമതാശയങ്ങളെയും ആദരിച്ചിരുന്നു.

വിശ്വനാഥന്റെ ഭാര്യയായിരുന്നു ഭുവനേശ്വരീദേവി. ഒരു ധനിക കുടുംബത്തിൽപ്പെട്ട സ്ത്രീയായിരുന്നു അവർ. അവരും മതസഹിഷ്ണുതയും മതസൗഹാർദവും നിലനിർത്തിയിരുന്നു. വിശ്വനാഥ-ഭുവനേശ്വരീ ദമ്പതികൾക്ക് പത്ത് മക്കളുണ്ടായിരുന്നു. നാല് ആണും ആറ് പെണ്ണും. ഹരമണി, സ്വർണമയി, നരേന്ദ്രനാഥ്, കിരൺബാല, ജോഗേന്ദ്രബാല, മഹേന്ദ്രനാഥ്, ഭൂപേന്ദ്രനാഥ്, നരേന്ദ്രനാഥ് എന്നിവരായിരുന്നു അവർ. രണ്ടുമക്കൾ കുട്ടിക്കാലത്തുതന്നെ മരിച്ചു. ആൺകുട്ടികളിൽ മൂത്തവനായിരുന്നു നരേന്ദ്രൻ. കുട്ടിക്കാലത്തുതന്നെ അസാധാരണമായ ബുദ്ധിശക്തിപ്രകടിപ്പിച്ചിരുന്നു നരേന്ദ്രൻ. നരേന്ദ്രന്റെ സഹോദരന്മാരും മികച്ച പ്രതിഭകളായിരുന്നു.

നരേന്ദ്രന്റെ സഹോദരനായ ഭൂപേന്ദ്രനാഥ് ദത്ത പ്രശസ്തനായ ഒരു കമ്യൂണിസ്റ്റ് വിപ്ലവകാരിയായിരുന്നു. നരേന്ദ്രന്റെ ഇളയ സഹോദരനായിരുന്നു അയാൾ. ബാലനായിരിക്കുമ്പോൾത്തന്നെ അയാൾ സാമൂഹിക പരിഷ്കരണ പ്രസ്ഥാനത്തിലേക്ക് ആകർഷിക്കപ്പെട്ടു. രാജാറാം മോഹൻ റോയിയുടെ നേതൃത്വത്തിൽ രൂപംകൊണ്ട ബ്രഹ്മസമാജത്തിൽ അംഗമായിരുന്നു അയാൾ. അന്നു ബംഗാളീ സമൂഹത്തിൽ നിലനിന്നിരുന്ന അന്ധവിശ്വാസങ്ങൾക്കും അനാചാരങ്ങൾക്കുമെതിരെ ഭൂപേന്ദ്രനാഥ് ശക്തമായി പോരാടി. പിന്നീട് അദ്ദേഹം കമ്യൂണിസത്തിലേക്കാകർഷിക്കപ്പെട്ടു. ഒളിവിലും തെളിവിലും അദ്ദേഹം രാഷ്ട്രീയപ്രവർത്തനം നടത്തി. മികച്ച പത്രപ്രവർത്തകൻ കൂടിയായിരുന്നു അദ്ദേഹം. ബ്രിട്ടീഷ് ഭരണാധികാരികൾ അദ്ദേഹത്തെ അറസ്റ്റുചെയ്യുകയും ജയിലിലടയ്ക്കുകയും ചെയ്തിട്ടുണ്ട്. ബ്രിട്ടീഷ് ഭരണത്തിനെതിരായി പോരാടിയതുകൊണ്ടാണ് അദ്ദേഹം ജയിലിലടയ്ക്കപ്പെട്ടത്. അമേരിക്ക, ജർമനി തുടങ്ങിയ രാജ്യങ്ങളിലും അദ്ദേഹം വിപ്ലവപ്രവർത്തനങ്ങൾ നടത്തിയിട്ടുണ്ട്. ഇന്ത്യൻ ദേശീയപ്രസ്ഥാനത്തിലും കമ്യൂണിസ്റ്റുപ്രസ്ഥാനത്തിലും അദ്ദേഹം സജീവമായി പ്രവർത്തിച്ചു. മികച്ച എഴുത്തുകാരനായിരുന്നു ഭൂപേന്ദ്രനാഥ്. അദ്ദേഹം നിരവധി ഗ്രന്ഥങ്ങൾ രചിച്ചിട്ടുണ്ട്. അതിൽ ശ്രദ്ധേയമാണ് *വിവേകാനന്ദ ദി സോഷ്യലിസ്റ്റ്, സ്വാമി വിവേകാനന്ദ: പാട്രിയോട്ട്* എന്നിവ.

നരേന്ദ്രനാഥ് കുട്ടിക്കാലത്തുതന്നെ ഒരു നല്ല വായനക്കാരനായിരുന്നു. സാമൂഹികശാസ്ത്ര വിഷയങ്ങളിലും ദൈവശാസ്ത്രത്തിലും, തർക്ക

ശാസ്ത്രത്തിലും അങ്ങേയറ്റം തൽപ്പരനായിരുന്നു നരേന്ദ്രൻ. ബംഗാളിലെ പ്രശസ്ത മതപരിഷ്കർത്താവായിരുന്ന ഈശ്വരചന്ദ്രവിദ്യാസാഗറിന്റെ സ്കൂളിലാണ് ബാലനായ നരേന്ദ്രൻ പഠിച്ചത്. കുട്ടിക്കാലത്തുതന്നെ സഞ്ചാരപ്രിയനായിരുന്നു. സ്കൂൾ വിദ്യാഭ്യാസത്തിനുശേഷം കൽക്കത്താ പ്രസിഡൻസി കോളേജിൽ പഠനം നടത്തി. പിന്നീട് അദ്ദേഹം ഉപരിപഠനത്തിനായി വിദേശത്തേക്കുപോയി. സ്കോട്ടിഷ് ചർച്ച് കോളേജിൽ ആണ് നരേന്ദ്രൻ പഠിച്ചത്. പിന്നീട് നിയമപഠനം പൂർത്തിയാക്കിയെങ്കിലും പരീക്ഷ എഴുതാൻ കഴിഞ്ഞില്ല.

കുട്ടിക്കാലത്തുതന്നെ സംഗീതത്തിൽ തൽപ്പരനായിരുന്നു നരേന്ദ്രൻ. ഉപകരണ സംഗീതങ്ങളിൽ വിദഗ്ധനായിരുന്നു അദ്ദേഹം. അതുപോലെതന്നെ സംഗീതശാസ്ത്രത്തിലും വിദഗ്ധനായിരുന്നു. തർക്കശാസ്ത്രംപോലെതന്നെ തത്വചിന്തയും അദ്ദേഹത്തിന് ഇഷ്ടപ്പെട്ട വിഷയമായിരുന്നു. പാശ്ചാത്യ തത്വചിന്തയിലും പൗരസ്ത്യ തത്വചിന്തയിലും ധാരാളം അറിവു സമ്പാദിക്കാൻ അദ്ദേഹത്തിനു സാധിച്ചു. ദേബേന്ദ്രനാഥ ടാഗോർ, കേശവചന്ദ്രസെൻ തുടങ്ങിയ ബ്രഹ്മസമാജപ്രവർത്തകരുമായി അദ്ദേഹത്തിന് നല്ല അടുപ്പമുണ്ടായിരുന്നു. വിവേകാനന്ദന്റെ ചിന്തകളെ രൂപപ്പെടുത്തുന്നതിൽ ബ്രഹ്മസമാജം വലിയ പങ്കുതന്നെയാണ് വഹിച്ചത്. ജാതിവ്യത്യാസത്തെ എതിർക്കാൻ സമാജം അദ്ദേഹത്തെ പ്രചോദിപ്പിച്ചു. കുട്ടിക്കാലത്തുതന്നെ ജാതിവ്യത്യാസത്തെ എതിർക്കാൻ നരേന്ദ്രനു കഴിഞ്ഞിരുന്നു. അതുപോലെതന്നെ മറ്റ് അന്ധവിശ്വാസങ്ങളെയും വിഗ്രഹാരാധനയെയും അദ്ദേഹം ശക്തിയുക്തം എതിർത്തു.

നരേന്ദ്രന്റെ ജീവിതത്തിലെ ഏറ്റവും നിർണായകമായ ഒന്നായിരുന്നു ശ്രീരാമകൃഷ്ണ പരമഹംസരുമായുള്ള അടുപ്പം. മഹാനായ ആത്മീയ ചിന്തകനും സന്യാസിവര്യനുമായിരുന്നു ശ്രീരാമകൃഷ്ണ പരമഹംസർ. വിദ്യാർഥിയായിരിക്കുമ്പോഴാണ് നരേന്ദ്രൻ ശ്രീരാമകൃഷ്ണ പരമഹംസരെ കാണുന്നത്. കൽക്കത്തയിലെ ദക്ഷിണേശ്വർ എന്ന സ്ഥലത്തുവെച്ചായിരുന്നു ആ കൂടിക്കാഴ്ച. ശ്രീരാമകൃഷ്ണ പരമഹംസർ ഇന്ത്യയെങ്ങും പേരുകേട്ട മഹർഷി വര്യനായിരുന്നു. അദ്ദേഹത്തിന്റെ യഥാർഥ പേര് ഗദാധര ചതോപാധ്യായ എന്നായിരുന്നു. ശ്രീരാമകൃഷ്ണ പരമഹംസരുമായുള്ള അടുപ്പം നരേ

ശ്രീരാമകൃഷ്ണ പരമഹംസൻ

ന്ദ്രന്റെ ജീവിതത്തെത്തന്നെ മാറ്റിമറിച്ചു. തികഞ്ഞ യുക്തിവാദിയായിരുന്ന നരേന്ദ്രൻ ശ്രീരാമകൃഷ്ണ പരമഹംസരെ കണ്ടുമുട്ടിയതോടെ ക്രമേണ ഈശ്വരവിശ്വാസിയായി മാറാൻ തുടങ്ങി. എല്ലാമതങ്ങളുടെയും അന്ത സത്ത ഒന്നാണെന്ന് വിശ്വസിച്ച മഹായോഗിയായിരുന്നു ശ്രീരാമകൃഷ്ണ പരമഹംസർ. കൽക്കത്തയിലെ ദക്ഷിണേശ്വരത്തുള്ള ഒരു കാളീക്ഷേ ത്രത്തിലെ പുരോഹിതനായിരുന്നു ശ്രീരാമകൃഷ്ണ പരമഹംസർ. എല്ലാ മതങ്ങളും ഒരേവൃക്ഷത്തിന്റെ ശാഖകളാണെന്ന് അദ്ദേഹം വിശ്വസിച്ചു. ഒരേ സ്വർണത്തിൽനിന്ന് വ്യത്യസ്തരൂപത്തിലുള്ള ആഭരണങ്ങൾ ഉണ്ടാ ക്കുന്നതുപോലെയാണ് വ്യത്യസ്ത മതങ്ങൾ രൂപംകൊള്ളുന്നത് എന്ന ദ്ദേഹം വിശ്വസിച്ചു. ഹിന്ദുവും, മുസ്ലീമും ക്രിസ്ത്യാനിയും എല്ലാംതന്നെ ആത്യന്തികമായി ഒരേ ദൈവത്തിന്റെ സന്തതികളാണെന്ന് അദ്ദേഹം വിശ്വസിച്ചു. യേശുവും ശിവനും അല്ലാഹുവും എല്ലാം തന്നെ ഒരേ ദൈവ ത്തിന്റെ വ്യത്യസ്ത നാമങ്ങളാണെന്ന് അദ്ദേഹം പറയുമായിരുന്നു. സർവ ജീവജാലങ്ങളിലും ദൈവീകത കണ്ടെത്തുന്നവനാണ് യഥാർഥ ഭക്തൻ എന്ന് ശ്രീരാമകൃഷ്ണ പരമഹംസർ വിശ്വസിച്ചിരുന്നു.

പള്ളിക്കൂടത്തിൽ പഠിക്കാത്ത ശ്രീരാമകൃഷ്ണ പരമഹംസർക്ക് അക്ഷരജ്ഞാനമേ ഉണ്ടായിരുന്നില്ല. എന്നാൽ ഏതോ ഒരു സന്യാസി യിൽനിന്ന് അദ്ദേഹത്തിന് വേദാന്ത ജ്ഞാനം ലഭിച്ചു. അന്നുബംഗാളിലു ണ്ടായിരുന്ന എല്ലാ മതപരിഷ്കർത്താക്കളും ബുദ്ധിജീവികളും എഴുത്തു കാരും പരമഹംസരുടെ ആശയങ്ങളാൽ പ്രചോദിപ്പിക്കപ്പെട്ടിരുന്നു. ധാരാളം ശിഷ്യന്മാരുണ്ടായിരുന്നു അദ്ദേഹത്തിന്. എന്നാൽ അവരിൽ വെച്ചേറ്റവും പ്രശസ്തൻ പിൽക്കാലത്ത് വിവേകാനന്ദൻ എന്ന പേരിൽ അറിയപ്പെട്ട നരേന്ദ്രനായിരുന്നു. വിവേകാനന്ദനിലെ ആദ്ധ്യാത്മിക പ്രതി ഭയെ രൂപപ്പെടുത്തിയത് ശ്രീരാമകൃഷ്ണ പരമഹംസരാണ്. പിൽക്കാ ലത്ത് മഹാനായ ഈ ശിഷ്യനിലൂടെ മഹോന്നതനായ ഈ മഹർഷി വര്യൻ ലോകമെങ്ങും അറിയപ്പെട്ടു. സത്യത്തിന്റെയും സ്നേഹത്തി ന്റെയും കരുണയുടെയും അഗാധമായ ആത്മജ്ഞാനത്തിന്റെയും നിറ കുടമായിരുന്നു ശ്രീരാമകൃഷ്ണ പരമഹംസർ. എല്ലാ മതങ്ങളിലും പെട്ട ശിഷ്യന്മാർ അദ്ദേഹത്തിനുണ്ടായിരുന്നു. ശ്രീരാമകൃഷ്ണ പരമഹംസരെ കൽക്കത്തയിലെ ദക്ഷിണേശ്വർ എന്ന സ്ഥലത്തുവെച്ച് നേരിട്ടുകാണു കയുണ്ടായി. അന്ന് നരേന്ദ്രന് പ്രായം പതിനെട്ട്. കണ്ട ഉടനെ നരേന്ദ്രൻ പരമഹംസരോടു ചോദിച്ചു :

"താങ്കൾ ദൈവത്തെ കണ്ടിട്ടുണ്ടോ?"

പരമഹംസരുടെ മറുപടി ഇതായിരുന്നു:

> നിന്നെ കാണുന്നതുപോലെതന്നെ ഞാൻ ദൈവത്തെയും കാണു ന്നു. ദൈവത്തെ കാണാൻ കഴിയും. ദൈവത്തെ സാക്ഷാൽക്കരി ക്കാൻ കഴിയും. പക്ഷേ, ഇതിൽ ആർക്കാണ് താൽപ്പര്യമുള്ളത്? ആളുകൾ അവരുടെ ഭാര്യമാർക്കുവേണ്ടി, കുട്ടികൾക്കുവേണ്ടി,

സമ്പത്തിനുവേണ്ടി എത്രയൊക്കെ കഷ്ടപ്പാടാണ് അനുഭവിക്കുന്നത്. അവർ എത്രമാത്രം കണ്ണീരൊഴുക്കുന്നു. ദൈവത്തെ കാണാൻവേണ്ടി ഒരാൾ കണ്ണീരൊഴുക്കുകയാണെങ്കിൽ അവന് ദൈവത്തെ കണ്ടെത്താം.

ശ്രീരാമകൃഷ്ണ പരമഹംസരുടെ ഈ മറുപടി നരേന്ദ്രനാഥ് ദത്തയുടെ ഹൃദയത്തെ കീഴടക്കി. അയാൾ ആ സന്യാസിവര്യന്റെ ശിഷ്യത്വം സ്വീകരിച്ചു. അങ്ങനെ നരേന്ദ്രനാഥ് ദത്ത സാക്ഷാൽ സ്വാമി വിവേകാനന്ദനായി മാറി. അദ്ദേഹത്തിന്റെ ജീവിതത്തിലെ ഈ മാറ്റത്തെക്കുറിച്ച് സ്വാമിജി പിൽക്കാലത്ത് ഇങ്ങനെ പറയുകയുണ്ടായി:

അദ്ദേഹത്തിന്റെ സിദ്ധാന്തങ്ങളെക്കാൾ ആയിരം ഇരട്ടി മഹത്തരമായിരുന്നു അദ്ദേഹത്തിന്റെ ജീവിതം. ഔപനിഷദ് വാക്യങ്ങളുടെ ജീവനുള്ള ഒരു വ്യാഖ്യാനമായിരുന്നു അദ്ദേഹം. ഉപനിഷത്തുകളുടെ മനുഷ്യരൂപത്തിലുള്ള സാരാംശം. ആ അതുല്യമായ പൂർണത, തന്നെത്താൻ ന്യായീകരിക്കാൻ നിൽക്കാത്ത എല്ലാറ്റിനോടുമുള്ള ആ അത്ഭുതകരമായ കാരുണ്യം. ബന്ധനത്തിൽ കിടക്കുന്ന മനുഷ്യനോടുള്ള ആ തീവ്രമായ സഹതാപം–ലോകത്തിൽ മറ്റൊരിടത്തും അതു നിലനിൽക്കുന്നില്ല. പുരുഷനും സ്ത്രീയും തമ്മിലും ധനികനുംദരിദ്രനും തമ്മിലും അഭ്യസ്തവിദ്യനുംനിരക്ഷരനും തമ്മിലും ബ്രാഹ്മണനുംചണ്ഡാലനും തമ്മിലും ഉള്ള എല്ലാ വ്യത്യാസങ്ങളും തുടച്ചു നീക്കാൻവേണ്ടി അദ്ദേഹം ജീവിച്ചു... പാശ്ചാത്യ സംസ്കാരവും പൗരസ്ത്യസംസ്കാരവും തമ്മിൽ കൂട്ടിയിണക്കാൻവേണ്ടിയാണ് അദ്ദേഹം വന്നത്. മതസംശ്ലേഷണത്തിന്റെ ഇത്രയും മഹാനായ, ഇത്രയും അതിശയനീയനായ ഒരു ഗുരുവെ കഴിഞ്ഞ അനേകം നൂറ്റാണ്ടുകളായി ഇന്ത്യ സൃഷ്ടിച്ചിട്ടില്ല.

മഹാനായ ഗുരുവിന്റെ മഹാനായ ശിഷ്യനായിരുന്നു സ്വാമിവിവേകാനന്ദൻ. ആധുനിക ശാസ്ത്രങ്ങളിലും തത്വചിന്തകളിലും ചരിത്രത്തിലും അദ്ദേഹത്തിന് അസാമാന്യമായ അറിവുണ്ടായിരുന്നു. ലോകത്തിലെ പരിവർത്തനങ്ങളെ വളരെ ആവേശത്തോടുകൂടിയാണ് അദ്ദേഹം നോക്കിക്കണ്ടത്. ഫ്രഞ്ച് വിപ്ലവം അദ്ദേഹത്തിന്റെ മനസിനെ വളരെയധികം സ്വാധീനിച്ചു. അതുപോലെതന്നെ ലോകത്തിന്റെ പലഭാഗങ്ങളിൽ നടക്കുന്ന വിപ്ലവങ്ങളും സ്വാതന്ത്ര്യപ്രക്ഷോഭങ്ങളും വിവേകാനന്ദന്റെ ഹൃദയത്തെ പ്രചോദിപ്പിച്ചിരുന്നു.

1886–ൽ ശ്രീരാമകൃഷ്ണ പരമഹംസർ അന്തരിച്ചു. ഗുരുതരമായ കണ്ഠരോഗമായിരുന്നു അദ്ദേഹത്തെ മരണത്തിലേക്കെത്തിച്ചത്. കണ്ഠരോഗം മൂർച്ചിച്ച് അർബുദമായിമാറി. തന്റെ ഗുരുവിന്റെ സ്മരണയ്ക്കായി വിവേകാനന്ദൻ ശ്രീരാമകൃഷ്ണ മിഷൻ എന്ന സംഘടന രൂപീകരിച്ചു.

1897–ൽ ഈ സംഘടന രൂപംകൊള്ളുന്നത്. ഒട്ടേറെ ശ്രീരാമകൃഷ്ണ ശിഷ്യന്മാർ ഈ സംഘടനയിൽ അംഗമായി. ഈ സംഘടന ഒരു മത സംഘടനയായിരുന്നില്ല. സേവനമായിരുന്നു അതിന്റെ ലക്ഷ്യം. എല്ലാ മതങ്ങളിലുംപെട്ട മനുഷ്യരുടെ ആത്മീയവും ഭൗതികവുമായ പുരോഗതിയായിരുന്നു രാമകൃഷ്ണ മിഷന്റെ ലക്ഷ്യം.

3

സേവനം തന്നെ ജീവിതം

ശ്രീരാമകൃഷ്ണ മിഷന്റെ രൂപീകരണത്തിനുശേഷം വിവേകാനന്ദൻ ഒരു യഥാർഥ സന്യാസിയായി മാറി. നിരവധി സഹസന്യാസിമാർ ചേർന്ന് ജനങ്ങൾക്കിടയിൽ പ്രവർത്തിക്കാൻ തുടങ്ങി. കാവി വസ്ത്രം ധരിച്ച ആ സന്യാസിമാർ മനുഷ്യസേവനത്തിനാണ് മുൻതൂക്കം കൊടുത്തത്. രാത്രിയെന്നോ പകലെന്നോ വ്യത്യാസമില്ലാതെ അവർ അത്യധ്വാനം ചെയ്യും. ദൈവസങ്കീർത്തനങ്ങൾ ആലപിച്ചുകൊണ്ട് അവർ ജനങ്ങൾക്കിടയിൽ പ്രവർത്തിക്കാൻ തുടങ്ങി. പാശ്ചാത്യ തത്വചിന്തയും ഭാരതീയ ദർശനങ്ങളും ഈ സന്യാസിമാർ പഠനവിഷയമാക്കി. മാത്രമല്ല കല, സാഹിത്യം, ശാസ്ത്രം, എന്നീ വിഷയങ്ങളിലും അവർ തൽപ്പരരായിരുന്നു. നേരം പുലരും വരെ അവർ തത്വശാസ്ത്ര ചർച്ചകളിൽ ഏർപ്പെട്ടു. അതുപോലെതന്നെ സാധാരണക്കാരുടെ ഇടയിൽ അവർ ഇറങ്ങി പ്രവർത്തിച്ചു. ഇന്ത്യൻ തത്വചിന്തയുടെ അന്തഃസത്തയാണ് അവർ ജനങ്ങൾക്കിടയിൽ പ്രചരിപ്പിച്ചത്.

സഞ്ചാരപ്രിയനായിരുന്നു വിവേകാനന്ദൻ. അദ്ദേഹം സന്ദർശിക്കാത്ത പ്രദേശങ്ങൾ ഇന്ത്യയിൽ ഇല്ല എന്നുതന്നെ പറയാം. ഇന്ത്യയുടെ എല്ലാ മുക്കിലും മൂലയിലും അദ്ദേഹം അലഞ്ഞുതിരിഞ്ഞിട്ടുണ്ട്. സാധാരണക്കാരോടും പണ്ഡിതന്മാരോടും സന്യാസിമാരോടും അദ്ദേഹം സംസാരിച്ചു, തർക്കങ്ങളിലേർപ്പെട്ടു. അയോദ്ധ്യ, ദില്ലി, മീററ്റ്, ജെയ്പൂർ, പോർബന്ധർ, ദ്വാരക, ബറോഡ, ബോംബെ, പൂന, കാശി, ഹരിദ്വാർ, വൃന്ദാവനം, കത്തിയവാർ, ബൽഗാം, മൈസൂർ, രാമേശ്വരം, കന്യാകുമാരി, പോണ്ടിച്ചേരി, മദ്രാസ്, ഹൈദരാബാദ്, തൃശൂർ, തിരുവനന്തപുരം തുടങ്ങി ഒട്ടേറെ സ്ഥലങ്ങളിൽ വിവേകാനന്ദൻ അലഞ്ഞുതിരിഞ്ഞിട്ടുണ്ട്. ഈ അലച്ചിലിനിടയിൽ പല പ്രമുഖരുമായി അദ്ദേഹം പരിചയപ്പെട്ടു. ഹിന്ദുവെന്നോ,

ശ്രീരാമകൃഷ്ണ പരമഹംസനും ശിഷ്യന്മാരും. നിൽക്കുന്നതിൽ ഇടത്തുനിന്ന് മൂന്നാമത്തേത് വിവേകാനന്ദൻ

മുസ്ലീമെന്നോ, ക്രിസ്ത്യാനിയെന്നോ വ്യത്യാസമില്ലാതെ അദ്ദേഹം ജനങ്ങളുമായി ഇടപഴകി. സ്വാമി വിവേകാനന്ദന്റെ ചുറ്റും എപ്പോഴും ഒരാൾക്കൂട്ടമുണ്ടായിരുന്നു. പലയിടത്തും വിവേകാനന്ദൻ പ്രസംഗിച്ചു. ലോകം കണ്ട മികച്ച പ്രഭാഷകരിൽ ഒരാളായിരുന്നു അദ്ദേഹം. അസാധാരണമായ ഒരു പ്രവാഹമായിരുന്നു അദ്ദേഹത്തിന്റെ പ്രസംഗം. കാവ്യാത്മകതയും അർഥഗാംഭീര്യവും ഉൾച്ചേർന്ന ആ പ്രഭാഷണം ആയിരങ്ങളെ ആകർഷിച്ചു. വേദോപനിഷത്തുകളിലെ മഹത്തായ ആശയത്തെ ഏതൊരു സാധാരണക്കാരനും മനസിലാകുന്ന തരത്തിൽ വിവേകാനന്ദൻ വ്യാഖ്യാനിച്ചു. അദ്ദേഹത്തിന്റെ പ്രസംഗം ജനങ്ങളുടെ ആത്മബോധത്തെയും ആത്മാഭിമാനത്തെയും ഉണർത്തി. ഇന്ത്യയുടെ മഹത്തായ പാരമ്പര്യത്തെപ്പറ്റി അദ്ദേഹം ജനങ്ങളെ പഠിപ്പിച്ചു. പാരമ്പര്യത്തിലെ നിഷേധാത്മകമായ വശങ്ങളെ അദ്ദേഹം തുറന്നുകാട്ടി. അങ്ങനെ ഇന്ത്യയുടെ നവോത്ഥാന പ്രസ്ഥാനത്തെ ശക്തിപ്പെടുത്താൻ വിവേകാനന്ദൻ മഹത്തായ പങ്കുവഹിച്ചു. പാശ്ചാത്യ തത്വചിന്തയിലും പൗരസ്ത്യതത്വചിന്തയിലും വിവേകാനന്ദന് അഗാധമായ അറിവുണ്ടായിരുന്നു. ബുദ്ധന്റെ ആശയങ്ങളെ അദ്ദേഹം പുതിയകാലഘട്ടത്തിനനുസൃതമായി വ്യാഖ്യാനിച്ചു. എല്ലാമനുഷ്യരും സമന്മാരാണെന്ന് വിവേകാനന്ദൻ ഇന്ത്യൻ ജനങ്ങളെ പഠിപ്പിച്ചു. അങ്ങനെ രാജാക്കന്മാരും പ്രഭുക്കന്മാരും പുരോഹിതന്മാരും പണ്ഡിതന്മാരും സന്യാസിമാരും യുവാക്കളും സാധാരണക്കാരായ എല്ലാജനവിഭാഗങ്ങളും വിവേകാനന്ദനിലേക്ക് ആകർഷിക്കപ്പെട്ടു.

വിവേകാനന്ദൻ സമ്പന്നരുടെകൂടെയും ദരിദ്രരുടെകൂടെയും ജീവിച്ചു. എല്ലാവരോടും അദ്ദേഹം ആശയവിനിമയം നടത്തി. അടിസ്ഥാനപരമായി

ഇന്ത്യൻ ജനങ്ങളെല്ലാം ഒന്നാണെന്ന് അദ്ദേഹം വിശ്വസിച്ചു. നാനാത്വത്തിൽ ഏകത്വം എന്ന ആശയം അദ്ദേഹം മുറുകെപ്പിടിച്ചു. ഇസ്ലാമിസം, ക്രൈസ്തവത, ബുദ്ധിസം, ജൈനിസം, സൂഫിസം തുടങ്ങിയ എല്ലാ ദർശനങ്ങളുടെയും അന്തഃസത്ത മനുഷ്യനന്മയ്ക്കായി സ്വാംശീകരിക്കാൻ വിവേകാനന്ദൻ ജനങ്ങളെ പഠിപ്പിച്ചു. പലനിലയിലും വിവേകാനന്ദന്റെ ആശയങ്ങളും ടാഗോറിന്റെ ആശയങ്ങളും തമ്മിൽ സമാനതയുണ്ടായിരുന്നു. വിവേകാനന്ദൻ ഒരു രാഷ്ട്രീയ നേതാവായിരുന്നില്ല. അദ്ദേഹം ആത്മീയവാദിയായ ഒരു സാമൂഹികപരിഷ്കർത്താവായിരുന്നു. ആത്മീയതയും ഭൗതികതയും പരസ്പര പൂരകമാണെന്ന് അദ്ദേഹം വിശ്വസിച്ചു. മതത്തിനതീതമായി മനുഷ്യനെ സ്നേഹിക്കാനും ഉച്ചനീചത്വങ്ങൾ അവസാനിപ്പിക്കാനും അദ്ദേഹം ജനങ്ങളെ ആഹ്വാനം ചെയ്തു. ദാരിദ്ര്യവും കഷ്ടപ്പാടുകളും അന്ധവിശ്വാസങ്ങളും അനാചാരങ്ങളും തുടച്ചുനീക്കാൻ അദ്ദേഹം ഇന്ത്യക്കാരോട് അഭ്യർഥിച്ചു. നിരക്ഷരതയും ദാരിദ്ര്യവുമാണ് ഇന്ത്യയുടെ ഏറ്റവും വലിയ ശാപമെന്ന് അദ്ദേഹം ഉറച്ചുവിശ്വസിച്ചു. എല്ലാ ജനങ്ങളും ഒന്നിച്ചുകഴിയുന്ന സമത്വസുന്ദരമായ ഒരു ഭാരതമായിരുന്നു വിവേകാനന്ദന്റെ ലക്ഷ്യം. ശാസ്ത്രത്തിന്റെ നേട്ടങ്ങൾ മനുഷ്യനുവേണ്ടി ഉപയോഗപ്പെടുത്താൻ വിവേകാനന്ദൻ ഇന്ത്യക്കാരെ ഉൽബോധിപ്പിച്ചു. ജ്യോതിഷം പോലുള്ള കപടശാസ്ത്രങ്ങളെ അദ്ദേഹം നിശിതമായി വിമർശിച്ചു. അതുപോലെതന്നെ മന്ത്രവാദംപോലുള്ള ആചാരങ്ങൾ ജനങ്ങളെ ചൂഷണം ചെയ്യുന്നതിനെതിരെ അദ്ദേഹം താക്കീതു നൽകി. ഇക്കാര്യത്തിലും രബീന്ദ്രനാഥ ടാഗോറിന്റെ ആശയങ്ങളുമായി യോജിപ്പുണ്ടായിരുന്നു വിവേകാനന്ദന്. ശാസ്ത്രത്തിന്റെ നേട്ടങ്ങളെ പരാമർശിച്ചുകൊണ്ട് ടാഗോർ എഴുതുന്നു:

> മാറ്റമില്ലാത്ത സാർവലൗകിക നിയമങ്ങളിലുള്ള വിശ്വാസമാണ് ശാസ്ത്രത്തിന്റെ അടിത്തറ. ഈ വിശ്വാസത്തോടുള്ള കൂറാണ് വിജയത്തിലേക്ക് നയിക്കുന്നത്. പാശ്ചാത്യനാടുകളിലെ ജനങ്ങൾ ഈ കൂറുനൽകുന്ന സുരക്ഷിതത്വത്തിൽ ജീവിച്ചുകൊണ്ട് ഭൗതികലോകത്തിന്റെ തടസങ്ങളെയും പ്രയാസങ്ങളെയും അതിജീവിച്ച് വിജയം വരിക്കുന്നു. എന്നാൽ മായാജാലങ്ങളിൽ മാത്രം വിശ്വസിച്ച് കഴിഞ്ഞുകൂടിയവർ ലോകവ്യവസ്ഥയുടെമേൽ നിയന്ത്രണം കൈവരിക്കുന്നതിൽ പരാജയപ്പെട്ടു. എല്ലാ നിർണായക ഘട്ടങ്ങളിലും അവർ പരാജിതരായി. രോഗം വരുമ്പോൾ മന്ത്രവാദിയെയും ദാരിദ്ര്യവും ദുരിതങ്ങളുമുണ്ടാവുമ്പോൾ ഭാവി പ്രവചിക്കുന്നവരെയും വിളിച്ചുവരുത്താൻ നാം പരക്കം പായുന്നു. വസൂരിയിൽനിന്ന് സംരക്ഷണം ലഭിക്കാൻ നമുക്ക് ശീതളാദേവിയുടെ അനുഗ്രഹം മതി. ശത്രുസംഹാരത്തിന് മന്ത്രവും ആഭിചാരവും മതി. നാമിപ്രകാരം കഴിഞ്ഞുകൂടുന്ന കാലത്ത് യൂറോപ്പിലെ ഒരു വനിത വോൾട്ടയറോടു ചോദിച്ചു; "ആഭിചാരപ്രവൃത്തികൊണ്ട് ഒരു ആട്ടിൻ പറ്റത്തെ കൊല്ലാനാവുമെന്ന് പറയുന്നത് നേരാണോ"

ടാഗോർ

എന്ന്. "ആവശ്യമായ തോതിൽ വിഷം നൽകിയാൽ അതു സാധിക്കുമെന്ന കാര്യത്തിൽ സംശയമില്ല" എന്നായിരുന്നു അവർക്കുകിട്ടിയ മറുപടി. ഇന്ന് യുറോപ്പിലൊരിടത്തും ആർക്കും മന്ത്രവാദത്തിൽ വിശ്വാസമുണ്ടെന്ന് എനിക്ക് തോന്നുന്നില്ല. എന്നാൽ വിഷത്തിന്റെ ശക്തിയിലുള്ള വിശ്വാസം ലോകത്തെമ്പാടുമുണ്ട്. അതുകൊണ്ടാണ് തങ്ങൾക്കാവശ്യമുള്ളപ്പോൾ അവർക്ക് കൊല്ലാൻ കഴിയുന്നതും നമുക്കാവശ്യമില്ലാത്തപ്പോൾ നാം മരിക്കേണ്ടിവരുന്നതും. ലോകത്തു സംഭവിച്ചുകൊണ്ടിരിക്കുന്ന പ്രതിഭാസങ്ങൾ പ്രാപഞ്ചികനിയമങ്ങളുടെ ആവിഷ്കാരം മാത്രമാണെന്നും അതിനാൽ യുക്തിയുടെ നിയമങ്ങളിലൂടെയാണ് ഭൗതികലോകത്തിന്റെ വ്യവസ്ഥകൾ നാം തിരിച്ചറിയുന്നതെന്നും പറയുന്നത് ഇന്നു വെറും ചപ്പടാച്ചിയായിരിക്കും. തന്നിൽ അന്തർലീനമായ വാസനകൾക്കനുസൃതമായി പ്രപഞ്ചസംഭവങ്ങളെ നോക്കിക്കാണുന്നവർക്ക് തങ്ങളിലൂടെ മാത്രമേ ലോക വീക്ഷണം രൂപപ്പെടുത്താനാവൂ എന്ന സ്വഭാവം ഒഴിവാക്കാൻ സാധിക്കാത്തതാണ് അതിനു കാരണം. തന്റെ ബുദ്ധിശക്തിയുടെ പ്രയോജനത്തിൽ സംശയിക്കുന്ന ആൾ അതോടെ ചോദ്യങ്ങളും അവസാനിപ്പിക്കുന്നു, പരീക്ഷണങ്ങൾ നിർത്തിവെക്കുന്നു. അയാൾ പുറത്തുനിന്നുള്ള ഒരു യജമാനനെ തേടിക്കൊണ്ടിരിക്കുകയും തൽഫലമായി പൊലീസുദ്യോഗസ്ഥൻ തൊട്ട് മലമ്പനി പരത്തുന്ന കൊതുകുവരെയുള്ള സകലമാന സംഗതികളാലും ചൂഷണത്തിന് വിധേയനാവുകയും ചെയ്യുന്നു. ബുദ്ധിപരമായ ഭീരുത്വം മനശ്ശക്തിയുടെ ദൗർബല്യത്തിന് പറ്റിയ വളക്കൂറുള്ള മണ്ണാണ്.

(സംസ്കാരങ്ങളുടെ സംഗമം–രബീന്ദ്രനാഥ ടാഗോർ)

ഇന്ത്യൻ ജനകോടികളുടെ വിമോചനത്തിനുവേണ്ടി ഉൽക്കടമായി ദാഹിച്ച മനസായിരുന്നു വിവേകാനന്ദന്റേത്. അദ്ദേഹം എല്ലാമതങ്ങളിലും നന്മ കണ്ടെത്തി. മുസ്ലീങ്ങളുമായും ക്രിസ്ത്യാനികളുമായി അദ്ദേഹം സംവാദങ്ങൾ നടത്തി. വിദേശങ്ങളിലും സ്വദേശത്തും അദ്ദേഹം മതപ്രചാരണം നടത്തി. എന്നാൽ അദ്ദേഹത്തിന്റെ മതം പുരോഹിതന്മാരുടെ മതമായിരുന്നില്ല. അടിസ്ഥാനപരമായി ഉപനിഷത് ആശയങ്ങളിലാണ് അദ്ദേഹം വിശ്വസിച്ചത്. കാവി വസ്ത്രം ധരിച്ച വിവേകാനന്ദൻ ഹിന്ദുമതത്തിലെ പുരോഹിതന്മാരുടെ ആദർശമല്ല പ്രചരിപ്പിച്ചത്. കാവിമുണ്ടുടുക്കുന്നതിനെക്കുറിച്ച് പലരും അദ്ദേഹത്തെ വിമർശിച്ചിരുന്നു. എന്നാൽ കാവി ഭിക്ഷക്കാരുടെ വേഷമാണെന്നും വെള്ളമുണ്ടുടുത്താൽ ആളുകൾ തന്നോട് ഭിക്ഷ ചോദിക്കുമെന്നും അതിൽനിന്ന് രക്ഷപ്പെടാനാണ് കാവിമുണ്ടുടുക്കുന്നതെന്നും അദ്ദേഹം മറുപടി നൽകി. അതുപോലെതന്നെ സമ്പന്നരുടെകൂടെ ചേർന്ന് അവരുടെ മനസുമാറ്റി അവരിൽനിന്നും ധർമസ്ഥാപനങ്ങൾക്കുവേണ്ടുന്ന പണം സ്വരൂപിക്കാനും വിവേകാനന്ദന് കഴിഞ്ഞു.

അക്കാലത്ത് ബംഗാളിൽ നവോത്ഥാനപ്രസ്ഥാനം ശക്തിപ്പെട്ടുവരികയായിരുന്നു. അന്നത്തെ ബംഗാളിന്റെ ചിത്രം ശ്രീ എൻ വി പി ഉണിത്തിരി തന്റെ *സ്വാമി വിവേകാനന്ദൻ* എന്ന ഗ്രന്ഥത്തിൽ വരച്ചുവെയ്ക്കുന്നത് ഇങ്ങനെയാണ്:

> ഏതായാലും ഈ കാലഘട്ടം ബംഗാളിന്റെ സാമൂഹികചരിത്രത്തിൽ അതിപ്രധാനമാണ്. ഹിന്ദുസമൂഹത്തിലെ സമ്പന്നരും യാഥാസ്ഥിതികരും ധർമസഭയിലേക്ക് ആകർഷിക്കപ്പെടുമ്പോൾ ഉദാരരും യുവാക്കളും ധാരാളമായി ബ്രഹ്മസമാജത്തിലേക്ക് കടന്നുവന്നു. മധ്യവർഗത്തിലെ ഉയർന്നുവരുന്ന വിഭാഗങ്ങളെല്ലാം പരിഷ്കരണ പദ്ധതികളോടുകൂടിയ ബ്രഹ്മസമാജത്തിനുവേണ്ടി നിലകൊണ്ടു. നിക്ഷിപ്ത താൽപ്പര്യക്കാരും താൽപ്പര്യങ്ങളൊന്നുമില്ലാത്തവരും തമ്മിലുള്ള വർഗസംഘർഷം ആദ്യമായി ധൈഷണികതലത്തിൽ തുടങ്ങി അധികം വൈകാതെ യാഥാർഥ്യതലത്തിലേക്ക് ഇറങ്ങിവന്നു.
>
> ദേവേന്ദ്രനാഥ് കേശവചന്ദ്രനെ ബ്രഹ്മസഭയിലെ മന്ത്രിമാരിലൊരാളായി നിയമിച്ചു. ഇത് മതനിന്ദാപരമായ ഒരു നടപടിയാണെന്ന ആരോപണമുയർന്നു. കേശവചന്ദ്രൻ വൈദ്യജാതിക്കാരനാണ്. പരമ്പരാഗത രീതിപ്രകാരം ബ്രാഹ്മണർക്കുമാത്രമേ മത ഉപദേശകരായി പ്രവർത്തിക്കാവൂ. കേശവചന്ദ്രനും ആത്മീയ സഭയുടെ യുവാക്കളും സാമൂഹ്യ പരിഷ്കരണ കാര്യത്തിൽ കൂടുതൽ കൂടുതൽ സമൂലപരിഷ്കരണ വാദികളായി വരികയായിരുന്നുവെന്നും കാണേണ്ടതുണ്ട്. അവർ അനേകം മിശ്രജാതി വിവാഹങ്ങൾ നടത്തിച്ചു. ബ്രഹ്മസമാജക്കാരായ ചില ബ്രാഹ്മണയുവാക്കൾ പൂണൂൽ

പൊട്ടിച്ചെറിഞ്ഞു. അത്തരം കലാപകൃത്യങ്ങൾ യാഥാസ്ഥിതിക അംഗങ്ങൾക്ക് തീരെ ഇഷ്ടമായില്ല. അവർ ബ്രഹ്മസഭയുടെ മുഖ്യ മന്ത്രിയായ ദേവേന്ദ്രനാഥിനോട് ബ്രാഹ്മണനൊഴിച്ച് മറ്റാരെയും പ്രാർഥന നടത്തുന്നതിന്റെയും ഉപദേശം നൽകുന്നതിന്റെയും ചുമതല ഏൽപ്പിക്കുന്നതിൽ ശക്തമായി പ്രതിഷേധിച്ചു. ദേവേന്ദ്രനാഥ് അവരുടെ സമ്മർദ്ദത്തിന് വഴങ്ങി കേശവചന്ദ്രന്റെ സ്ഥാനത്ത് ഒരു ബ്രാഹ്മണനെ മന്ത്രിയായി അവരോധിച്ചു. ഇത് സമൂലപരിഷ്കരണവാദികളായ യുവാക്കളുടെ രക്തം തിളപ്പിക്കുക തന്നെ ചെയ്തു. അവർ കേശവചന്ദ്രന്റെ നേതൃത്വത്തിൽ സമാജത്തിൽനിന്നു പുറത്തുവന്ന് ഇന്ത്യൻ ബ്രഹ്മസമാജമെന്ന പേരിൽ ഒരു സമാന്തര സഭയ്ക്ക് രൂപം കൊടുത്തു.

ചരിത്രപരമായ ഭൗതികവാദത്തിന്റെ വൈരുധ്യങ്ങൾ ഈ പിളർപ്പിൽ അന്തർഭവിച്ചിട്ടുണ്ടെന്ന് വ്യക്തമാണ്. ഈ അവസരത്തിൽ വെളുത്തവർക്കും കറുത്തവർക്കും ഒരേപോലുള്ള പെരുമാറ്റം ലഭിക്കണമെന്നാവശ്യപ്പെട്ടുകൊണ്ടുള്ള രാഷ്ട്രീയ പ്രക്ഷോഭം കൊടുമ്പിരിക്കൊള്ളുകയായിരുന്നു. രാം ഗോപാൽ ഘോഷിനെ നേതാവായി സ്വീകരിച്ച യുവാക്കൾക്ക് ബ്രഹ്മസഭയുടെ തലവന്മാരായി ബ്രാഹ്മണരേ പാടുള്ളൂ എന്ന നിയമം സഹിക്കാൻ കഴിയുമായിരുന്നില്ല. സർക്കാർ നിയമനങ്ങളിലെ വംശീയ തടസങ്ങൾ നീക്കാൻ ശ്രമിക്കുന്നതുപോലെ അവർ മത സാമൂഹികാചാരകാര്യങ്ങളിൽ ജാതീയ തടസങ്ങൾ തട്ടിനീക്കാനും സമരം ചെയ്തു. ബ്രാഹ്മണരുടെ സ്ഥാപിത താൽപ്പര്യങ്ങളും സമൂലപരിഷ്കരണ വാദികളുടെ സമത്വവാദപരമായ മധ്യവർഗ ആശയവാദവും തമ്മിലുള്ള വൈരുധ്യങ്ങൾ നാൾക്കുനാൾ വളർന്നുവന്നു.

അക്കാലത്താണ് രാജാ നാരായൺ ബോസ് *ഹിന്ദുമതത്തിന്റെ ഉൽക്കൃഷ്ടത്വം* എന്ന പുസ്തകമെഴുതിയത്. *ഈ യുഗവും അതിനുമുമ്പുള്ളതും* എന്ന മറ്റൊരു പുസ്തകത്തിൽ അദ്ദേഹം വൈദേശികമായ ആചാരങ്ങളും അനുഷ്ഠാനങ്ങളും സമ്പ്രദായങ്ങളും എങ്ങനെയാണ് ഹിന്ദുസമൂഹത്തിൽ നിഗൂഢമായി കടന്നുവരുന്നത് എന്ന് ചൂണ്ടിക്കാട്ടി. ഉൽസാഹികളായ യുവാക്കൾ ക്രിസ്തുമതത്തിനെതിരെ കഠിനമായി അടരാടി. ത്രിത്വാധിഷ്ഠിതമായ ക്രിസ്തുമതത്തെ എതിർത്തുവെങ്കിലും കേശവചന്ദ്രൻ യേശുക്രിസ്തുവിന്റെ ജീവിതത്താൽ വളരെയേറെ സ്വാധീനിക്കപ്പെട്ടിരുന്നു. ഇന്ത്യൻ ബ്രഹ്മസമാജ സഭാലയത്തിന്റെ ഗോപുരാകൃതി അതു നിർമിച്ചവരുടെ മനസിലെ ആംഗലവൽക്കരണത്തിന് അടിവരയിടുന്നതാണ്. ഒരിക്കൽ ഇതിനെപ്പറ്റി ദേവേന്ദ്രനാഥ് പറഞ്ഞത്, "ഒരു ക്രിസ്ത്യൻ സ്മാരകം കെട്ടിപ്പടുത്തതിന് കേശവചന്ദ്രനോട് നന്ദി" എന്നാണ്. (പേജ് 43,44)

അസാമാന്യമായ ധിഷണയുള്ള വ്യക്തിയായിരുന്നു വിവേകാനന്ദൻ. വിവേകാനന്ദനെ സംബന്ധിച്ചിടത്തോളം മതമെന്നത് നിർജീവമായ ഒരു പ്രതിഭാസമല്ല. മറിച്ച് ജനങ്ങളുടെ സാമൂഹികപുരോഗതി സാധ്യമാക്കുന്ന പ്രായോഗിക പദ്ധതിയാണ്. വേദാന്തചിന്തയിൽനിന്ന് തുടങ്ങി ആധുനിക സോഷ്യലിസ്റ്റ് ചിന്തയിലേക്ക് വികസിക്കുന്ന ആശയപദ്ധതിയാണ് വിവേകാനന്ദന്റേത്. അദ്ദേഹത്തിന് സോഷ്യലിസത്തിൽ ഉറച്ച വിശ്വാസമുണ്ടായിരുന്നു. ഒരു ഹിന്ദുതത്വചിന്തകൻ സോഷ്യലിസ്റ്റാശയത്തിലേക്ക് ആകർഷിക്കപ്പെടുക എന്നത് ചെറിയകാര്യമല്ല. സോഷ്യലിസത്തെക്കുറിച്ച് വിവേകാനന്ദൻ ഇങ്ങനെ എഴുതി:

"ഞാനൊരു സോഷ്യലിസ്റ്റാണ്. അത് പരിപൂർണമായ ഒരു വ്യവസ്ഥയായതുകൊണ്ടല്ല. മറിച്ച്, അപ്പം തീരെ ഇല്ലാതിരിക്കുന്നതിനെക്കാൾ നല്ലത് പകുതി അപ്പമാണല്ലോ എന്ന് വിചാരിച്ചാണ്." പണിയെടുക്കുന്നവരുടെ പക്ഷത്തായിരുന്നു വിവേകാനന്ദൻ. തൊഴിലാളി വർഗത്തിന്റെ ഭരണത്തെപ്പറ്റി അദ്ദേഹം ഇങ്ങനെ പറഞ്ഞു:

മനുഷ്യസമൂഹത്തെ പുരോഹിതന്മാർ, പട്ടാളക്കാർ, വ്യാപാരികൾ, തൊഴിലാളികൾ എന്നിങ്ങനെ നാല് ജാതികളാണ് ഭരിക്കുന്നത്. അവസാനമായി വരുന്നത് തൊഴിലാളികളുടെ (ശൂദ്രരുടെ) ഭരണമാണ്. ആദ്യത്തെ മൂന്നുകൂട്ടരും ഭരണം നടത്തിക്കഴിഞ്ഞു. ഇനി അവസാനത്തെ കൂട്ടരുടെ ഊഴമാണ്. ഇനി അവർ ഭരിക്കണം. ആർക്കും അവരെ തടയാൻ വയ്യ.

സാധാരണക്കാർക്കും പാവങ്ങൾക്കും വേണ്ടിയാണ് വിവേകാനന്ദൻ ജീവിച്ചത്. സേവനമായിരുന്നു അദ്ദേഹത്തിന്റെ ജീവിതത്തിന്റെ ലക്ഷ്യം. അദ്ദേഹത്തെ സംബന്ധിച്ചിടത്തോളം ഭൂമിയിലെ പാവപ്പെട്ടവർക്കുവേണ്ടി ജീവിക്കുക എന്നതുതന്നെയായിരുന്നു മോക്ഷം. ഈ ലക്ഷ്യത്തിനുവേണ്ടി തന്റെ അറിവിനെയും അനുഭവങ്ങളെയും അദ്ദേഹം ഉപയോഗപ്പെടുത്തി. അങ്ങനെ ആധുനിക ഇന്ത്യാചരിത്രത്തിൽ അദ്ദേഹം അവിസ്മരണീയമായ ഒരു സ്ഥാനം നേടിയെടുത്തു.

4

അമേരിക്കയിൽ

ആയിരത്തി എണ്ണൂറ്റി തൊണ്ണൂറ്റിമൂന്ന് സെപ്തംബർ പതിനൊന്നു മുതൽ ഇരുപത്തേഴുവരെയുള്ള പതിനേഴ് ദിവസങ്ങളിലാണ് അമേരിക്കയിലെ ചിക്കാഗോയിൽ സർവമത സമ്മേളനം നടന്നത്. ഈ സമ്മേളനത്തിൽ ലോകമെങ്ങുമുള്ള മതപുരോഹിതന്മാർ പങ്കെടുത്തിരുന്നു. ലോകത്തിലെ എല്ലാമതങ്ങളുടെയും പ്രതിനിധികളായിരുന്നു അവർ. ഈ ലോക മതസമ്മേളനത്തിൽ ഇന്ത്യയെ പ്രതിനിധീകരിച്ച് പങ്കെടുത്തിരുന്നത് സ്വാമി വിവേകാനന്ദനായിരുന്നു. ഇന്ത്യയിലെ ഖെത്രിമഹാരാജാവ് നൽകിയ ധനസഹായം ആണ് വിവേകാനന്ദനെ അമേരിക്കയിലെത്തിച്ചത്. നരേന്ദ്രൻ സന്യാസിയായതിനുശേഷം വിവിദിഷാനന്ദൻ, സച്ചിദാനന്ദൻ എന്നീ പേരിലാണ് അറിയപ്പെട്ടത്. നരേന്ദ്രന് വിവേകാനന്ദൻ എന്ന പേർ സമ്മാനിച്ചത് ഖെത്രിമഹാരാജാവാണ്. വിവേകാനന്ദന് അദ്ദേഹത്തിന്റെ പ്രസിദ്ധമായ തലപ്പാവ് കെട്ടിക്കൊടുത്തതും അദ്ദേഹമാണ്. വിവേകാനന്ദന് സർവമത സമ്മേളനത്തിൽ പങ്കെടുക്കാൻ ഔദ്യോഗികമായി പല തടസങ്ങളുമുണ്ടായിരുന്നു. എങ്കിലും ആ തടസങ്ങളെല്ലാം മാറി. ആയിരത്തി ഇരുന്നൂറ്റി തൊണ്ണൂറ്റിമൂന്ന് ജൂലായിലാണ് വിവേകാനന്ദൻ ചൈനവഴി ചിക്കാഗോയിലെത്തുന്നത്. വിവേകാനന്ദന്റെ കൈയിൽ ആധികാരികമായ രേഖകൾ ഉണ്ടായിരുന്നില്ല. ഹാർവാർഡ് സർവകലാശാലയിലെ ഗ്രീക്ക് പ്രൊഫസറായിരുന്ന ജോൺ ഹെൻറി റൈറ്റ് ആണ് വിവേകാനന്ദന് മത സമ്മേളനത്തിൽ പങ്കെടുക്കാൻ സാഹചര്യം ഒരുക്കിയത്. വിവേകാനന്ദന്റെ കൈയിൽ മതപ്രതിനിധി എന്ന നിലയിൽ ആധികാരിക രേഖകളൊന്നുമില്ലെന്ന് മനസിലായ പ്രൊഫസർ ഇങ്ങനെ പറഞ്ഞു: "നിങ്ങളോട് രേഖ ആവശ്യപ്പെടുക എന്നുവെച്ചാൽ ആകാശത്തിൽ ജ്വലിക്കാൻ സൂര്യനുള്ള അവകാശം തെളിയിക്കാൻ ആവശ്യപ്പെ

ടുന്നതുപോലെയാണ്." പ്രതിനിധികളുടെ ചെയർമാന് പ്രൊഫസർ റൈറ്റ് ഒരു കത്തെഴുതി. അതിലെ ഒരു പ്രധാനവാചകം ഇതായിരുന്നു: "നമ്മുടെയെല്ലാ പണ്ഡിതന്മാരുടെയും അറിവ് ഒന്നിച്ചെടുത്താൽ അതിനേക്കാൾ കൂടുതൽ പഠിച്ച ഒരു മനുഷ്യൻ ഇതാ വരുന്നു."

അങ്ങനെ ഹിന്ദുമതത്തെ പ്രതിനിധീകരിച്ചുകൊണ്ട് വിവേകാനന്ദൻ സർവമതസമ്മേളനത്തിൽ പങ്കെടുത്തു. ലോകത്തിന്റെ വിവിധ ഭാഗങ്ങളിൽനിന്ന്, മഹാപണ്ഡിതന്മാരായ മതപ്രതിനിധികൾ സമ്മേളനത്തിൽ സംബന്ധിച്ചിരുന്നു. അതിനെക്കുറിച്ച് അന്ന് ഒരു അമേരിക്കൻ പത്രം റിപ്പോർട്ടുചെയ്തത് ഇങ്ങനെയാണ്:

> ബ്രഹ്മത്തിന്റെയും ബുദ്ധന്റെയും മുഹമ്മതിന്റെയും അനുയായികളിൽ ജനങ്ങളുടെ ശ്രദ്ധപിടിച്ചുപറ്റിയ ഒരു ഭാരതീയ സന്യാസിയുണ്ടായിരുന്നു, അദ്ദേഹത്തിന്റെ പേർ വിവേകാനന്ദൻ എന്നായിരുന്നു. ചുവന്നുതിളങ്ങുന്ന മേലങ്കിയും ചുവന്ന ഒരു വലിയ തലപ്പാവും ധരിച്ചിരുന്നു അയാൾ. അദ്ദേഹത്തിന്റെ സുന്ദരമായ മുഖം അവിടെ വേറിട്ടുനിന്നിരുന്നു. അദ്ദേഹത്തിന് സമീപം ഹിന്ദുമതത്തിലെ ബ്രഹ്മസമാജത്തിന്റെ പ്രതിനിധി ഉണ്ടായിരുന്നു. അതിനടുത്ത് സിലോണിലെ പ്രതിനിധിയായ ധർമപാലൻ, ബ്രഹ്മസമാജ നേതാവായ മസുംദാർ എന്നിവരുമുണ്ടായിരുന്നു...... സ്ഥാനക്രമമനുസരിച്ച് മുപ്പത്തൊന്നാമത്തെ ഇരിപ്പിടത്തിലാണ് അദ്ദേഹം ഇരുന്നത്.

സർവമത സമ്മേളനത്തിന്റെ അധ്യക്ഷനായിരുന്ന ഡോ. ബാറോസ്സ് വിവേകാനന്ദനെ സദസിന് പരിജയപ്പെടുത്തിയത് ഇങ്ങനെയാണ്: "മതങ്ങളുടെ അമ്മയായ ഇന്ത്യയെ പ്രതിനിധീകരിക്കുന്നത് സ്വാമി വിവേകാനന്ദനാണ്. ഈ ഓറഞ്ച് സന്യാസിയാണ് നമ്മുടെസദസിനെ ഏറ്റവും അത്ഭുതകരമായ രീതിയിൽ സ്വാധീനിച്ചത്. വിവേകാനന്ദന്റെ പ്രസംഗത്തിനുശേഷമായിരുന്നു ആ പരിചയപ്പെടുത്തൽ. ആ മഹാസമ്മേളനത്തിന്റെ ഉൽഘാടനദിവസത്തിലെ അനുഭവങ്ങൾ വിവേകാനന്ദൻ ഉദ്ധരിക്കുന്നതിങ്ങനെയാണ്:

> മതമഹാസമ്മേളനത്തിന്റെ ഉൽഘാടന ദിവസം രാവിലെ ഞങ്ങളെല്ലാവരും കലാനിലയം (ആർട്ട് പാലസ്)എന്നു വിളിക്കുന്ന ഒരു കെട്ടിടത്തിൽ ഒന്നിച്ചുകൂടി. അവിടെ സമ്മേളനത്തിന്റെ യോഗങ്ങൾക്കുവേണ്ടി ഒരു വലിയ ഹാളും വേറെ ചെറിയ ഹാളുകളും താൽക്കാലികമായി പണിചെയ്തിരുന്നു. എല്ലാ ജനതകളിൽനിന്നുമുള്ള ആളുകളും അവിടെ ഉണ്ടായിരുന്നു. ഇന്ത്യയിൽനിന്ന്, ബ്രഹ്മസമാജത്തിലെ മസുംദാരും ബോംബെയിലെ നഗർക്കരും ജൈനന്മാരുടെ പ്രതിനിധിയായി ശ്രീമാൻ ഗാന്ധിയും ബ്രഹ്മവിദ്യാസംഘത്തെ പ്രതിനിധാനം ചെയ്തുകൊണ്ട് മിസ്സിസ് ആനി

ബസന്റിനോടൊപ്പം ശ്രീമാൻ ചക്രവർത്തിയും അതിൽ പങ്കുകൊണ്ടു. ഇവരിൽ മസുംദാരും ഞാനും പണ്ടേ സ്നേഹിതരായിരുന്നു എന്നുപറയേണ്ടല്ലോ. ചക്രവർത്തി എന്റെ പേർ കേട്ടിരുന്നു. ആർഭാടപൂർവമായ ഒരു ഘോഷയാത്ര. ഞങ്ങളെല്ലാം പ്രസംഗവേദിയിലേക്കു നയിക്കപ്പെട്ടു. താഴെ ഒരു ഹാളും മേലെ ഒരു വലിയ ഗ്യാലറിയും. അവയിൽ തിങ്ങിനിറഞ്ഞ് അന്നാട്ടിലെ ഉത്തമസംസ്കാരത്തിന്റെ പ്രതിനിധികളായ ആറോ ഏഴോ ആയിരം സ്ത്രീപുരുഷന്മാരും, പ്രസംഗവേദിയിൽ ഭൂമുഖത്തുള്ള എല്ലാ ജനതകളുടെയും വിദ്യാസമ്പന്നരായ പ്രതിനിധികളും–ഈ ദൃശ്യമൊന്നു സങ്കൽപ്പിക്കുക. എന്റെ ജീവിതത്തിൽ പൊതുജനസമക്ഷം പ്രസംഗിച്ചിട്ടില്ലാത്ത ഞാൻ ഈ മഹനീയപരിഷത്തിൽ പ്രസംഗിക്കുക! സംഗീതം, മതച്ചടങ്ങുകൾ, പ്രസംഗങ്ങൾ എന്നിവയോടുകൂടി വലിയ ആഡംബരത്തോടെയാണ് അത് ആരംഭിക്കപ്പെട്ടത്. അനന്തരം പ്രതിനിധികൾ ഓരോരുത്തരായി സഭയ്ക്കു പരിചയപ്പെടുത്തപ്പെട്ടു. അവർ എഴുന്നേറ്റുനിന്നു. പക്ഷേ, എന്റെ നെഞ്ചുകിടന്നു പിടയുകയായിരുന്നു. നാക്ക് മുക്കാലും വരണ്ടുപോയി. എനിക്ക് വല്ലാത്ത പരിഭ്രമമായിരുന്നു. കാലത്ത് പ്രസംഗിക്കാൻ ധൈര്യപ്പെട്ടില്ല. മസുംദാർ ഒരു നല്ല പ്രസംഗം ചെയ്തു. ചക്രവർത്തി അതിലും മെച്ചമായിട്ടൊന്നും. സഭ കരഘോഷം മുഴക്കി. അവരെ ഇരുവരെയും വളരെ അഭിനന്ദിച്ചു. അവരൊക്കെ സന്നദ്ധരായിരുന്നു. മുൻകൂട്ടി തയാറാക്കിയ പ്രസംഗവും കൊണ്ടാണ് അവർ വന്നിരുന്നത്. ഞാനൊരു മണ്ടൻ. ഒന്നും കരുതിയിരുന്നില്ല. പക്ഷേ, സരസ്വതിയെ നമിച്ചുകൊണ്ട് എഴുന്നേറ്റുനിന്നു. ഡോ. ബാരോസ് എന്നെ പരിചയപ്പെടുത്തി. ഞാനൊരു പ്രസംഗം ചെയ്തു. അതു തീർന്നപ്പോൾ വികാരാവേശംകൊണ്ട് മിക്കവാറും തളർന്നുഞാനങ്ങിരുന്നു. (സിദ്ധി നാദാനന്ദസ്വാമികൾ—എൻ വി പി ഉണിത്തിരി തന്റെ *സ്വാമി വിവേകാനന്ദൻ* എന്ന ഗ്രന്ഥത്തിൽ ഉദ്ധരിച്ച് ചേർത്തത്)

സ്വാമി വിവേകാനന്ദൻ സർവമത സമ്മേളനത്തെ അഭിസംബോധന ചെയ്തത് "അമേരിക്കയിലെ സഹോദരീ സഹോദരന്മാരെ" എന്നായിരുന്നു. ഈ അഭിസംബോധന അവിടെ തടിച്ചുകൂടിയ ജനങ്ങളെ പിടിച്ചുകുലുക്കി. എന്തെന്നില്ലാത്ത ഒരു വികാരം അവരുടെ ഹൃദയത്തെ ഇളക്കിമറിച്ചു. അസാധാരണമായ ഒരു കയ്യടിയായിരുന്നു അവിടെ ഉയർന്നത്. വിവേകാനന്ദന്റെ മാന്ത്രികമായ ശബ്ദവും മനോഹരമായ ഭാഷയും ജനഹൃദയങ്ങളെ കീഴടക്കി. അവിടെ ഉയർന്ന കരഘോഷം നിമിത്തം വിവേകാനന്ദന് പ്രസംഗം തുടരാൻ സാധിച്ചില്ല. വളരെപണിപ്പെട്ടാണ് സദസ്സ് ശാന്തമായത്. ആ സർവമതസമ്മേളനത്തിൽ വിവേകാനന്ദൻ പന്ത്രണ്ടോളം പ്രസംഗങ്ങൾ ചെയ്തു.

ഹിന്ദുമതത്തിന്റെ അടിസ്ഥാന തത്വങ്ങൾ തുടങ്ങി ആധുനിക മത

വിവേകാനന്ദന്റെ ചിക്കാഗോ പ്രസംഗം

ങ്ങളെക്കുറിച്ചും ശാസ്ത്രത്തെക്കുറിച്ചുമെല്ലാം വിവേകാനന്ദൻ സർവമതസമ്മേളനത്തിൽ പ്രസംഗിച്ചു. മതത്തിന്റെ പേരിൽ മനുഷ്യർ നടത്തുന്ന ഹിംസകളെ അദ്ദേഹം നിശിതമായി വിമർശിച്ചു. സങ്കുചിതമായ ദേശീയവികാരത്തെ രൂക്ഷമായ ഭാഷയിൽ എതിർത്തു. ഇന്ത്യക്കാർക്ക് അടിയന്തരമായി വേണ്ടത് മതമല്ലെന്നും ആഹാരമാണെന്നും അദ്ദേഹം പ്രഖ്യാപിച്ചു. ബുദ്ധന്റെ മഹത്വത്തെക്കുറിച്ച് അദ്ദേഹം സവിസ്തരം പ്രതിപാദിച്ചു. മനുഷ്യസ്നേഹവും കരുണയും വളർത്തിയെടുക്കാൻ അദ്ദേഹം എല്ലാ മതവിശ്വാസികളെയും ഉൽബോധിപ്പിച്ചു. മതത്തിന്റെ പേരിൽ കലഹിക്കാതിരിക്കാനും മതസൗഹാർദവും ശാന്തിയും സമാധാനവും നിലനിർത്താനും അദ്ദേഹം ആഹ്വാനം ചെയ്തു. അമേരിക്കയിലെ ഒരു പത്രം വിവേകാനന്ദനെ വിശേഷിപ്പിച്ചത് ഇങ്ങനെയൊക്കെയാണ്; "മതസമ്മേളനത്തിലെ ഏറ്റവും മഹാനായ വ്യക്തി," "മതസമ്മേളനത്തിലെ ഏറ്റവും ജനപ്രിയനായ മനുഷ്യൻ."

അമേരിക്കയിലെ എല്ലാ പത്രങ്ങളും വിവേകാനന്ദന്റെ പ്രസംഗത്തെ ആവോളം പ്രശംസിച്ചു. അവിടെക്കൂടിയപണ്ഡിതന്മാരും സാധാരണക്കാരും എല്ലാം തന്നെ വിവേകാനന്ദന്റെ ആരാധകരായി മാറി. സർവമതസമ്മേളനത്തിനുശേഷം വിവേകാനന്ദൻ രണ്ടുവർഷക്കാലം അമേരിക്കയിൽ ചെലവഴിച്ചു. മധ്യഅമേരിക്കയിലും കിഴക്കൻ അമേരിക്കയിലും അദ്ദേഹം പര്യടനം നടത്തി. ആയിരത്തി എണ്ണൂറ്റി തൊണ്ണൂറ്റി അഞ്ച് ആകുമ്പോഴേക്കും വിവേകാനന്ദൻ ഒരർഥത്തിൽ അമേരിക്കൻ പൗരനായി മാറി. തുടർച്ചയായ യാത്രകളും പ്രഭാഷണങ്ങളും അദ്ദേഹത്തെ ക്ഷീണിതനാക്കി. ആയിരത്തി എണ്ണൂറ്റിതൊണ്ണൂറ്റഞ്ച് ജനുവരിയിലാണ് അദ്ദേഹം ന്യൂയോർക്കിലെത്തുന്നത്. നിരവധി സർവകലാശാലകൾ അദ്ദേഹത്തെ ക്ലാസെടുക്കാൻ ക്ഷണിച്ചു. നിരവധി ആരാധകർ അദ്ദേഹത്തിന് അവിടെ

ഉണ്ടായിരുന്നു. അദ്ദേഹത്തിന്റെ ക്ലാസിലിരിക്കാൻ പണ്ഡിതന്മാരും കലാകാരന്മാരും എല്ലാം മത്സരിച്ചു. അവരെല്ലാം ക്ലാസെടുക്കുന്നതിന് ഫീസു കൊടുക്കാൻ തയാറായിരുന്നു. എന്നാൽ വിവേകാനന്ദൻ അതുസ്വീകരിക്കാൻ തയാറായിരുന്നില്ല. ധർമതത്വങ്ങൾ സൗജന്യമായി പകർന്നുകൊടുക്കണം എന്നതായിരുന്നു അദ്ദേഹത്തിന്റെ തത്വം. അവിടെയുള്ളവർക്കെല്ലാം അദ്ദേഹത്തോട് അളവറ്റ ആദരവുണ്ടായിരുന്നു. വിവേകാനന്ദൻ സത്യം ധർമം കർമം ഈശ്വരൻ തുടങ്ങിയ വിഷയങ്ങളെക്കുറിച്ച് ആഴത്തിൽ ഉൽബോധനം നടത്തി. കർമയോഗം, ധ്യാനം എന്നിവയെല്ലാം എന്തെന്ന് വിശദീകരിച്ചു. വിദ്യാർഥികളെയും അധ്യാപകരെയും ധ്യാനം പരിശീലിപ്പിച്ചു. മഹാനായ ഒരു യോഗിയായിട്ടാണ് ആളുകൾ അദ്ദേഹത്തെ സ്വീകരിച്ചത്. വേദോപനിഷത്തുകളിലെ സങ്കീർത്തനങ്ങൾ അദ്ദേഹം ആലപിച്ചു. അഭൗമമായ ഒരു ആധ്യാത്മികാന്തരീക്ഷം വിവേകാനന്ദൻ സൃഷ്ടിച്ചു. അദ്ദേഹത്തെക്കുറിച്ച് എഡ്ഗർ സി ബീൽ എന്ന എഴുത്തുകാരൻ ഒരു അമേരിക്കൻ പ്രസിദ്ധീകരണത്തിലെഴുതി:

"പലനിലയിലും സ്വാമിവിവേകാനന്ദൻ തന്റെ വംശത്തിലെ ഉജ്ജ്വലനായ ഒരു പ്രതിനിധിയായിരുന്നു. അഞ്ചടി അര ഇഞ്ച് ഉയരവും നൂറ്റി എഴുപത് പൗണ്ട് ഭാരവുമുണ്ട് അയാൾക്ക്............ ആകാരത്തിലും ധിഷണയിലും ഒത്ത ആളാണ് അദ്ദേഹം. സഹജവാസനയനുസരിച്ച് സ്ത്രൈണഭാവമുണ്ട് അയാൾക്ക്. എന്നാൽ അയാൾ പറയുന്നത് ഒരു സ്ത്രീയോടും അയാൾക്ക് തെല്ലുപോലും പ്രേമവികാരം തോന്നിയിട്ടില്ല എന്നാണ്."

രാജയോഗത്തിലൂടെ ആന്തരിക വികാരങ്ങളെ നിയന്ത്രിക്കാൻ അദ്ദേഹം പഠിപ്പിച്ചു. വ്യക്തിസത്തയെ ആധ്യാത്മികതയിലേക്ക് ഉയർത്തുവാൻ അദ്ദേഹം പരിശീലിപ്പിച്ചു. മനസിനെ ഏകാഗ്രമാക്കാൻ ആദ്ദേഹം വിദ്യാർഥികളെ പ്രാപ്തരാക്കി. എത്രയോ മണിക്കൂറുകൾ വിവേകാനന്ദൻ യോഗാസനത്തിലിരുന്ന് ധ്യാനം ചെയ്തു. ആത്മീയതയുടെ ഗർജിക്കുന്ന അഗ്നിയായിരുന്നു വിവേകാനന്ദൻ. അമേരിക്കയിലെ വിദ്യാർഥികളെ യോഗയും ധ്യാനവും അദ്ദേഹം പരിശീലിപ്പിച്ചു. ഒട്ടേറെ പ്രസിദ്ധരായ ആരാധകർ അദ്ദേഹത്തെ തേടിവന്നു.

അമേരിക്കയിൽ വിവേകാനന്ദന് ധാരാളം ശിഷ്യന്മാർ ഉണ്ടായിരുന്നുവെന്ന് പറഞ്ഞുവല്ലോ. ഇതിൽകൂടുതലും വിദ്യാർഥികളും മതപുരോഹിതന്മാരുമായിരുന്നു. നിരവധി ക്രിസ്ത്യൻ പുരോഹിതന്മാർ വിവേകാനന്ദന്റെ ആരാധകരായിരുന്നു. അദ്ദേഹത്തിന്റെ സ്വഭാവസവിശേഷതകളും ആത്മീയജ്ഞാനവും പ്രഭാഷണവൈദഗ്ധ്യവും ആ പുരോഹിതരെ അഗാധമായി സ്വാധീനിച്ചു. വിവേകാനന്ദന്റെ പ്രഭാഷണമെന്നത് വാചകകസർത്തുക്കളായിരുന്നില്ല. ഉയർന്ന ചിന്തയിൽനിന്നും ഒഴുകിവന്ന അദ്ദേഹത്തിന്റെ പ്രഭാഷണം ഏതൊരുമനുഷ്യന്റെയും ഉള്ളുണർത്തുന്നതായിരുന്നു. പുസ്തകങ്ങളിലെ കേവലമായ വിവരങ്ങളോ വിജ്ഞാനങ്ങളോ ആയിരുന്നില്ല അദ്ദേഹത്തിന്റെ പ്രസംഗം. അത് കാവ്യാത്മകവും ആശ

യഗംഭീരവുമായിരുന്നു. വളരെ ലളിതവും എന്നാൽ ഓജസ്സുറ്റതുമായിരുന്നു വിവേകാനന്ദന്റെ പ്രഭാഷണരീതി. കല, സാഹിത്യം, തത്വശാസ്ത്രം ശാസ്ത്രം, സംഗീതം, വിദ്യാഭ്യാസം, കുടുംബജീവിതം എന്നുതുടങ്ങി ധാരാളം വിഷയങ്ങൾ ഈ പ്രഭാഷണത്തിൽ കടന്നുവരും. അനർഗളമായ ഒരു ഒഴുക്കായിരുന്നു അദ്ദേഹത്തിന്റെ പ്രഭാഷണം. ഏതൊരു സദസിനെയും പിടിച്ചുനിർത്താനുള്ള അസാമാന്യമായ കാന്തശക്തി അതിനുണ്ടായിരുന്നു. അങ്ങനെയാണ് വിവേകാനന്ദൻ അമേരിക്കക്കാരുടെ എന്നല്ല പാശ്ചാത്യരുടെ മുഴുവൻ ആരാധനാപാത്രമായി മാറിയത്.

5

ചിക്കാഗോ പ്രസംഗം

ആയിരത്തി എണ്ണൂറ്റി തൊണ്ണൂറ്റി മൂന്ന് സെപ്തംബർ പതിനൊന്നിന് അമേരിക്കയിലെ ഷിക്കാഗോയിൽ സ്വാമിവിവേകാനന്ദൻ നടത്തിയ വിശ്വവിഖ്യാതമായ പ്രസംഗം.

അമേരിക്കയിലെ സഹോദരീ സഹോദരന്മാരേ, നിങ്ങളെനിക്കു നൽകിയ ഹൃദ്യമായ സ്വീകരണത്തിനു മറുപടിപറയാൻ കഴിയാത്തവിധം എന്റെ ഹൃദയം ആനന്ദം കൊണ്ടുനിറഞ്ഞിരിക്കുന്നു. ലോകത്തിലെ സന്യാസിമാരുടെ ഏറ്റവും പ്രാചീനമായ ആചാരത്തിന്റെ പേരിൽ ഞാൻ നിങ്ങളോട് നന്ദിപറയുന്നു.

മതങ്ങളുടെ അമ്മയുടെ പേരിൽ ഞാൻ നിങ്ങളോട് നന്ദിപറയുന്നു. ദശലക്ഷക്കണക്കിനു ജനങ്ങളുടെയും പേരിൽ ഞാൻ നിങ്ങൾക്ക് നന്ദിപറയുന്നു. സഹിഷ്ണുതയെ ആശയസാർഥകമാക്കുംവിധം, വിഭിന്ന ഭൂവിഭാഗത്തിൽ നിന്നും വരുന്ന, വ്യത്യസ്ത രാഷ്ട്രത്തെ പ്രതിനിധാനം ചെയ്യുന്നവരാണ്, പൗരസ്ത്യലോകത്തിലെ പ്രതിനിധികൾ എന്ന് സ്പഷ്ടമാക്കിയ വേദിയിലിരിക്കുന്ന പ്രഭാഷകർക്കും നന്ദിപറയുന്നു.

സഹിഷ്ണുതയും സാർവലൗകികതയും ലോകത്തെ പഠിപ്പിച്ച ഒരു മതത്തെ പ്രതിനിധീകരിക്കുന്നുവെന്നതിൽ ഞാനഭിമാനിക്കുന്നു. സർവമതങ്ങളിലെയും ഭൂമിയിലെ സർവരാഷ്ട്രങ്ങളിലെയും ശരണാർഥികൾക്കും പീഡിതർക്കും അഭയം നൽകിയ ഒരു രാഷ്ട്രത്തിന്റെ പ്രതിനിധിയെന്നനിലയിൽ ഞാൻ അഭിമാനം കൊള്ളുന്നു. റോമൻ ഭീകരതയ്ക്കുകീഴിൽ തങ്ങളുടെ വിശുദ്ധദേവാലയങ്ങളെല്ലാം തകർന്നുതരിപ്പണമായപ്പോൾ, ദക്ഷിണേന്ത്യയിൽ

അഭയം പ്രാപിച്ച ഇസ്രായേൽ ജനതയുടെ അവസാനത്തെ കണ്ണികളെ ഞങ്ങൾ ഞങ്ങളുടെ നെഞ്ചോടുചേർത്തുവെച്ചിരിക്കുന്നുവെന്നതിൽ ഞാനഭിമാനംകൊള്ളുന്നു. ബൃഹത്തായ സൊരാഷ്ട്രീയൻ രാഷ്ട്രത്തിന്റെ അവസാന പുത്രന്മാർക്കും പ്രോത്സാഹനവും സംരക്ഷണവും നൽകിയ മതത്തിന്റെ പേരിൽ ഞാനഭിമാനം കൊള്ളുന്നു.

ലക്ഷക്കണക്കിന് മനുഷ്യർ ആവർത്തിച്ചുരിയാടുന്നതും എന്റെ കുട്ടിക്കാലം മുതൽ ഞാനുരുവിടുന്നതുമായ ഒരു സങ്കീർത്തനത്തിൽ നിന്നും, ചിലവരികൾ, എന്റെ സഹോദരന്മാരെ, ഞാൻ ഉദ്ധരിക്കട്ടെ; വിഭിന്ന സ്രോതസുകളിൽനിന്നും ഉത്ഭവിക്കുന്ന വിഭിന്ന ധാരകൾ സമുദ്രത്തിൽ ഒന്നിച്ചുചേരുന്നു. 'ഓ ദൈവമേ, വിഭിന്നസ്വഭാവത്താൽ വിഭിന്നവഴികളിലൂടെ നടന്നുവരുന്ന മനുഷ്യർ, അവരെത്ര കുടിലരും നല്ലവരുമായിരുന്നാൽപ്പോലും, നിന്നിലാണ് വന്നുചേരുന്നത്.'

ലോകത്തിലെ ഏറ്റവും ഉദാത്തമായ സമ്മേളനങ്ങളിലൊന്നായ ഈ സമ്മേളനം, ഗീതയിൽ ലോകത്തോടാകെ ഉത്ബോധനം ചെയ്ത വിസ്മയകരമായ തത്വത്തിന്റെ പ്രഖ്യാപനമാണ്. ആ ഗീതാതത്വമിതാണ്;

ഏതുരൂപത്തിൽ, ആരുതന്നെ എന്നടുക്കൽ വന്നാലും ഞാനവനെ സ്വീകരിക്കുന്നു. വിഭിന്ന വീഥികളിലൂടെ മനുഷ്യർ പോരടിക്കുന്നു. അവസാനം അവരെന്നെ പ്രാപിക്കുന്നു."

സങ്കുചിതഭാവം, ഹിംസ, അതിന്റെ വിനാശസൃഷ്ടികൾ, മതഭ്രാന്ത് എന്നിവ ഈ മനോഹരഭൂമിയിൽ ദീർഘകാലം വാണു. ഹിംസാത്മകമായത് ഭൂമിയെ നിറച്ചു. അത് മനുഷ്യരക്തം ചിന്തി. നാഗരികതയെ നശിപ്പിച്ചു. രാഷ്ട്രത്തെയാകെ നിരാശയിലാഴ്ത്തി. ഈ പൈശാചികതയൊന്നും ഇവിടെ ഇല്ലായിരുന്നെങ്കിൽ, മനുഷ്യസമൂഹം ഇന്നുകാണുന്നതിനേക്കാൾ എത്രയോ എത്രയോ മെച്ചപ്പെടുമായിരുന്നു.

എന്നാൽ ആ സമയം വന്നിരിക്കുന്നു; ഈ സമ്മേളനത്തിന്റെ മാഹാത്മ്യം വിളിച്ചോതുന്ന ഇന്നു പ്രഭാതത്തിലുയർന്ന മണിനാദം എല്ലാത്തരം ഭ്രാന്തൻ വികാരങ്ങളുടെയും എല്ലാത്തരം പേന കൊണ്ടോ വാളുകൊണ്ടോ ഉള്ള പീഡനങ്ങളുടെയും, ദയാശൂന്യമായ വികാരങ്ങളുടെയും മരണമണി മുഴക്കമാണെന്ന് ഞാൻ തീക്ഷ്ണമായാഗ്രഹിക്കുന്നു.

6

വിദേശപര്യടനങ്ങൾ

അമേരിക്കയിലെ സന്ദർശനത്തിനുശേഷം സ്വാമിവിവേകാനന്ദൻ ഫ്രാൻസിലേക്കും പിന്നീട് ഇംഗ്ലണ്ടിലേക്കും സഞ്ചരിച്ചു. ഷിക്കാഗോവിലെ സർവമത സമ്മേളനത്തിൽ പ്രസംഗിച്ച മിസ് എഫ് ഹെൻറിയെറ്റ് മുള്ളർ ആയിരുന്നു വിവേകാനന്ദനെ ഇംഗ്ലണ്ടിലേക്കു ക്ഷണിച്ചത്. അവരുടെ ദത്തുപുത്രനായിരുന്ന അക്ഷോയ് കുമാർ ഘോഷ് പിൽക്കാലത്ത് വിവേകാനന്ദന്റെ ശിഷ്യനായിമാറി. ലണ്ടനിലെ അവരുടെ അതിഥിയായിരുന്നു വിവേകാനന്ദൻ. മിസ് മുള്ളർക്കുവേണ്ടി അക്ഷോയ്കുമാർ ഘോഷ് ആണ് വിവേകാനന്ദനെ ഇംഗ്ലണ്ടിലേക്ക് ക്ഷണിച്ചത്. അതിനെക്കുറിച്ച് വിവേകാനന്ദൻ ഇങ്ങനെ എഴുതി:

“അക്ഷോയ്കുമാർ ലണ്ടനിലാണുള്ളത്. മിസ് മുള്ളറുടെ അടുത്തേക്കു വരാൻ അയാൾ ലണ്ടനിൽനിന്നും സുന്ദരമായൊരു ക്ഷണക്കത്ത് എനിക്കയച്ചു.” ആയിരത്തി എണ്ണൂറ്റി തൊണ്ണൂറ്റി അഞ്ചിലായിരുന്നു വിവേകാനന്ദൻ ലണ്ടനിലെത്തിയത്. അതിനുമുമ്പു പാരീസിൽ അദ്ദേഹം വളരെയേറെ ആധ്യാത്മികപ്രഭാഷണങ്ങളും ക്ലാസുകളും നടത്തിയിരുന്നു. അദ്ദേഹത്തിന്റെ രണ്ടാമത്തെ ഇംഗ്ലീഷ് പര്യടനം ആയിരത്തിഎണ്ണൂറ്റി തൊണ്ണൂറ്റി ആറിലായിരുന്നു. ഇക്കാലത്ത് അദ്ദേഹത്തിന് ഇംഗ്ലണ്ടിൽ നിരവധി ശിഷ്യഗണങ്ങൾ ഉണ്ടായിരുന്നു. അതിലേറ്റവും പ്രസിദ്ധയായിരുന്നു മാർഗരറ്റ് നോബ്ൾ എന്നുപേരായ ഐറീഷ് വനിത. അവരാണ് പിൽക്കാലത്ത് സിസ്റ്റർ നിവേദിത എന്ന പേരിൽ പ്രസിദ്ധയായത്. അവർ പിന്നീട് ഇന്ത്യയിൽ വന്നിട്ടുണ്ട്. പ്രസിദ്ധ കഥാകൃത്തുകൂടിയായിരുന്നു അവർ. Judgement seat of Vikramaditya (വിക്രമാദിത്യന്റെ നീതിപീഠം) എന്ന കഥ അവരുടേതാണ്. വിവേകാനന്ദനുമായുള്ള പരിചയമാണ് അവരെ മാറ്റിയെടുത്തത്. അദ്ദേഹത്തിന് ഇംഗ്ലണ്ടിൽ ഏറ്റവും അടുപ്പമുണ്ടായി

രുന്ന മറ്റൊരു വ്യക്തിയായിരുന്നു ഇ ടി സ്റ്റർഡി. ഇന്ത്യയിൽ വന്ന് തപസനുഷ്ഠിച്ച വ്യക്തിയാണദ്ദേഹം. ബ്രഹ്മവിദ്യാസംഘത്തിൽപ്പെട്ട ആളായിരുന്നു അദ്ദേഹം. ഹിമാലയത്തിൽ തപസനുഷ്ഠിച്ച സ്റ്റർഡി ഇംഗ്ലണ്ടിലേക്കു തിരിച്ചുപോവുകയും സ്വാമിവിവേകാനന്ദനുമായി കത്തിടപാടുകൾ നടത്തുകയും ചെയ്തു. മിസ് മുള്ളർ വിവേകാനന്ദനെ ഇംഗ്ലണ്ടിലേക്ക് ക്ഷണിച്ചു എന്ന വാർത്തയറിഞ്ഞ സ്റ്റർഡി തന്റെ ഒരു ക്ഷണക്കത്ത് വിവേകാനന്ദനയച്ചു. ഇംഗ്ലണ്ടിലെ തന്റെ ഭവനത്തിൽ അതിഥിയായി താമസിക്കാനുള്ള ക്ഷണക്കത്തായിരുന്നു അത്. ലണ്ടൻ വിവേകാനന്ദന്റെ എല്ലാ പ്രവർത്തനങ്ങൾക്കും പറ്റിയ സ്ഥലമാണെന്ന് സ്റ്റർഡി ഉറപ്പുകൊടുത്തു.

ആയിരത്തിഎണ്ണൂറ്റി തൊണ്ണൂറ്റിഅഞ്ച് ഡിസംബർ ആറിന് വിവേകാന്ദൻ വീണ്ടും അമേരിക്കയിലേക്കുപോയി. ആത്മീയ വിഷയങ്ങളെക്കുറിച്ച് ക്ലാസെടുക്കാനാണ് അദ്ദേഹം പോയത്. അവിടെ കർമയോഗത്തെക്കുറിച്ചുള്ള ക്ലാസുകൾ കൂടാതെ നിരവധി മതപ്രഭാഷണങ്ങളും അദ്ദേഹം നടത്തി. ആയിരത്തിഎണ്ണൂറ്റിതൊണ്ണൂറ്റി അഞ്ച് ഡിസംബർ ആറ് വെള്ളിയാഴ്ച ന്യൂയോർക്കിലെത്തിയ വിവേകാന്ദൻ വളരെ ഊർജസ്വലനായിട്ടാണ് കാണപ്പെട്ടത്. നീണ്ടകടൽയാത്ര പ്രയാസകരമായിരുന്നുവെങ്കിലും അതൊന്നുംതന്നെ അദ്ദേഹത്തിന്റെ ചൈതന്യത്തെ ബാധിച്ചിരുന്നില്ല. വളരെ ഉല്ലാസവാനായിരുന്നു വിവേകാനന്ദൻ. ന്യൂയോർക്കിൽ സ്വാമി കൃപാനന്ദയുടെ കൂടെയാണദ്ദേഹം താമസിച്ചത്. കൃപാനന്ദയ്ക്കും സ്വാമിക്കും താമസിക്കാനുള്ള സൗകര്യങ്ങളെല്ലാം അമേരിക്കൻ അതിഥികൾ ഒരുക്കിയിരുന്നു. അവിടെ അദ്ദേഹം ധാരാളം ക്ലാസുകളും പ്രഭാഷണങ്ങളും നടത്തിയിരുന്നു. യോഗ, കർമ, ഭക്തി, ജ്ഞാന മാർഗങ്ങളെക്കുറിച്ചെല്ലാം അദ്ദേഹം അവിടെ പരിശീലന ക്ലാസുകൾ സംഘടിപ്പിച്ചു. അവിടെവെച്ചാണ് അദ്ദേഹം പതഞ്ജലി മഹർഷിയുടെ *യോഗസൂത്ര*ത്തിന് പുതിയ വ്യാഖ്യാനമെഴുതിയത്. അത് വിവേകാനന്ദന്റെ *രാജയോഗ* എന്ന കൃതിയിൽ ചേർത്തിട്ടുണ്ട്. വിവേകാനന്ദന്റെ ക്ലാസുകളും പ്രഭാഷണങ്ങളുമെല്ലാം ശിഷ്യന്മാരും പത്രപ്രവർത്തകരും റെക്കോഡ് ചെയ്യുകയും പ്രസിദ്ധീകരിക്കുകയും ചെയ്തിട്ടുണ്ട്. മുമ്പ് ന്യൂയോർക്ക് സന്ദർശിച്ചപ്പോൾ വിവേകാന്ദൻ ന്യൂയോർക്ക് വേദാന്തസൊസൈറ്റി എന്ന ഒരു സംഘടന രൂപീകരിച്ചിരുന്നു. ഈ സംഘടനയുടെ നേതൃത്വത്തിൽ വിവേകാനന്ദന്റെ പ്രസംഗങ്ങളെല്ലാംതന്നെ രേഖപ്പെടുത്തിയിരുന്നു. ജോഷ്യ ജെ ഗുഡ് വിൻ (Josiah j Goodwin) എന്ന ഒരു യുവാവായിരുന്നു ന്യൂയോർക്കിലെ വിവേകാനന്ദപ്രഭാഷണങ്ങൾ രേഖപ്പെടുത്തിയത്. അതിനുവേണ്ടി ഇംഗ്ലണ്ടിൽനിന്നും വന്ന ആളായിരുന്നു അയാൾ. വളരെ കാര്യക്ഷമതയോടെയാണ് അയാൾ തന്റെ പ്രവർത്തനം നടത്തിയത്. പത്രപ്രവർത്തനത്തിൽ നല്ല പരിചയം സിദ്ധിച്ച ആളായിരുന്നു അയാൾ. വിവേകാനന്ദന്റെ എല്ലാ പ്രഭാഷണങ്ങളും സംഭാഷണങ്ങളും അയാൾ പരിഭാഷപ്പെടുത്തുകയും രേഖപ്പെടുത്തുകയും ചെയ്തു. സ്വാമി

വിവേകാനന്ദനുമായുള്ള അടുപ്പം അയാളുടെ ജീവിതത്തെയും മാറ്റിമറിച്ചു. അയാൾ സാധാരണജീവിതം ഉപേക്ഷിച്ച് ആത്മീയമാർഗം സ്വീകരിച്ചു. അങ്ങനെ അദ്ദേഹം വിവേകാനന്ദന്റെ അടുത്ത ശിഷ്യനായിമാറി.

വളരെ ഗാഢമായിരുന്നു വിവേകാനന്ദനും ഗുഡ് വിനും തമ്മിലുള്ള ബന്ധം. രാത്രിയെന്നോ പകലെന്നോ വ്യത്യാസമില്ലാതെ അയാൾ വിവേകാനന്ദനെ പരിചരിച്ചു. പ്രഭാഷണങ്ങൾ പരിഭാഷപ്പെടുത്തുകയും രേഖപ്പെടുത്തുകയും മാത്രമല്ല വിവേകാനന്ദന്റെ വ്യക്തിഗതമായ കാര്യങ്ങളും അയാൾ നോക്കിയിരുന്നു. അതുപോലെതന്നെ വിവേകാനന്ദൻ തന്റെ അനുഭവങ്ങളും അറിവും അയാളുമായി പങ്കുവെച്ചു. "എന്റെ വിശ്വസ്തനായ ഗുഡ് വിൻ" എന്നാണ് വിവേകാനന്ദൻ അയാളെപ്പറ്റി പറഞ്ഞത്. വിവേകാനന്ദൻ പോകുന്നിടത്തെല്ലാം ശിഷ്യനും അനുഗമിച്ചു.

ആയിരത്തിഎണ്ണൂറ്റി തൊണ്ണൂറ്റിയഞ്ച് ഡിസംബർ അവസാനത്തോടെ വിവേകാനന്ദൻ ഫ്രാൻസിസ് ലെഗറ്റ് ദമ്പതികളുടെ ക്ഷണം സ്വീകരിച്ച് അവരുടെ ഭവനത്തിലേക്കുപോയി. അത് ക്രിസ്തുമസ് അവധിക്കാലമായിരുന്നു. പത്ത്ദിവസത്തെ സന്ദർശനമായിരുന്നു അത്. അവിടെ ഉല്ലാസകരമായ ദിനരാത്രങ്ങൾ ചെലവഴിച്ച വിവേകാനന്ദൻ ന്യൂയോർക്കിൽ തിരിച്ചെത്തി. ജനുവരി അഞ്ചിന് വിവേകാനന്ദൻ ഹാർഡ്മാൻ ഹാളിൽ ഒരു പ്രസംഗം ചെയ്തു. എല്ലാ ഞായറാഴ്ചയും മധ്യാഹ്നത്തിൽ പ്രസംഗ പരമ്പരതന്നെ നടന്നു. "മതത്തിന്റെ അവകാശവാദങ്ങൾ; സത്യവും പ്രയോജനവും" "സാർവലൗകിക മതത്തിന്റെ ആദർശം" പ്രപഞ്ചം; സ്ഥൂലപ്രപഞ്ചം എന്നിവയായിരുന്നു പ്രഭാഷണവിഷയങ്ങൾ. ജനുവരിയിൽത്തന്നെ അദ്ദേഹം നിരവധി മതപ്രഭാഷണങ്ങളും നടത്തി.

വിവേകാനന്ദന്റെ പ്രഭാഷണം കേൾക്കാൻ അസംഖ്യം ആളുകൾ ഒഴുകിയെത്തിയിരുന്നു. നിത്യവും കുറഞ്ഞത് രണ്ടുക്ലാസുകളെങ്കിലും അദ്ദേഹം എടുത്തിരുന്നു. സാംഖ്യം, വേദാന്തം, യോഗസൂത്രം തുടങ്ങിയ വിവിധ വിഷയങ്ങൾ അദ്ദേഹം കൈകാര്യം ചെയ്തു. അവിടെ മിസ് സാര എലൻ വാൾഡോ(Miss sarah Ellen Waldo) എന്ന സ്ത്രീ അവരുടെ പേഴ്സണൽ സെക്രട്ടറിയായി പ്രവർത്തിച്ചു. വിവേകാനന്ദന്റെ ഉജ്ജ്വലമായ വ്യക്തിപ്രഭാവം അവരെ ആഴത്തിൽ സ്വാധീനിച്ചു. വിവേകാനന്ദനുവേണ്ടി ആഹാരം പാചകം ചെയ്യുന്നതും മറ്റു ജോലികൾ ചെയ്യുന്നതും അവർതന്നെയായിരുന്നു.

വിവേകാനന്ദന്റെ പ്രഭാഷണങ്ങൾ കേൾക്കാൻ ആളുകളുടെ എണ്ണം കൂടിവരികയായിരുന്നു. അതുപോലെതന്നെ ഇദ്ദേഹത്തിന്റെ ക്ലാസിലിരിക്കാനും ആളുകൾ തമ്മിൽ മത്സരിക്കാൻ തുടങ്ങി. അദ്ദേഹത്തിന്റെ ദാർശനികമായ ഉൾക്കാഴ്ചയും ആത്മസമർപ്പണവും വിദ്യാർഥികളെ അഗാധമായി പ്രചോദിപ്പിച്ചു. അദ്ദേഹത്തിൽ ഒരു ജ്ഞാനിയെയും ഭക്തനെയും സന്യാസിയെയും യഥാർഥ മിസ്റ്റിക്കിനെയും ആളുകൾ കണ്ടെത്തി. അസാധാരണമായ ആവേശം സദസിനെ ഇളക്കിമറിക്കുമായിരുന്നു. ആയി

രത്തി എണ്ണൂറ്റി തൊണ്ണൂറ്റി ആറിൽ അമേരിക്കൻ പത്രമായ *ന്യൂയോർക്ക് ഹറാൾഡ്* വിവേകാനന്ദന്റെ പ്രസംഗത്തെ വാനോളം സ്തുതിക്കുകയുണ്ടായി. വിവേകാനന്ദന്റെ വ്യക്തിത്വത്തെയും ദാർശനികവും ആത്മീയവുമായ ഉൾക്കാഴ്ചയെയും വളരെ ആവേശത്തോടെയാണ് പത്രം പരാമർശിച്ചത്. അദ്ദേഹത്തിന്റെ കാന്തിക വ്യക്തിത്വത്തെ പത്രം സവിശേഷം പരാമർശിച്ചു. ഡോക്ടർമാരും വക്കീലന്മാരും മറ്റുദ്യോഗസ്ഥരും മധ്യവർഗ സമൂഹത്തിലെ സ്ത്രീകളും അദ്ദേഹത്തിന്റെ ക്ലാസുകളിൽ പ്രത്യേകം ആകൃഷ്ടരായിരുന്നു. പാശ്ചാത്യ ജീവിതത്തിന്റെ മടുപ്പിക്കുന്ന ഉപഭോഗ പ്രവണതയാണ് അവരെ വിവേകാനന്ദനിലേക്ക് അടുപ്പിച്ചത്. വിരസമായ വിഷയാസക്തജീവിതത്തിൽനിന്നും ഒരു മോചനം അവർ ആഗ്രഹിച്ചു. അദ്ദേഹത്തിന്റെ പ്രസംഗം കേൾക്കുമ്പോൾ സദസ്സ് അത്യധികം ശാന്തമായിരുന്നു. വിവേകാനന്ദന്റെ ഈ പ്രഭാഷണങ്ങളും ക്ലാസുകളും ഇന്ത്യൻ ദർശനങ്ങളെക്കുറിച്ചും സംസ്കാരത്തെക്കുറിച്ചും പാശ്ചാത്യർക്കിടയിൽ മതിപ്പുളവാക്കാൻ കാരണമായി.

ആയിരത്തി എണ്ണൂറ്റി തൊണ്ണൂറ്റിആറ് മാർച്ച് ഇരുപത്തഞ്ചിന് വിവേകാനന്ദൻ ഹാർവാർഡ് സർവകലാശാലയിൽ സന്ദർശനം നടത്തി. അവിടുത്തെ ഫിലോസഫിക്കൽ ഡിപ്പാർട്ടുമെന്റാണ് വിവേകാനന്ദനെ ക്ഷണിച്ചത്. വേദാന്ത തത്വചിന്തയെപ്പറ്റിയാണ് അദ്ദേഹം പ്രഭാഷണം നടത്തിയത്. വേദാന്തം, ശാസ്ത്രം, പദാർഥപ്രപഞ്ചം, പ്രപഞ്ചശക്തി, എന്നിവയെയെല്ലാം കോർത്തിണക്കിക്കൊണ്ടുള്ള പ്രഭാഷണമായിരുന്നു അത്. ഗ്രീക്കുകാരുടെ സ്റ്റോയിക് തത്വശാസ്ത്രത്തെ ഇന്ത്യൻ തത്വചിന്ത എങ്ങനെയാണ് സ്വാധീനിച്ചതെന്ന് അദ്ദേഹം അവിടെ വിശദീകരിച്ചു. അദ്വൈതവും ദ്വൈതവും എല്ലാം അവിടെ വിഷയമായിരുന്നു. പാശ്ചാത്യ തത്വചിന്തയെക്കാൾ പൗരസ്ത്യതത്വചിന്ത എങ്ങനെയാണ് സമഗ്രവും അഗാധവുമായിരിക്കുന്നത് എന്ന് വിവേകാനന്ദൻ വിശദീകരിച്ചു. വിവേകാനന്ദനെ സംബന്ധിച്ചിടത്തോളം മനുഷ്യരുടെ ഉള്ളിലെ പാവനത്വത്തിന്റെ ബാഹ്യാവിഷ്കാരമാണ് യഥാർഥ സംസ്കാരം. അതുപോലെതന്നെ ഏറ്റവും ഉന്നതമായ ആദർശങ്ങൾ പ്രയോഗത്തിൽ വരുത്തുമ്പോഴേ ഒരു രാഷ്ട്രം പുരോഗതി കൈവരിക്കുകയുള്ളൂ. ബോസ്റ്റണിൽ വിവേകാനന്ദൻ നിരവധി പ്രഭാഷണങ്ങൾ നടത്തി. "സാർവലൗകിക മതത്തിന്റെ ആദർശം", "ഉപനിഷത്തുകൾ", "പാരമാർഥിക മതം" എന്നിവയൊക്കെയായിരുന്നു പ്രധാനപ്പെട്ട വിഷയങ്ങൾ. അദ്വൈതവേദാന്തം ആയിരുന്നു വിവേകാനന്ദന്റെ അടിസ്ഥാനപരമായ ദർശനം. ഇന്ത്യൻ തത്വചിന്തയുടെ ഏറ്റവും ഉയർന്ന രൂപമായിട്ടാണ് അദ്ദേഹം അതിനെ കണ്ടത്. എന്നാൽ എല്ലാമതങ്ങളുടെയും അടിസ്ഥാനാശയങ്ങൾ തമ്മിൽ വൈരുധ്യമില്ലെന്ന് വിവേകാനന്ദൻ ഉറച്ചുവിശ്വസിച്ചു.

ഹാവാർഡ് സർവകലാശാലയിലെ പ്രൊഫസർമാരും വിദ്യാർഥികളും വിവേകാനന്ദന്റെ പ്രഭാഷണങ്ങളിൽ ആകൃഷ്ടരാകാൻ സ്വാധീനിക്കപ്പെടാനും ഒരു പ്രധാനപ്പെട്ട കാരണമുണ്ടായിരുന്നു, അതിതാണ്: അദ്ദേ

ഹത്തിന്റെ പ്രഭാഷണം കേവലം ബൗധികമായിരുന്നില്ല. അത് ഹൃദയത്തെ സ്പർശിക്കുന്നതും ഉന്നതമായ ധാർമിക ഉത്ബോധനം ഉൾക്കൊള്ളുന്നതുമായിരുന്നു. അതിന് യുക്തിയുക്തമായ ഒരു പ്രതിപാദന രീതിയുണ്ടായിരുന്നു, അതിന് ഉയർന്ന ദാർശനികഘടനയുണ്ടായിരുന്നു. ആത്മീയവും സദാചാരപരവുമായ ഉത്ബോധനവും സ്വാതന്ത്ര്യാഭിനിവേശവും ഉൾച്ചേർന്നതായിരുന്നു ആ പ്രഭാഷണങ്ങൾ. അന്യാദൃശമായ ഒരു വൈകാരിക ആവേഗം അതിനുണ്ടായിരുന്നു. അത് സദസിന്റെ മസ്തിഷ്കത്തെയല്ല ഹൃദയത്തെയാണ് സ്പർശിച്ചത്. പ്രഭാഷണത്തിനുശേഷം പലരും വിവേകാനന്ദനോട് ചോദ്യങ്ങൾ ചോദിച്ചു. അതിനെല്ലാം അദ്ദേഹം തൃപ്തികരമായ വിശദീകരണം നൽകി. ഈ വിശദീകരണങ്ങളെല്ലാം മുൻകൂട്ടി തയാറാക്കിയതായിരുന്നില്ല. എന്നാൽ അതിനെല്ലാം യുക്തിസഹമായ സ്വഭാവമുണ്ടായിരുന്നു. അമേരിക്കയിലും ഇംഗ്ലണ്ടിലും ജപ്പാനിലും പാരീസിലും മറ്റു യൂറോപ്യൻ രാജ്യങ്ങളിലുമെല്ലാം തന്നെ വിവേകാനന്ദൻ വേദാന്തതത്വചിന്തയെ ഉയർത്തിപ്പിടിച്ചു. എന്നാൽ അത് കേവലം വൈജ്ഞാനികമായിരുന്നില്ല. ഇരുപതാം നൂറ്റാണ്ടിൽ ലോകത്തിൽ നിലനിൽക്കുന്ന അന്ധവിശ്വാസങ്ങളെയും തെറ്റായ പ്രവണതകളെയും മാറ്റിയെടുത്ത് മനുഷ്യരാശിയെ പുരോഗതിയിലേക്ക് ഉയർത്താൻ വേണ്ടി അദ്ദേഹം തത്വചിന്തയെ പുനർവ്യാഖ്യാനിക്കുകയായിരുന്നു.

വിവേകാനന്ദൻ തന്റെ വിദേശപര്യടനങ്ങൾക്കിടയിൽ പല പ്രമുഖരുമായും പരിചയപ്പെടാനിടയായി. അതിൽ എടുത്തുപറയേണ്ട വ്യക്തിയാണ് ലോകപ്രസിദ്ധയുക്തിവാദിയും പ്രഭാഷകനും എഴുത്തുകാരനുമായിരുന്ന റോബർട്ട് ഇംഗർ സോൾ. വിവേകാനന്ദനും റോബർട്ട് ഇംഗർസോളും തമ്മിൽ വളരെയേറെ ചർച്ചകളും സംവാദങ്ങളും നടത്തുകയുണ്ടായി. നിരീശ്വരവാദിയും യുക്തിവാദിയുമായ റോബർട്ട് ഇംഗർസോൾ ദൈവത്തിന്റെ അസ്തിത്വത്തെത്തന്നെ എതിർത്തു. അദ്ദേഹം ശക്തനായ ഒരു മതവിമർശകൻ കൂടിയായിരുന്നു. അഭിപ്രായവ്യത്യാസങ്ങൾ ഏറെ ഉണ്ടായിരുന്നെങ്കിലും മനുഷ്യപുരോഗതി, മനുഷ്യനന്മ തുടങ്ങിയ വിഷയങ്ങളിൽ സ്വാമിവിവേകാനന്ദനും റോബർട്ട് ഇംഗർസോളും യോജിക്കുകയായിരുന്നു. അതുപോലെതന്നെ ഒട്ടേറെ പ്രൊഫസർമാരും മതവിശ്വാസികളും വിവേകാനന്ദനുമായി അടുക്കാൻ തുടങ്ങി. പ്രസിദ്ധ ജർമൻ ചിന്തകനും എഴുത്തുകാരനുമായിരുന്ന മാക്സ് മുള്ളർ വിവേകാനന്ദനുമായി കൂടിക്കാഴ്ചനടത്തി. അദ്ദേഹം ഇന്ത്യയെക്കുറിച്ച് ഒട്ടേറെ പഠനങ്ങൾ നടത്തിയിട്ടുണ്ട്. ഇന്ത്യയിൽ വരാതെ ഇന്ത്യൻ സംസ്കാരത്തെക്കുറിച്ചും ചരിത്രത്തെക്കുറിച്ചും ധാരാളം ഗ്രന്ഥങ്ങൾ മാക്സ്മുള്ളർ എഴുതിയിട്ടുണ്ട്. പാശ്ചാത്യരാജ്യങ്ങളും പൗരസ്ത്യരാജ്യങ്ങളും തമ്മിൽ എല്ലാമേഖലകളിലും സഹകരിക്കേണ്ടതിന്റെ ആവശ്യകത വിവേകാനന്ദൻ വ്യക്തമാക്കി. വിവേകാനന്ദൻ വിദേശപര്യടനം നടത്തുന്നതുവരെ ഇന്ത്യക്കാരെക്കുറിച്ച് വളരെമോശമായ അഭിപ്രായമായിരുന്നു വിദേശികളിൽ പലർക്കുമുണ്ടായിരുന്നുത്. പലരും ഇന്ത്യൻ

സംസ്കാരത്തെ അവജ്ഞയോടെയാണ് നോക്കിക്കണ്ടത്. എന്നാൽ ഇന്ത്യൻ സംസ്കാരം വളരെ മഹത്തായ ഒന്നാണെന്നും ജീവിതത്തിന്റെ സർവമണ്ഡലങ്ങളിലും ഇന്ത്യക്കാർ മഹത്തായ സംഭാവനകൾ നൽകിയിട്ടുണ്ടായിരുന്നുവെന്നും പാശ്ചാത്യരെ ബോധ്യപ്പെടുത്താൻ വിവേകാനന്ദന്റെ പ്രഭാഷണങ്ങൾക്കു കഴിഞ്ഞു. അതുകൊണ്ടുതന്നെ വിദേശങ്ങളിൽ ഇന്ത്യയെക്കുറിച്ചും ഇന്ത്യൻ സംസ്കാരത്തെക്കുറിച്ചും പഠിക്കാൻ പുതിയ സംരഭങ്ങൾ തുടങ്ങി. ആഫ്രിക്കയെക്കുറിച്ച് യൂറോപ്യന്മാർ നിലനിർത്തിയിരുന്ന ധാരണതന്നെയായിരുന്നു ഇന്ത്യയെക്കുറിച്ചും അവർക്കുണ്ടായിരുന്നത്. ആഫ്രിക്കയെ "ഇരുണ്ടഭൂഖണ്ഡം" എന്നാണ് പാശ്ചാത്യർ വിളിച്ചിരുന്നത്. സംസ്കാരത്തിന്റെ വെളിച്ചം കടന്നുചെന്നിട്ടില്ലാത്ത ആഫ്രിക്കയിലെ ജനങ്ങളെ കാടന്മാരായിട്ടാണ് യൂറോപ്യർ കണ്ടത്. ഇത്തരത്തിലുള്ള വംശീയമായ മുൻധാരണകളാണ് ഇന്ത്യയെക്കുറിച്ചും പാശ്ചാത്യർക്കുണ്ടായിരുന്നത്. ലോകത്തിലെ പരിഷ്കൃതരും സംസ്കാര സമ്പന്നരുമായ ആളുകൾ പാശ്ചാത്യർ മാത്രമാണെന്നായിരുന്നു അവരുടെ അവകാശവാദം. ഇത്തരത്തിൽ അവഗണിക്കപ്പെട്ടുകിടന്ന ആഫ്രിക്കൻ സംസ്കാരത്തെക്കുറിച്ചും ഇന്ത്യൻ സംസ്കാരത്തെക്കുറിച്ചും നിലനിന്ന പാശ്ചാത്യ ധാരണകൾ ഇന്ന് മാറിക്കഴിഞ്ഞിരിക്കുകയാണ്. കൊളോണിയൽ ശക്തികൾ തങ്ങളുടെ കൊളോണിയൽ ആധിപത്യം ലോകത്തിൽ അടിച്ചേൽപ്പിക്കാൻ വംശീയതയിലധിഷ്ഠിതമായ ആശയങ്ങളും അവകാശവാദങ്ങളും ബോധപൂർവം തന്നെ പ്രചരിപ്പിക്കുകയായിരുന്നു.

സ്വാമിവിവേകാനന്ദൻ ഇത്തരത്തിലുള്ള പാശ്ചാത്യ ധാരണകളെ തിരുത്തുന്നതിൽ മഹത്തായ പങ്കുവഹിച്ചു. ഇന്ത്യയെക്കുറിച്ചുള്ള പാശ്ചാത്യ ധാരണകൾ തിരുത്തുന്നതിൽ വിവേകാനന്ദന്റെ ശ്രമം ചരിത്രപരമായിരുന്നു. അതിന്റെ ഉൽഘാടനം നിർവഹിച്ചത് വിവേകാനന്ദനായിരുന്നു.

ആയിരത്തിഎണ്ണൂറ്റി തൊണ്ണൂറ്റിമൂന്നിൽ സ്വാമിവിവേകാനന്ദൻ ജപ്പാൻ സന്ദർശിക്കുകയുണ്ടായി. ചിക്കാഗോവിലേക്കുള്ള യാത്രയ്ക്കിടയിലാണ് അദ്ദേഹം ജപ്പാൻ സന്ദർശിക്കുന്നത്. നാഗസാക്കിയിലാണ് അദ്ദേഹം ആദ്യം എത്തിയത്. ഒസാക്ക, ടോക്കിയോ തുടങ്ങിയ സ്ഥലങ്ങളും അദ്ദേഹം സന്ദർശിച്ചു. ഭൂമിയിലെ ഏറ്റവും വൃത്തിയുള്ള ജനങ്ങളാണ് ജപ്പാൻകാർ എന്ന് സ്വാമിവിവേകാനന്ദൻ പറയുകയുണ്ടായി. ജപ്പാൻകാരുടെ സ്വഭാവരീതികളെയും പ്രവർത്തനങ്ങളെയും അദ്ദേഹം വളരെയേറെ ഇഷ്ടപ്പെട്ടിരുന്നു. അക്കാലത്ത് ജപ്പാൻ പുരോഗതിയിലേക്ക് ഉയരുകയായിരുന്നു. സൈനികരംഗത്ത് ജപ്പാൻ മുന്നേറ്റംതന്നെ നടത്തിയിരുന്നു. നാവികസേനയിലും മറ്റും അവർ ഗണ്യമായ പുരോഗതി കൈവരിച്ചിരുന്നു ഇതെല്ലാംതന്നെ വിവേകാനന്ദന്റെ ശ്രദ്ധയെ വളരെയേറെ ആകർഷിച്ചു. അദ്ദേഹം ജപ്പാന്റെ പുരോഗതിയെ ഇന്ത്യയുടെ അവസ്ഥയുമായി താരതമ്യം ചെയ്യുകയുണ്ടായി. ജപ്പാനും ചൈനയും സന്ദർശിക്കാൻ അദ്ദേഹം ഇന്ത്യക്കാരെ ഉത്ബോധിപ്പിച്ചു. ഇന്ത്യക്കാർ നില

നിർത്തുന്ന അലസത, ഉദാസീനത, അപകർഷബോധം, അടിമത്തചിന്ത, ജാതിമതാന്ധതകൾ അന്ധവിശ്വാസങ്ങൾ എന്നിവയിൽനിന്ന് മോചനം നേടാൻ അദ്ദേഹം ഇന്ത്യക്കാരെ ഉത്ബോധിപ്പിച്ചു. എന്നാൽ സ്വാമിവിവേകാനന്ദൻ ജപ്പാനിലും ചൈനയിലും സന്ദർശനം നടത്തിയിട്ടില്ലെന്നാണ് എൻ വി പി ഉണിത്തിരിയുടെ അഭിപ്രായം. അദ്ദേഹം തന്റെ *സ്വാമി വിവേകാനന്ദൻ* എന്ന ഗ്രന്ഥത്തിൽ പറയുന്നു.

> അന്നത്തെലോകമെന്നുപറഞ്ഞാൽ അമേരിക്കയും യുറോപ്പുമാണ്. റഷ്യ, ചൈന, ജപ്പാൻ, ആസ്ട്രേലിയ, ആഫ്രിക്ക ഇതൊന്നും സന്ദർശിക്കപ്പെടേണ്ട രാജ്യങ്ങളായി പരിഗണിക്കപ്പെട്ടിരുന്നില്ലെന്ന് തോന്നുന്നു. സ്വാമിവിവേകാനന്ദനും ഇവിടെയൊന്നും പോയിട്ടില്ല.

വിവേകാനന്ദൻ പോയിട്ടില്ലാത്ത രാജ്യങ്ങളുടെ കൂട്ടത്തിൽ ജപ്പാനെയും ചൈനയെയും ഉൾപ്പെടുത്തിയത് ശ്രീ എൻ വി പി ഉണിത്തിരിയുടെ നോട്ടപ്പിശകുകൊണ്ടാണ്. ചിക്കാഗോയിലേക്കുള്ള യാത്രയ്ക്കിടയിൽ അദ്ദേഹം ചൈന, കാനഡ തുടങ്ങിയ രാജ്യങ്ങളും സന്ദർശിച്ചിട്ടുണ്ട്. ജപ്പാനിൽ അദ്ദേഹം സന്ദർശിച്ചകാര്യം മേൽസൂചിപ്പിച്ചുകഴിഞ്ഞു.

ഇന്ത്യയുടെ സാമൂഹികവും സാമ്പത്തികവുമായ പിന്നോക്കാവസ്ഥയെക്കുറിച്ച് വിവേകാനന്ദൻ ബോധവാനായിരുന്നു. പലപ്പോഴും ഇന്ത്യയുടെ വിഷയത്തിൽ അദ്ദേഹം അങ്ങേയറ്റം ക്ഷോഭത്തോടെ സംസാരിക്കുമായിരുന്നു. ദൈവവിശ്വാസികളെയും മതവിശ്വാസികളെയും നിശിതമായി വിമർശിക്കാൻ അദ്ദേഹം മടികാണിച്ചില്ല. വിവേകാനന്ദനെ ഹിന്ദുമതത്തിന്റെ വക്താവായി പലരും ഉയർത്തിക്കാണിക്കുന്നുണ്ട്. ഇതിൽ കുറേ ശരിയുണ്ട്. വിവേകാനന്ദൻ ആത്യന്തികമായി ഒരു അദ്വൈതവാദിയും ആധ്യാത്മിക ചിന്തകനുമായിരുന്നു. എന്നാൽ വിവേകാനന്ദന്റെ അദ്വൈതചിന്ത ശങ്കരന്റെ അദ്വൈതചിന്തയിൽനിന്നും വിഭിന്നമായിരുന്നു. സ്വാമിവിവേകാനന്ദൻ നവ അദ്വൈതവാദമാണ് ആവിഷ്കരിച്ചത്. സമൂഹത്തിലെ ജാതീയവും മതപരവും വർണപരവുമായ ഉച്ചനീചത്വങ്ങളെ ശങ്കരൻ എതിർത്തില്ല എന്നുമാത്രമല്ല, അംഗീകരിക്കുകയും ചെയ്തു. എന്നാൽ വിവേകാനന്ദനാകട്ടെ ഇതിനെയെല്ലാം ശക്തമായി എതിർത്ത് മുന്നോട്ടുപോയി. ഇതിനെക്കുറിച്ച് വിശദമായി മറ്റൊരു അധ്യായത്തിൽ പരാമർശിക്കുന്നതാണ്.

7

ലണ്ടനിൽ

ആയിരത്തിഎണ്ണൂറ്റി തൊണ്ണൂറ്റി ആറ് ഏപ്രിൽ പതിനഞ്ചിന് വിവേകാനന്ദൻ അമേരിക്കയിൽനിന്നും ഇംഗ്ലണ്ടിലേക്ക് യാത്രതിരിച്ചു. അത് അദ്ദേഹത്തിന്റെ രണ്ടാമത്തെ ലണ്ടൻ സന്ദർശനമായിരുന്നു. ഇംഗ്ലണ്ടിലേക്കുള്ള വിവേകാനന്ദന്റെ കപ്പൽയാത്ര വളരെ ആഹ്ലാദകരമായിരുന്നു. കപ്പൽയാത്രയിൽ സാധാരണ സംഭവിക്കുന്നതുപോലെയുള്ള അസ്വസ്ഥതകൾ ഇത്തവണ ഉണ്ടായില്ല. അതിന്റെ മുന്നൊരുക്കങ്ങൾ അദ്ദേഹം നടത്തിയിരുന്നു. അയർലന്റുവഴി ആണ് അദ്ദേഹം ലണ്ടനിലേക്കെത്തിയത്. ഇതിനിടയിൽ പല ഇംഗ്ലീഷ് പട്ടണങ്ങളും സന്ദർശിച്ചിരുന്നു. യാത്രയ്ക്കിടയിൽ വായിക്കാനുള്ള അവസരം അദ്ദേഹം പാഴാക്കിയിരുന്നില്ല. ശാരദാനന്ദ എന്ന മറ്റൊരു സന്യാസികൂടെ വിവേകാനന്ദനെ അനുഗമിച്ചിരുന്നു. എഡ്വേഡ് ടി സ്റ്റർഡിയുടെ അതിഥിയായിരുന്നു സ്വാമിവിവേകാനന്ദൻ ഇത്തവണയും. അതുപോലെതന്നെ ജെ ജെ ഗുഡ് വിൻ എന്ന വിവേകാനന്ദന്റെ അടുത്ത ശിഷ്യനുമുണ്ടായിരുന്നു സഹായത്തിന്. അവരിരുവരും വിവേകാനന്ദനോടൊപ്പം താമസിച്ചു. അതുപോലെതന്നെ സ്വാമി വിവേകാനന്ദന്റെ ഇളയസഹോദരനായ മഹേന്ദ്രനാഥ് ദത്ത ഉപരിപഠനത്തിനുവേണ്ടി ഇതിനകം ലണ്ടനിലെത്തിയിരുന്നു. അവിടെവെച്ച് അദ്ദേഹം വിവേകാനന്ദന്റെ കൂടെച്ചേർന്നു. സ്റ്റർഡിയും വിവേകാനന്ദനെ ഇടയ്ക്കിടയ്ക്ക് വന്ന് പരിചരിക്കും. ഇതിന്റെയെല്ലാം തന്നെ സാമ്പത്തിക ചെലവ് വഹിച്ചിരുന്നത് ഹെൻ റിതാ മുള്ളർ എന്ന സ്ത്രീയായിരുന്നു.

ഇംഗ്ലണ്ടിൽ വിവേകാനന്ദന് ധാരാളം സുഹൃത്തുക്കൾ ഉണ്ടായിരുന്നു. ഇംഗ്ലണ്ടിലെ നാട്ടിൻപുറങ്ങളിലൂടെ അവരോടൊപ്പം വിവേകാനന്ദൻ സഞ്ചരിച്ചു. ഒരിക്കൽ വിവേകാനന്ദനും അദ്ദേഹത്തിന്റെ ഒരു പുരുഷസു

ഹൃത്തും ഹെൻ റിതാമുള്ളറുംകൂടി ഒരു വയലിലൂടെ നടക്കുകയായിരുന്നു. അപ്പോൾ ഒരു കാള കയറുപൊട്ടിച്ച് അവർക്കുനേരെ അലറിയടുത്തു. ആ സമയത്താണ് വിവേകാനന്ദന്റെ അസാമാന്യമായ മനശ്ശക്തിയും ധീരതയും പ്രകടമായത്. പുരുഷസുഹൃത്ത് ഓടടൊ ഓട്ടം. അയാൾ ഓടി വയലിനടുത്തുള്ള ഒരു കുന്നിൽ അഭയംപ്രാപിച്ചു. സിസ്റ്റർനിവേദിത ഈ സംഭവം ഇങ്ങനെ വിവരിക്കുന്നു:

> ഇംഗ്ലീഷുകാരനായ ആ പുരുഷസുഹൃത്ത് ഓടി എതിർവശത്തുള്ള കുന്നിൻപുറത്ത് അഭയം പ്രാപിച്ചു. സ്ത്രീ ഓടടൊ ഓട്ടം. അവർ മണ്ണിൽ അമർന്നുകിടന്നു. പിന്നെ അവർക്ക് ഒന്നും ചെയ്യാൻ കഴിയുമായിരുന്നില്ല. വിറളിപിടിച്ച കാള അടുത്തെത്തിക്കഴിഞ്ഞിരുന്നു. ഇതുകണ്ട വിവേകാനന്ദൻ അവരെ രക്ഷിക്കാൻ ഒരുവഴിയും കണ്ടില്ല. തന്റെ അന്ത്യം അടുത്തുവെന്ന് മനസ്സിലാക്കി കൈകെട്ടി അദ്ദേഹം അവർക്കുമുന്നിൽ ദൃഢതയോടെനിന്നു. പിന്നീട് അദ്ദേഹം അതിനെപ്പറ്റി പറഞ്ഞു. കാള അതിന്റെ കൊമ്പിൽക്കോർത്ത് എത്രദൂരത്തേക്കായിരിക്കും എറിയുക എന്ന് കണക്കുകൂട്ടുകയായിരുന്നു വിവേകാനന്ദൻ. എന്നാൽ ആ മൃഗം പെട്ടെന്ന് നിന്നു. അത് അതിന്റെ തലഉയർത്തി പിറകോട്ടുവലിഞ്ഞു. ഇതുപോലെ കൽക്കത്തയിൽ വെച്ച് ഒരു കുതിരയെ തന്റെ ബാല്യകാലത്ത് പിടിച്ചുനിർത്തിയ കാര്യവും വിവേകാനന്ദൻ പറഞ്ഞിട്ടുണ്ട്. അന്നും ഒരു സ്ത്രീയുടെ രക്ഷകനായി വിവേകാനന്ദൻ മാറി.

ആനിബസന്റ്

ലണ്ടനിൽ വിവേകാനന്ദൻ ധാരാളം പ്രഭാഷണങ്ങൾ നടത്തുകയുണ്ടായി. ഈ ആധ്യാത്മികപ്രഭാഷണങ്ങൾ വിവേകാനന്ദനെ പ്രശസ്തനാക്കി. എന്നാൽ ഇവയെല്ലാംതന്നെ ആധ്യാത്മിക പ്രഭാഷണങ്ങളുടെ പൊതുഗണത്തിൽ ഉൾപ്പെടുത്താൻ പറ്റുന്നതല്ല. കാരണം ഭൗതികവും രാഷ്ട്രീയവുമായ വിഷയങ്ങളെ വിവേകാനന്ദൻ അഭിസംബോധനചെയ്തിട്ടുണ്ട്. ആധ്യാത്മികവിഷയങ്ങളെയും ഭൗതികവിഷയങ്ങളെയും വിവേകാനന്ദൻ

ഇഴചേർക്കുകയായിരുന്നു. പൗരസ്ത്യചിന്തകളെ അദ്ദേഹം സമഗ്രമായി വിശകലനംചെയ്തു. ജ്ഞാനയോഗം, കർമയോഗം, രാജയോഗം, ഭക്തി യോഗം എന്നിവയെല്ലാം അദ്ദേഹം സമർഥമായി അപഗ്രഥിച്ചു. ധാരാളം ആളുകൾ അദ്ദേഹത്തിന്റെ പ്രഭാഷണം കേൾക്കാൻ എത്തിയിരുന്നു. ഇംഗ്ലീഷുകാരെ സംബന്ധിച്ചിടത്തോളം അദ്ദേഹത്തിന്റെ പ്രഭാഷണം ഒരു പുതിയ അനുഭവമായിരുന്നു. തങ്ങൾക്ക് അജ്ഞാതമായിരുന്ന പലകാര്യങ്ങളും വിവേകാനന്ദനിലൂടെ വെളിപ്പെട്ടു.

ലണ്ടനിൽ വെച്ച് ആനിബസന്റ് സ്വാമിവിവേകാനന്ദനെ ആധ്യാത്മികവിഷയങ്ങൾ സംസാരിക്കാൻ ക്ഷണിച്ചു. ''തിയോസഫിക്കൽ സൊസൈറ്റിയുടെ പ്രവർത്തകയായിരുന്നു ആനിബസന്റ്. അവിടെ ഭക്തി യോഗത്തെക്കുറിച്ചാണ് അദ്ദേഹം സംസാരിച്ചത്. ലണ്ടനിൽ വിദ്യാഭ്യാസത്തെക്കുറിച്ചും അദ്ദേഹം പ്രഭാഷണം നടത്തി. ധാരാളം സ്കൂൾ അധ്യാപകരും അധ്യാപികമാരും അദ്ദേഹത്തിന്റെ പ്രഭാഷണം കേൾക്കാൻ എത്തിയിരുന്നു. അദ്ദേഹം ഒരിക്കലും തന്റെ പ്രസംഗം എഴുതിതയാറാക്കിയിരുന്നില്ല. എന്നിരിക്കിലും ഓരോവിഷയത്തെസംബന്ധിച്ചും സന്ദർഭോചിതമായും ഉജ്ജ്വലമായും അദ്ദേഹം സംസാരിച്ചു. അദ്ദേഹത്തിന്റെ ഇരുണ്ടനിറവും അഗാധവും ജ്വലിക്കുന്നതുമായ കണ്ണുകളും വേഷവിധാനവും സദസിനെ അഗാധമായി സ്പർശിച്ചു. ഒരു പ്രവാഹംതന്നെയായിരുന്നു സ്വാമിവിവേകാനന്ദന്റെ പ്രഭാഷണങ്ങൾ. അദ്ദേഹത്തിന്റെ ഇംഗ്ലീഷ് ഭാഷ ഓജസുറ്റതും ലളിതവുമായിരുന്നു. അത് സംഗീതാത്മകമായിരുന്നു. ചരിത്രത്തിലും ധനശാസ്ത്രത്തിലുമുള്ള സ്വാമിവിവേകാനന്ദന്റെ ആഴമേറിയ ഉൾക്കാഴ്ചകൾ ഇംഗ്ലീഷുകാർ നേരിട്ട് മനസിലാക്കി. പാശ്ചാത്യരെ അവരുടെ സംസ്കാരത്തിന്റെ കോട്ടങ്ങളും നേട്ടങ്ങളും വിശദീകരിച്ചുകൊണ്ട് അദ്ദേഹം ഉൽബോധിപ്പിച്ചു. പണത്തിനുവേണ്ടി വിദ്യാഭ്യാസത്തെ ദുരുപയോഗം ചെയ്യുന്ന പ്രവണതയെ അദ്ദേഹം നിശിതമായി വിമർശിച്ചു. പണത്തിനുവേണ്ടി അധ്യാപനം നടത്തുന്നവർ രാജ്യദ്രോഹികളാണെന്ന് അദ്ദേഹം പറഞ്ഞു. വിദ്യാഭ്യാസം വിൽക്കാനോ വാങ്ങാനോ ഉള്ളതല്ല. ഇംഗ്ലണ്ടിലെ പണ്ഡിതന്മാരായ അധ്യാപകരുടെ മനസിൽ വിവേകാനന്ദന്റെ വാക്കുകൾ വലിയ ചലനങ്ങളുണ്ടാക്കി. ശ്രീരാമകൃഷ്ണന്റെ മഹത്തായ സന്ദേശങ്ങൾ അദ്ദേഹം മനോഹരമായ ഭാഷയിൽ വിശദീകരിച്ചു.

ക്ലബ്ബുകളിലും സൊസൈറ്റികളിലും യൂണിവേഴ്സിറ്റികളിലും അദ്ദേഹം പ്രഭാഷണം നടത്തി. ഒരു പ്രഭാഷണം കഴിഞ്ഞഉടനെ ഒരു പ്രശസ്തനായ തത്വചിന്തകൻ വിവേകാനന്ദനോട് ഇങ്ങനെ പറഞ്ഞു: "സർ, താങ്കൾ ഉജ്ജ്വലമായി സംസാരിച്ചു. അത് ഹൃദയസ്പർശിയുമായിരുന്നു. എന്നാൽ താങ്കൾ ഞങ്ങളോട് പുതുതായി ഒന്നും പറഞ്ഞില്ല" വിവേകാനന്ദൻ അതിന് ഇങ്ങനെ മറുപടി പറഞ്ഞു: "സർ, ഞാൻ സത്യത്തെക്കുറിച്ചാണ് സംസാരിച്ചത്. അതിന് മനുഷ്യവംശത്തോളവും ഗിരിനിരകളോളവും പഴക്കമുണ്ട്. സൃഷ്ടിയോളം പഴക്കമുണ്ട്. ദൈവത്തോളം

പഴക്കമുണ്ട്. എന്റെ പ്രസംഗം താങ്കളെ ചിന്തിപ്പിക്കാൻ വേണ്ടിയുള്ളതായിരുന്നു. താങ്കളുടെ ചിന്തയ്ക്കനുസൃതമായി താങ്കൾ ജീവിക്കണം എന്ന് പറയാൻ വേണ്ടിയായിരുന്നു. അക്കാര്യത്തിൽ ഞാനെന്റെ കൃത്യം നന്നായി നിർവഹിച്ചിട്ടില്ലേ." പിൽക്കാലത്ത് "ഗിരിനിരകളോളം പഴക്കമുള്ള സത്യത്തെക്കുറിച്ചും അഹിംസയെക്കുറിച്ചും അല്ലാതെ എനിക്ക് മറ്റൊന്നും പറയാനില്ല" എന്ന് ഗാന്ധിജി പറയുമ്പോൾ സ്വാമിവിവേകാനന്ദന്റെ മേൽക്കൊടുത്ത വാചകം മനസിലുണ്ടായിരുന്നിരിക്കണം. നിരന്തരമായതും മടുപ്പിക്കുന്നതുമായ പള്ളിപ്രഭാഷണങ്ങൾ കേട്ട് പരിചയിച്ച ഇംഗ്ലീഷുകാർക്ക് വിവേകാനന്ദന്റെ പ്രഭാഷണങ്ങൾ പുതിയൊരു അനുഭവമായിരുന്നു. ശ്രീരാമകൃഷ്ണ പരമഹംസരാണ് തന്റെ ഗുരുവെന്നും താൻ അദ്ദേഹത്തിന്റെ ശിഷ്യൻ മാത്രമാണെന്നും ഒരു യഥാർഥശിഷ്യനുമാത്രമേ നല്ല ഒരു ഗുരുവായിരിക്കാൻ കഴിയുകയുള്ളൂവെന്നും വിവേകാനന്ദൻ ഇംഗ്ലീഷ് ജനതയോടു പറഞ്ഞു. ശ്രീരാമകൃഷ്ണ പരമഹംസരുടെ നാവിൽനിന്നുതിർന്നുവീണ അനശ്വരമായ വചനങ്ങളാണ് വിവേകാനന്ദനെ വിവേകാനന്ദനാക്കിയതെന്ന് അദ്ദേഹം ആവർത്തിച്ചുപറയുമായിരുന്നു. ലോകം ശ്രീരാമകൃഷ്ണ പരമഹംസരെ മനസിലാക്കിയാൽ തന്റെ ജീവിതലക്ഷ്യം സഫലമായി എന്നദ്ദേഹം ഒരിക്കൽ പറഞ്ഞു.

ലണ്ടനിലുള്ള ഇന്ത്യൻ വിദ്യാർഥിനികൾ പലപ്പോഴും വിവേകാനന്ദനെ കാണാൻ എത്തിയിരുന്നു. അവരുടെ ആത്മീയമായ സംശയങ്ങളും ആശയക്കുഴപ്പങ്ങളും അദ്ദേഹം പരിഹരിച്ചു. ജീവിതത്തിലെ സ്വകാര്യ ദു:ഖങ്ങളും സംഘർഷങ്ങളും അവർ വിവേകാനന്ദനുമുമ്പിൽ തുറന്നുവെച്ചു. വിവേകാനന്ദൻ അവയെല്ലാം സശ്രദ്ധംകേട്ട് അവർക്ക് വഴികാണിച്ചുകൊടുത്തു.

ആയിരത്തി എണ്ണൂറ്റി തൊണ്ണൂറ്റി ആറ് മേയ് ഇരുപത്തിയെട്ടിന് അന്ന് ഓക്സ്ഫോഡ് യൂണിവേഴ്സിറ്റിയിലുണ്ടായിരുന്ന മാക്സ്മുള്ളറെ വിവേകാനന്ദൻ സന്ദർശിച്ചു. ലോകപ്രസിദ്ധ ജർമൻ ചിന്തകനും പണ്ഡിതനുമായിരുന്നു അദ്ദേഹം. മാക്സ്മുള്ളർ അദ്ദേഹത്തെ തന്റെ ഭവനത്തിലേക്ക് ക്ഷണിക്കുകയായിരുന്നു. ഓക്സ്ഫോഡിൽ വെച്ചായിരുന്നു കൂടിക്കാഴ്ച. ആയിരത്തി എണ്ണൂറ്റി തൊണ്ണൂറ്റി ആറ് ജൂൺ ആറിന് വിവേകാനന്ദൻ തന്റെ ഒരു കത്തിൽ ആ സന്ദർശനത്തെക്കുറിച്ച് ഇങ്ങനെ പറയുന്നു:

> എന്തൊരു അസാധാരണ മനുഷ്യനാണ് പ്രൊഫസർ മാക്സ്മുള്ളർ! കുറച്ചുദിവസങ്ങൾക്കുമുമ്പാണ് ഞാൻ അദ്ദേഹത്തെ സന്ദർശിച്ചത്. ഞാൻ അദ്ദേഹത്തെ ആദരിക്കാൻ വേണ്ടിയാണ് പോയത്. ശ്രീരാമകൃഷ്ണനെ സ്നേഹിക്കുന്നവർ ആരായിരുന്നാലും അവരുടെ ജാതി, മതം, ദേശീയത ഇവയൊക്കെ എന്തുതന്നെയായിരുന്നാലും എന്നെ സംബന്ധിച്ചിടത്തോളം അവരെ സന്ദർശിക്കുക എന്നത് ഒരു തീർത്ഥാടനം തന്നെയാണ്........

ബ്രഹ്മസഭയുടെ നേതാവായിരുന്ന കേശവചന്ദ്രസെന്നിന്റെ ജീവിതത്തെ മാറ്റിമറിച്ച ആ യാദൃച്ഛികമായ സംഭവത്തെക്കുറിച്ചും അതിനുപിന്നിലുള്ള ശക്തിവിശേഷത്തെക്കുറിച്ചും പ്രൊഫസർ എന്നോട് അന്വേഷിച്ചു. ശ്രീരാമകൃഷ്ണ പരമഹംസരെ കേശവചന്ദ്രസെൻ കണ്ടുമുട്ടിയ സംഭവമായിരുന്നു അത്. "പ്രൊഫസർ, രാമകൃഷ്ണനെ ഇന്ന് ആയിരങ്ങൾ ആരാധിക്കുന്നു" ഞാൻ പറഞ്ഞു.

വിവേകാനന്ദൻ മാക്സ്മുള്ളറെയും മാക്സ്മുള്ളർ വിവേകാനന്ദനെയും ആരാധിച്ചിരുന്നു. മാക്സ്മുള്ളർ വളരെ ദയാലുവായിരുന്നുവെന്നും വിവേകാനന്ദൻ അനുസ്മരിക്കുന്നുണ്ട്. അവരിരുവരും ഒരുമിച്ചിരുന്ന് ആഹാരം കഴിച്ചിട്ടുണ്ട്. ഓക്സ്ഫോഡിലെ നിരവധി കോളേജുകൾ മാക്സ്മുള്ളർ വിവേകാനന്ദന് കാണിച്ചുകൊടുത്തിട്ടുണ്ട്. വിവേകാനന്ദനെ റെയിൽവേസ്റ്റേഷൻവരെ അദ്ദേഹം അനുഗമിച്ചിട്ടുണ്ട്. ഇന്ത്യൻ ദർശനത്തിലും സംസ്കാരത്തിലും വളരെയേറെ ആകൃഷ്ടനായിരുന്നു ജർമൻകാരനായിരുന്ന മാക്സ്മുള്ളർ. ഇന്ത്യയുടെ സംസ്കാരം ലോകത്തിന് പരിചയപ്പെടുത്തിക്കൊടുക്കുന്നതിൽ അദ്ദേഹം മഹത്തായ പങ്കുവഹിച്ചിട്ടുണ്ട്. പ്രശസ്തനായ ഒരു പണ്ഡിതനായിരുന്നു അദ്ദേഹം. പ്രകൃതിരമണീയമായിരുന്നു മാക്സ്മുള്ളറുടെ ഇംഗ്ലണ്ടിലെ ഭവനം. മനോഹരമായ പൂന്തോട്ടമുള്ള ആ ഭവനത്തിൽ പ്രശാന്തനും തേജസ്വിയുമായ ആ എഴുപതുകാരനായ സന്യാസിയോടൊപ്പം കഴിഞ്ഞതിനെക്കുറിച്ച് വിവേകാനന്ദൻ എഴുതിയിട്ടുണ്ട്.എഴുപത് ശിശിരങ്ങൾ പിന്നിട്ട വെള്ളികെട്ടിയ തലമുടിയുള്ള മാക്സ്മുള്ളറുടെ കണ്ണുകളിൽ ഒരു ശിശുവിന്റെ ഭാവമായിരുന്നുവത്രെ. അദ്ദേഹത്തോടൊപ്പം അദ്ദേഹത്തിന്റെ ഭാര്യയുമുണ്ടായിരുന്നു. മാക്സ്മുള്ളർ പ്രാചീന ഇന്ത്യൻ സന്യാസികളെ ആരാധിച്ചിരുന്നു. അവരുടെ ജീവിതരീതിയിൽ അത്ഭുതം പൂണ്ടിരുന്നു. ഇന്ത്യയിലെ വൃക്ഷങ്ങൾ, പൂക്കൾ, പ്രശാന്തമായ വനാ

മാക്സ്മുള്ളർ

ന്തരങ്ങൾ, തെളിഞ്ഞ ആകാശം എന്നിവയെക്കുറിച്ചെല്ലാം മാക്സ്മുള്ളർ സംസാരിച്ചിരുന്നുവെന്ന് വിവേകാനന്ദൻ ഓർക്കുന്നു. ഇന്ത്യൻ പുരാണങ്ങളിലും ക്ലാസിക്കുകളിലും അഗാധമായ അറിവ് മാക്സ്മുള്ളർക്കുണ്ടായിരുന്നു. അദ്ദേഹം സംസ്കൃതഭാഷ പഠിച്ചിരുന്നു. വിവേകാനന്ദൻ പറയുന്നത് അദ്ദേഹത്തിന് തന്റെ മാതൃഭൂമിയോടുള്ളതിനെക്കാൾ കൂടുതൽ സ്നേഹം മാക്സ്മുള്ളർക്ക് ഇന്ത്യയോടുണ്ടായിരുന്നുവെന്നാണ്. അമ്പത് വർഷക്കാലം ഇന്ത്യൻ തത്വചിന്തയിൽ മാക്സ്മുള്ളർ ഗവേഷണം നടത്തി. അത് കേവലം ഗവേഷണമായിരുന്നില്ല മറിച്ച്, പൗരസ്ത്യസംസ്കാരത്തിന്റെ ആഴങ്ങളിലേക്കുള്ള തീർത്ഥാടനമായിരുന്നു. ഒരു വേദാന്തചിന്തകനായിരുന്നു മാക്സ്മുള്ളർ. ഇന്ത്യയിൽ വരാൻ അദ്ദേഹം അതിരറ്റ് കൊതിച്ചിരുന്നു.

ഒരു യഥാർഥ മഹാത്മാവ് എന്ന ശീർഷകത്തിൽ മാക്സ്മുള്ളർ ശ്രീരാമകൃഷ്ണപരമഹംസരെക്കുറിച്ച് ഒരു ലേഖനമെഴുതിയിട്ടുണ്ട്. ആയിരത്തി എണ്ണൂറ്റിതൊണ്ണൂറ്റി ആറ് ആഗസ്തിലാണ് അദ്ദേഹം ഇത് എഴുതിയത്. ശ്രീരാമകൃഷ്ണപരമഹംസരെക്കുറിച്ച് വിവേകാനന്ദനിൽനിന്ന് കൂടുതൽ കാര്യങ്ങൾ ഗ്രഹിക്കാൻ അദ്ദേഹം ആഗ്രഹിച്ചു. അങ്ങനെ സ്വാമിവിവേകാനന്ദൻ സ്വാമിശാരദാനന്ദയെ ചിലഉത്തരവാദിത്വങ്ങൾ നിർവഹിക്കാൻ നിയോഗിച്ചു. അതായത് പരമഹംസരെക്കുറിച്ചുള്ള കൂടുതൽ വിവരങ്ങൾ ശേഖരിക്കുക, ശ്രീരാമകൃഷ്ണപരമഹംസന്റെ സംഭാഷണങ്ങൾ സംഘടിപ്പിക്കുക ഇതൊക്കെയായിരുന്നു ആ ചുമതലകൾ. ഇന്ത്യയിൽനിന്നും ശാരദാനന്ദ അതെല്ലാം സംഘടിപ്പിച്ച് ഇംഗ്ലണ്ടിലേക്കയച്ചു കൊടുത്തു. ഇതിന്റെയെല്ലാം സഹായത്തോടെ മാക്സ്മുള്ളർ ഒരു ഗ്രന്ഥം രചിച്ചു. *രാമകൃഷ്ണ; അദ്ദേഹത്തിന്റെ ജീവിതവും സംഭാഷണങ്ങളും.* എന്നായിരുന്നു ആ പുസ്തകത്തിന്റെ പേര്. ശ്രീരാമകൃഷ്ണ പരമഹംസരെക്കുറിച്ച് എഴുതപ്പെട്ട ഏറ്റവും പ്രധാനപ്പെട്ട ഒരു ഗ്രന്ഥമാണ് ഇത്. ചില ദാർശനികവിഷയങ്ങളിൽ വിവേകാനന്ദനും മാക്സ്മുള്ളറും തമ്മിൽ അഭിപ്രായവ്യത്യാസം നിലനിന്നിരുന്നുവെങ്കിലും അവർതമ്മിൽ അസാധാരണമായ ആത്മബന്ധം നിലനിർത്തിയിരുന്നു.

ലണ്ടനിലെ ജീവിതം വിവേകാനന്ദനെ സംബന്ധിച്ചിടത്തോളം ഏറെ ആഹ്ലാദകരമായിരുന്നു. അമേരിക്കയിലെ ജീവിതത്തെക്കാൾ കൂടുതൽ ഇംഗ്ലണ്ടിലെ ജീവിതമാണ് അദ്ദേഹം ഇഷ്ടപ്പെട്ടത്. ശ്രീരാമകൃഷ്ണ മിഷന്റെ പ്രവർത്തനം അമേരിക്കയിലും ഇംഗ്ലണ്ടിലും വ്യാപിപ്പിക്കാൻ സ്വാമിവിവേകാനന്ദൻ സ്വാമിശാരദാനന്ദയെയും സ്വാമിഅഭയാനന്ദയെയും ചുമതലപ്പെടുത്തി. ലണ്ടനിൽനിന്ന് വിവേകാനന്ദൻ ധാരാളം കത്തുകൾ ഇന്ത്യയിലേക്കെഴുതി. ഇന്ത്യക്കാരായ തന്റെ ശിഷ്യരോട് സാമൂഹിക സേവനപ്രവർത്തനത്തിൽ ഏർപ്പെടാൻ സ്വാമിവിവേകാനന്ദൻ ആഹ്വാനം ചെയ്തു. ഏറ്റവും പാവപ്പെട്ട ജനങ്ങൾക്കുവേണ്ടി പ്രവർത്തിക്കാനാണ് അദ്ദേഹം ആവശ്യപ്പെട്ടത്.

വിവേകാനന്ദന്റെ ലണ്ടൻ ജീവിതത്തെക്കുറിച്ച് അദ്ദേഹത്തിന്റെ ഇളയസഹോദരനായ മഹേന്ദ്രനാഥ് എഴുതിയിട്ടുണ്ട്. *സ്വാമിവിവേകാനന്ദൻ ലണ്ടനിൽ* എന്നശീർഷകത്തിൽ ബംഗാളീഭാഷയിലാണ് മഹേന്ദ്രനാഥ് ദത്ത എഴുതിയത്. ആയിരത്തിഎണ്ണൂറ്റി തൊണ്ണൂറ്റി ആറ് ഏപ്രിൽ മാസത്തിലാണ് മഹേന്ദ്രനാഥ് നിയമം പഠിക്കാൻവേണ്ടി ലണ്ടനിലെത്തിയത്. വിവേകാനന്ദൻ ലണ്ടനിലെത്തുന്നതിനു കുറച്ചു ദിവസങ്ങൾക്കുമുമ്പായിരുന്നു അത്. ലണ്ടനിലെ സെന്റ് ജോർജ് റോഡിലെ ഒരു വാടകവീട്ടിലായിരുന്നു സ്വാമിവിവേകാനന്ദൻ താമസിച്ചത്. അതോടെ മഹേന്ദ്രനാഥും ആ വീട്ടിലേക്ക് താമസം മാറ്റി. എന്നാൽ തന്റെ സഹോദരൻ നിയമം പഠിക്കുന്നത് വിവേകാനന്ദന് ഇഷ്ടമായിരുന്നില്ല. ഇതിനെക്കുറിച്ച് ആയിരത്തിഎണ്ണൂറ്റി തൊണ്ണൂറ്റി ആറ് ജൂൺ അഞ്ചിന് ശ്രീമതി ബുള്ളിനുള്ള ഒരു കത്തിൽ വിവേകാനന്ദൻ ഇങ്ങനെ എഴുതുന്നു:

> നിങ്ങൾക്കറിയാമോ എന്റെ സഹോദരൻ മോഹിൻ രണ്ടുമാസമായി ലണ്ടനിലാണുള്ളത്. അയാൾക്ക് ഒരു വക്കീലാവണമെന്നാണ് ആഗ്രഹം. ഇലക്ട്രിക്കൽ എഞ്ചിനീയറിങ്ങിലും അയാൾക്ക് താൽപ്പര്യമുണ്ട്. എന്റെ പിതാവ് ഒരു വക്കീലായിരുന്നുവെങ്കിലും സഹോദരൻ വക്കീലാകുന്നത് എനിക്ക് ഇഷ്ടമില്ല. എന്റെ ഗുരുനാഥൻ അതിന് എതിരായിരുന്നു. ധാരാളം വക്കീലന്മാരുണ്ടായാൽ കുടുംബം ദുരിതത്തിലാകുമെന്ന് ഞാനുറച്ച് വിശ്വസിക്കുന്നു. രണ്ടാമതായി രാജ്യംമുഴുവൻ വക്കീലന്മാരാണ്. സർവകലാശാലകൾ നൂറുകണക്കിന് വക്കീലന്മാരെ സൃഷ്ടിച്ച് അവരെ പട്ടിണിയിലേക്ക് തള്ളിവിടുന്നു. ശാസ്ത്രപ്രതിഭകളെയാണ് നമ്മുടെ രാഷ്ട്രത്തിനുവേണ്ടത്. അതുകൊണ്ട് അയാൾ ഒരു ഇലക്ട്രീഷ്യനാവാൻ ഞാൻ ആഗ്രഹിക്കുന്നു. അയാൾ ജീവിതത്തിൽ പരാജയപ്പെട്ടാൽ പോലും അയാളെക്കൊണ്ട് രാജ്യത്തിനുഗുണമുണ്ടാകുമെന്ന് എനിക്കുറപ്പുണ്ട്. ഇലക്ട്രീഷ്യന്മാർക്കുവേണ്ടി ഇവിടെ ധാരാളം സ്കൂളുകളുണ്ട്. അമേരിക്കയിലും അവന് പലസാധ്യതകളുണ്ട്. അയാൾ അമേരിക്കയിലേക്ക് പോകുന്നതാണ് നല്ലത്. ഖെത്രിരാജാവ് അവന് പണമയച്ചുകൊടുക്കും. എന്റെ കൈയിൽ മുന്നൂറ് റൂബിളുണ്ട്. അതുമുഴുവൻ ഞാൻ അയാൾക്ക് കൊടുക്കാം. നൂറുറൂബിൾ നിങ്ങൾ തരാമെന്നുപറഞ്ഞിട്ടുണ്ടല്ലോ. എനിക്കത് വേണ്ട. നാടിനുവേണ്ടിയും രാഷ്ട്രത്തിനുവേണ്ടിയും എന്റെ സഹോദരൻ ഒരു പുതിയ വഴിവെട്ടിത്തുറക്കണം...........നമ്മുടെ രാഷ്ട്രത്തിനുവേണ്ടത് നേട്ടങ്ങളാണ്, ശാസ്ത്രീയവിദ്യാഭ്യാസമാണ്.

ഇക്കാലത്ത് കഠിനാധ്വാനംമൂലം വിവേകാനന്ദന്റെ ആരോഗ്യം ക്ഷീണിച്ചിരുന്നുവെന്ന് സഹോദരന്റെ നിരീക്ഷണങ്ങളിൽനിന്നും മനസി

ലാക്കാവുന്നതാണ്. ഒരിക്കൽ ഉച്ചഭക്ഷണത്തിനുശേഷം സ്വാമി തന്റെ കസേരയിലിരുന്ന് ധ്യാനിക്കുകയായിരുന്നു. പെട്ടെന്ന് അദ്ദേഹത്തിന്റെ മുഖത്ത് അസ്വസ്ഥതപ്രകടമായി. അതിനെക്കുറിച്ച് വിവേകാനന്ദൻ പറഞ്ഞത് ഹൃദയത്തിന് വേദന അനുഭവപ്പെടുന്നു എന്നാണ്. ഫോക്സ് എന്ന സുഹൃത്തിനോട് അദ്ദേഹം ഇങ്ങനെ പറഞ്ഞു: "അതെ ഫോക്സ് എന്റെ ഹൃദയത്തിന് കടുത്ത വേദനതോന്നുന്നു. അത് അതിന്റെ പ്രവർത്തനം നിർത്താൻ പോവുകയാണ്. എന്റെ പിതാവ് ഹൃദയസ്തംഭനം മൂലമാണ് മരിച്ചത്. ഇതെന്റെ കുടുംബരോഗമാണ്."

മഹേന്ദ്രനാഥ് വേറെയും ചിലകാര്യങ്ങൾ രേഖപ്പെടുത്തിയിട്ടുണ്ട്. ഒരിക്കൽ കസേരയിൽ വിശ്രമിക്കവേ അദ്ദേഹം ഫോക്സിനോടായി ഇങ്ങനെ പറഞ്ഞു:

> സെന്റ് പോൾ വിദ്യാഭ്യാസം സിദ്ധിച്ച ഒരു മതഭ്രാന്തനായിരുന്നു. ഞാനും ഒരു വിദ്യാസമ്പന്നനായ മതഭ്രാന്തനാണ്. ഒരുകൂട്ടം പഠിച്ച മതഭ്രാന്തന്മാരെ സൃഷ്ടിക്കാനാണ് ഞാൻ ആഗ്രഹിക്കുന്നത്. നിങ്ങൾ മനസിലാക്കുക, വെറും മതഭ്രാന്തന്മാരെക്കൊണ്ട് ഒരു ഉപയോഗവുമില്ല. ഇതൊരു മസ്തിഷ്കരോഗമാണ്. ഇത് വളരെ അപകടകരവുമാണ്. എന്നാൽ പഠിച്ച ഒരാൾ ഒരു മതഭ്രാന്തനായാൽ അതുകൊണ്ട് ധാരാളം നേട്ടമുണ്ടാവും. പോൾ പഠിച്ച ഒരു മതഭ്രാന്തനായിരുന്നു. അതുകൊണ്ട് ഗ്രീക്ക് തത്വചിന്തയുടെയും റോമൻസംസ്കാരത്തിന്റെയും ഗതിതിരിച്ചുവിടാൻ അദ്ദേഹത്തിന് സാധിച്ചു.

മറ്റൊരിക്കൽ വിവേകാനന്ദൻ സ്റ്റർഡിയോട് ഇങ്ങനെ പറഞ്ഞു:

> എല്ലാമതങ്ങളുടെയും അടിസ്ഥാനതത്വമാണ് വേദാന്തം ഉത്ബോധിപ്പിക്കുന്നത്. വേദാന്തതത്വചിന്ത ഏതെങ്കിലും ഒരു സവിശേഷമതത്തിന്റെ കുത്തകയല്ല. അതുകൊണ്ടാണ് വേദാന്തം സാർവലൗകിക മതമായി മാറിയത്. ഇതിനെ ഒരു സാർവലൗകിക നിധിയായി മാറ്റിയെടുക്കുക. ഇടുങ്ങിയ മനസുള്ള കുറേ ആളുകളുടെ അടഞ്ഞ ഒന്നായി വേദാന്തം മാറരുത്.

വിവേകാനന്ദന്റെ ലണ്ടൻ പ്രഭാഷണങ്ങൾ വളരെ പ്രസിദ്ധമായിരുന്നു. എന്നാൽ എല്ലാരാജ്യത്തിലും ചില ഭ്രാന്തന്മാരുണ്ട്. ഇംഗ്ലണ്ടിലും അങ്ങനെയുള്ളവർ ഉണ്ടായിരുന്നു. അങ്ങനെയുള്ള ഒരു സംഭവം മഹേന്ദ്രനാഥ് പരാമർശിക്കുന്നുണ്ട്. ഒരിക്കൽ രാജയോഗത്തെക്കുറിച്ച് വളരെ ഉജ്ജ്വലമായ പ്രഭാഷണം നടത്തുകയായിരുന്നു വിവേകാനന്ദൻ. ഗുഡ്വിൻ കുറിച്ചെടുക്കുകയായിരുന്നു. സ്വാമിശാരദാനന്ദ, സ്റ്റർഡി, ഫോക്സ്, മഹേന്ദ്രനാഥ് തുടങ്ങിയവരെല്ലാം ഹാളിന്റെ മറ്റൊരറ്റത്ത് സോഫയിൽ

സിസ്റ്റർ നിവേദിത

ഇരിക്കുകയായിരുന്നു. വിവേകാനന്ദൻ സംസാരിച്ച് അഞ്ചുമിനിട്ട് ആയതേയുള്ളൂ അപ്പോഴേക്കും പെൻഷൻപറ്റിയ ഒരു ആംഗ്ലോ ഇന്ത്യൻ സദസിൽ നിന്നും "ഓ താങ്ക്യൂ" എന്ന് വിളിച്ചുപറഞ്ഞു. സദസാകെ സ്തംഭിച്ചുപോയി. അവർക്ക് വിവേകാനന്ദന്റെ പ്രഭാഷണം കേൾക്കാനുള്ള അതിയായ ആഗ്രഹമുണ്ടായിരുന്നതിനാൽ അയാളോട് ഒന്നും പറഞ്ഞില്ല. എന്നാൽ ആ മനുഷ്യൻ പ്രഭാഷണത്തിനിടെ വീണ്ടും പ്രശ്നമുണ്ടാക്കി. അത് സദസിന് അസ്വസ്ഥതയുളവാക്കി. വിവേകാനന്ദനാവട്ടെ അയാളെ നോക്കുകപോലും ചെയ്യാതെ പ്രസംഗം തുടർന്നു. ആ മനുഷ്യനാവട്ടെ പിന്നീട് ഒരു വിമർശകന്റെ റോൾ ഏറ്റെടുക്കാൻ തുടങ്ങി. സ്വാമിവിവേകാനന്ദൻ ബുദ്ധനെപ്പറ്റി പരാമർശിച്ചപ്പോൾ അയാൾ ബുദ്ധനെതിരെ സംസാരിക്കാൻ തുടങ്ങി. അപ്പോൾ വിവേകാനന്ദൻ ഇന്ത്യൻ സന്യാസിമാരെക്കുറിച്ചു പറഞ്ഞു. പ്രഭാഷണം നടക്കുമ്പോൾ അവർ ഉയർന്ന ആത്മീയാവസ്ഥയിലായിരിക്കുമെന്ന് വിവേകാനന്ദൻ സൂചിപ്പിച്ചു. അപ്പോൾ അവരെല്ലാം കള്ളന്മാരും കവർച്ചക്കാരുമാണെന്ന് ആംഗ്ലോ ഇന്ത്യൻ വിളിച്ചുപറഞ്ഞു. സ്റ്റെർഡിക്കും ഗുഡ്‌വിനും ദേഷ്യംവന്നു. എന്നാൽ വിവേകാനന്ദൻ പ്രസംഗം തുടരുകയാണ്. അവസാനം ആ മനുഷ്യൻ വിളിച്ചുപറഞ്ഞ ഒരു കാര്യം വിവേകാനന്ദനെ ക്ഷോഭിപ്പിച്ചു. വിവേകാനന്ദൻ ഒരു ബംഗാളിയാണെന്നു മനസിലാക്കിയ അയാൾ ശിപായി ലഹളക്കാലത്ത് ബംഗാളികളെ രക്ഷിച്ചത് ഇംഗ്ലീഷുകാരനാണെന്നു പറഞ്ഞു. ഇതുകേട്ടതോടെ വിവേകാനന്ദന്റെ പ്രശാന്തമായ മുഖം പ്രക്ഷുബ്ധമായി. ഇംഗ്ലീഷുകാർ ലോകജനതയോടുചെയ്ത ക്രൂരകൃത്യങ്ങളെക്കുറിച്ച് അരമണിക്കൂർനേരം വിവേകാനന്ദൻ വിവരിക്കാൻ തുടങ്ങി. തീക്ഷ്ണമായ പ്രഭാഷണമായിരുന്നു അത്. ആ പ്രസംഗം കഴിഞ്ഞതോടെ ആംഗ്ലോ ഇന്ത്യൻ കരയാൻ തുടങ്ങി. അയാളുടെ മൂന്ന് തൂവാലകൾ കണ്ണീരിൽ കുതിർന്നു എന്നാണ് മഹേന്ദ്രനാഥ് രേഖപ്പെടുത്തുന്ന

ത്. പ്രസംഗത്തിനുശേഷം സദസിൽനിന്ന് പലരും വിവേകാനന്ദനെ അടുത്തുവന്ന് അഭിനന്ദിച്ചു.

ആയിരത്തി എണ്ണൂറ്റി തൊണ്ണൂറ്റി ആറ് ജൂൺ ഏഴിന് വിവേകാനന്ദൻ സിസ്റ്റർ നിവേദിതയ്ക്ക് എഴുതിയ കത്ത് അവിസ്മരണീയമാണ്. വിശാലമായ മാനുഷികതയാണ് അതിൽ നിറഞ്ഞുനിൽക്കുന്നത്. അജ്ഞതയിൽനിന്നും മനുഷ്യരാശിയെ മുഴുവൻ മോചിപ്പിക്കുക എന്നതായിരുന്നു ആ കത്തിലെ ആശയം. ആ കത്ത് മുഴുവനായും താഴെക്കൊടുക്കുന്നു:

> ഞാനെന്റെ ആദർശം ചുരുക്കി പറയാം; മനുഷ്യരാശിയോട് അതിന്റെ പാവനത്വത്തെക്കുറിച്ച് ഉത്ബോധിപ്പിക്കുക എന്നതാണത്. ജീവിതത്തിന്റെ എല്ലാ മണ്ഡലങ്ങളിലും ഈ പാവനത്വം പ്രകാശിപ്പിക്കണം. ഈ ലോകം അജ്ഞതയുടെ ചങ്ങലയിലാണ്. സ്ത്രീകളോടും പുരുഷന്മാരോടും മർദിതരോടുമെല്ലാം എനിക്ക് സഹതാപം തോന്നുന്നു. മർദകരോടാണ് എനിക്ക് കൂടുതൽ സഹതാപം. ദുരിതം ഉണ്ടാവുന്നത് അജ്ഞതകൊണ്ട് മാത്രമാണെന്ന് പകൽപോലെ വ്യക്തമാണ്. കഴിഞ്ഞ കാലത്തിന്റെ നിയമം ത്യാഗമെന്നതായിരുന്നു. ഭാവിയിലും അതുതന്നെയാവട്ടെ. ഈ ഭൂമിയിലെ ഏറ്റവും നല്ലവരും ഏറ്റവും ധീരരും സർവരുടെയും ക്ഷേമത്തിനുവേണ്ടിയും നന്മയ്ക്കുവേണ്ടിയും സ്വയം ത്യാഗം ചെയ്യണം. നൂറുകണക്കിന് ബുദ്ധന്മാർ അനശ്വരസ്നേഹത്തിന്റെയും ദയയുടെയും മൂർത്തിമൽഭാവങ്ങളായി ഉയർന്നുവരേണ്ടത് അനിവാര്യമാണ്.
>
> ലോകത്തിലെ മതങ്ങൾ ജീവനില്ലാത്ത പരിഹാസ്യരൂപങ്ങളാണ്. ലോകത്തിനുവേണ്ടത് വ്യക്തിത്വമാണ്. കത്തുന്ന സ്നേഹവും നിസ്വാർഥതയുമുള്ള ആളുകളെയാണ് ലോകത്തിനാവശ്യം. മുഴുവൻ ലോകത്തോടും ഇടിവെട്ടുംപോലെ ആ സ്നേഹം സംസാരിക്കുന്നു. നിങ്ങൾ അന്ധവിശ്വാസിയല്ല. ലോകത്തെ ചലിപ്പിക്കാൻ നിങ്ങൾക്കു കഴിയും. ആളുകൾ നിങ്ങളുടെ കൂടെയുണ്ടാവും. ധീരമായ വാക്കുകളും ധീരമായ പ്രവർത്തികളുമാണ് നമുക്ക് വേണ്ടത്. മഹത്തുക്കളെ എഴുന്നേൽക്കുക, ഉയർത്തെഴുന്നേൽക്കുക, ലോകം ദുരിതത്താൽ കത്തുകയാണ്. നിങ്ങൾക്കുറങ്ങാൻ കഴിയുമോ. ഉറങ്ങുന്ന ദൈവങ്ങൾ ഉണരുംവരെ നമുക്ക് അവരെ വീണ്ടും വീണ്ടും വിളിക്കാം. നമ്മുടെ വിളിക്ക് ഉത്തരമുണ്ടാവുന്നതുവരെ ദൈവത്തെവിളിക്കാം. ജീവിതത്തിൽ പിന്നെ എന്താണു വേണ്ടത്. എന്താണ് മഹത്തായ പ്രവർത്തി. ഞാൻ പോവുമ്പോൾ എനിക്ക് ഉത്തരങ്ങൾ കിട്ടുന്നു. ഞാനൊന്നും ആസൂത്രണം ചെയ്യാറില്ല. ആസൂത്രണങ്ങൾ സ്വയം വളരുകയും സ്വയം പ്രവർത്തിക്കുകയും ചെയ്യുന്നു. ഞാൻ പറയുന്നത് ഇതുമാത്രമാണ്. ഉണരുക, ഉണരുക.

ലണ്ടനിലെ വിവേകാനന്ദന്റെ പ്രഭാഷണം അദ്ദേഹത്തിന് ഒട്ടനവധി സുഹൃത്തുക്കളെയും ശിഷ്യന്മാരെയും നേടിക്കൊടുത്തു എന്നുപറഞ്ഞു വല്ലോ. മിസ് ഹെൻറിതാമുള്ളർ, മി. എഡ്വാർഡ് ടി സ്റ്റർഡി, സിസ്റ്റർനി വേദിത എന്നപേരിൽ പ്രസിദ്ധയായ മിസ് മാർഗരറ്റ് നോബ്ൾ, ക്യാപ്റ്റൻ ജയിംസ് ഹെൻറി സേവ്യർ, അദ്ദേഹത്തിന്റെ ഭാര്യ ചാർലറ്റ് എന്നിവരാ യിരുന്നു അവരിൽ പ്രധാനികൾ. അവരെല്ലാവരുംതന്നെ വിവേകാനന്ദന്റെ ആശയാദർശങ്ങളും അദ്ദേഹത്തിന്റെ പ്രോജ്ജ്വലമായ വ്യക്തിത്വത്തിലും ആകൃഷ്ടരായവർ ആയിരുന്നു. ജെ ജെ ഗുഡ്‌വിൻ വിവേകാനന്ദന്റെ ഏറ്റവും അടുത്ത ഒരു ഇംഗ്ലീഷ് ശിഷ്യനായിരുന്നു. അയാൾ ഇംഗ്ലണ്ടിലും അമേരിക്കയിലും വിവേകാനന്ദനുവേണ്ടി നിസ്സ്വാർത്ഥമായ സേവനമനുഷ്ഠി ച്ചു. സ്വാമിശാരദാനന്ദയും അമേരിക്കയിൽ ഗുഡ്‌വിന് തുണയായിരുന്നു. വേദാന്തതത്വചിന്തയും ഇന്ത്യൻ സംസ്കാരവും പഠിക്കാനും പഠിപ്പി ക്കാനും വിവേകാനന്ദന്റെ ശിഷ്യന്മാർ അതിയായ ഉത്സാഹം കാണിച്ചു.

ജൂലൈമാസത്തോടെ ലണ്ടനിലെ വിവേകാനന്ദന്റെ പ്രഭാഷണ പര മ്പര അവസാനിക്കുകയായിരുന്നു. ഇക്കാലത്ത് വിവേകാനന്ദനെ അദ്ദേ ഹത്തിന്റെ ഏറ്റവും അടുത്ത സുഹൃത്തുക്കൾ ഒരവധിക്കാല യാത്രയ്ക്ക് ക്ഷണിച്ചു. വിവേകാനന്ദൻ ആ ക്ഷണം സന്തോഷപൂർവം സ്വീകരിച്ചു. സ്വിറ്റ്സർലന്റിലേക്കുള്ള യാത്രയായിരുന്നു ആസൂത്രണം ചെയ്തിരുന്ന ത്. ആൽപ്സ് പർവതനിരകൾ കാണാൻ വിവേകാനന്ദന് അതിരറ്റ അഭി ലാഷമുണ്ടായിരുന്നു. അങ്ങനെ ആയിരത്തിഎണ്ണൂറ്റി തൊണ്ണൂറിൽ സ്വിറ്റ്സർലണ്ടിലേക്ക് അവർ യാത്രപുറപ്പെട്ടു. വിസ്മയാവഹമായ പ്രകൃതി രമണീയത മുറ്റിനിൽക്കുന്ന ഭൂവിഭാഗമായിരുന്നു സ്വിറ്റ്സർലണ്ട്. ആഴമേറിയ മഞ്ഞിൻ താഴ്‌വാരങ്ങളും ഹരിതാഭമായ ഗിരിനിരകളും വിവേ കാനന്ദന്റെ മനസിനെ ആഴത്തിൽ സ്പർശിച്ചു. എന്നാൽ അവിടേയ്ക്കുള്ള യാത്ര ഇന്നത്തേതുപോലെ സുഖകരമായിരുന്നില്ല. സ്വിറ്റ്സർലന്റിലെ യാത്രയ്ക്കുശേഷം അവർ ജർമനി സന്ദർശിക്കാനുള്ള പദ്ധതിയും തയാ റാക്കി. ആയിരത്തിഎണ്ണൂറ്റി തൊണ്ണൂറ്റി ആറ് ജൂലൈ പത്തൊമ്പതിന് വിവേകാനന്ദൻ ലണ്ടൻ വിട്ടു. തുടർന്ന് അവർ പാരീസിൽ ഇറങ്ങി. പാരീ സിൽനിന്നും ജനീവയിലേക്കുപോയി. ജനീവയിലെ സഞ്ചാരം ഉല്ലാസ പ്രദമായിരുന്നു. അവിടത്തെ തടാകങ്ങളിൽ ഇറങ്ങി കുളിച്ചു. അതിനു ശേഷം സെപ്തംബർ പതിനേഴാംതീയതി വിവേകാനന്ദനും സഹയാത്രി കരും ലണ്ടനിലേക്കുതിരിച്ചുവന്നു. അവിടെ നിരവധി സുഹൃത്തുക്കളുടെ വീടുകളിൽ അദ്ദേഹം ചെലവഴിച്ചു. വീണ്ടും അദ്ദേഹം തന്റെ പ്രഭാഷണ പരമ്പരയ്ക്ക് തുടക്കംകുറിച്ചു. ഇന്ത്യയിൽനിന്നും ഇതിനകം അഭയദാ നന്ദ എന്ന അഭയാനന്ദസ്വാമികൾ ലണ്ടനിലെത്തിയിരുന്നു. അദ്ദേഹം വിവേകാനന്ദനെ എല്ലാനിലയ്ക്കും സഹായിച്ചു. പ്രൊഫസർ മാക്സ്മു ള്ളറും വിവേകാനന്ദനും അടുത്തുബന്ധപ്പെട്ടു. ഇത്തവണ ലണ്ടനിൽ അദ്ദേഹം അദ്വൈതത്തിലെ മായ സങ്കൽപ്പത്തെക്കുറിച്ച് വിശദമായ

ക്ലാസുകളെടുത്തു. പ്രായോഗികവേദാന്തം, നാനാത്വത്തിൽ ഏകത്വം, ആത്മാവിന്റെ സ്വാതന്ത്ര്യം, സർവ വ്യാപിയായദൈവം, സാക്ഷാൽക്കാരം, മായയും സ്വാതന്ത്ര്യവും, മായയും മിഥ്യയും, മായയും ദൈവസിദ്ധാന്തത്തിന്റെ പരിണാമവും തുടങ്ങിയ വിവിധവിഷയങ്ങളെക്കുറിച്ച് വിവേകാനന്ദൻ പ്രഭാഷണം നടത്തി. മനുഷ്യന്റെ ആന്തരിക സ്വത്വത്തിലെ സച്ചിദാനന്ദ ഭാവത്തെക്കുറിച്ചും വിവേകാനന്ദൻ വിശദമായി പ്രതിപാദിച്ചു.

ആയിരത്തിഎണ്ണൂറ്റിതൊണ്ണൂറ്റിഏഴ് ഡിസംബർ പതിനേഴാംതീയതി വിവേകാനന്ദൻ ഇംഗ്ലണ്ടിനോടു വിടപറഞ്ഞു. വികാരനിർഭരമായ ഒരുയാത്രയയപ്പാണ് ഇംഗ്ലീഷ് ജനത വിവേകാനന്ദന് നൽകിയത്. ആയിരത്തി എണ്ണൂറ്റിതൊണ്ണൂറ്റി ഒമ്പത് ഫെബ്രുവരി പതിനഞ്ചിന് ലണ്ടനിൽനിന്നും *ഇന്ത്യൻ മിറർ* എന്ന പ്രസിദ്ധീകരണത്തിൽ ദേശീയപ്രസ്ഥാനത്തിന്റെ പ്രമുഖനേതാവായിരുന്ന വിപിൻ ചന്ദ്രപാൽ വിവേകാനന്ദന്റെ ഇംഗ്ലീഷ് സ്വാധീനത്തെക്കുറിച്ച് ഇങ്ങനെ എഴുതി:

> ഇന്ത്യയിലെ ചില ആളുകൾ കരുതുന്നത് വിവേകാനന്ദന്റെ സുഹൃത്തുക്കളും ആരാധകരും അദ്ദേഹത്തെ അതിശയോക്തിവൽക്കരിക്കുകയാണെന്നും വിവേകാനന്ദന്റെ ഇംഗ്ലണ്ടിലെ പ്രഭാഷണങ്ങൾക്ക് പറയത്തക്ക മേന്മയൊന്നുമില്ലെന്നുമാണ്. എന്നാൽ ഇവിടെ വന്നപ്പോൾ എനിക്ക് മനസിലായത് എല്ലായിടത്തും വിവേകാനന്ദൻ അനിഷേധ്യമായ സ്വാധീനം ചെലുത്തിയെന്നാണ്. വിവേകാനന്ദനെ അഗാധമായി ആരാധിക്കുകയും ആദരിക്കുകയും ചെയ്യുന്ന ധാരാളം ആളുകളെ ഞാനിവിടെ കണ്ടു. ഞാനീകൂട്ടത്തിൽപ്പെടുന്നില്ലെങ്കിലും എനിക്കദ്ദേഹത്തോട് അഭിപ്രായവ്യത്യാസമുണ്ടെങ്കിലും ഒരു കാര്യം ഉറപ്പിച്ചുപറയാൻ ഞാൻ ആഗ്രഹിക്കുന്നു. വിവേകാനന്ദൻ വലിയൊരു വിഭാഗത്തിന്റെ കണ്ണുതുറപ്പിക്കുകയും ഹൃദയം വിശാലമാക്കുകയും ചെയ്തിരിക്കുന്നു. അദ്ദേഹത്തിന്റെ പ്രഭാഷണങ്ങൾ കേൾക്കുകവഴി പ്രാചീന ഹിന്ദുസാഹിത്യ കൃതികളിൽ ഒളിഞ്ഞിരിക്കുന്ന അത്ഭുതകരമായ ആത്മീയ സത്യങ്ങളെക്കുറിച്ച് ഇവിടുത്തെ ജനങ്ങൾക്ക് ബോധ്യംവന്നിരിക്കുന്നു. ഈയൊരുവികാരം അദ്ദേഹം ഇവിടെ വളർത്തിയെടുക്കുക മാത്രമല്ല ഇന്ത്യയും ഇംഗ്ലണ്ടും തമ്മിൽ ഒരു സുവർണബന്ധം സ്ഥാപിക്കുന്നതിൽ വിജയംവരിക്കുകയും ചെയ്തിരിക്കുന്നു..... വിവേകാനന്ദന്റെ ഇംഗ്ലീഷ് ബന്ധം എത്ര ആഴത്തിലുള്ളതാണെന്ന് മനസിലാക്കാൻ ഒരു സംഭവം ഞാൻ വിവരിക്കട്ടെ.
>
> ഇന്നലെ വൈകുന്നേരം ഞാൻ ലണ്ടന്റെ തെക്കുഭാഗത്തുള്ള എന്റെ ഒരു സുഹൃത്തിനെ കാണാൻവേണ്ടി പോവുകയായിരുന്നു. എനിക്ക് വഴിതെറ്റി. നഗരത്തിന്റെ ഏത് ഭാഗത്തുകൂടെയാണ് പോവേണ്ടതെന്ന് ഞാനാലോചിച്ചുനിൽക്കുകയായിരുന്നു.

അപ്പോൾ അതുവഴി ഒരു സ്ത്രീ ഒരാൺകുട്ടിയോടൊപ്പം നടന്നു വരികയായിരുന്നു. എനിക്ക് വഴികാണിച്ചുതരാൻ ഉദ്ദേശിച്ചുകൊണ്ട് അവരിങ്ങനെ പറഞ്ഞു: "സർ, നിങ്ങൾ നിങ്ങളുടെ വഴി അന്വേഷിച്ചുനിൽക്കുകയായിരിക്കും. ഞാൻ താങ്കളെ സഹായിക്കാക്കാം."...... അവർ എനിക്ക് വഴികാണിച്ചുകൊണ്ടുപറഞ്ഞു: "ചിലപത്രങ്ങളിൽനിന്നും നിങ്ങൾ ലണ്ടനിലേക്കുവരുന്നത് ഞാനറിഞ്ഞു. താങ്കളെകണ്ട ഉടനെ ഞാനെന്റെ മകനോടു പറയുകയായിരുന്നു, "നോക്കൂ അതാണ് സ്വാമി വിവേകാനന്ദൻ." ഞാൻ തിടുക്കത്തിൽ ട്രെയിൻ പിടിക്കാനുള്ള ശ്രമത്തിലായിരുന്നു, അതുകൊണ്ട് ഞാൻ വിവേകാനന്ദനല്ലെന്ന് അവരോട് പറയാൻ എനിക്ക് സമയമുണ്ടായിരുന്നില്ല. ഞാൻ വളരെവേഗത്തിൽ പോവാൻ നിർബന്ധിതനായി. എന്തായിരുന്നാലും ആ സ്ത്രീ വിവേകാനന്ദനെ വ്യക്തിപരമായി അറിയുന്നതിനുമുമ്പുതന്നെ അദ്ദേഹത്തോട് നിലനിർത്തിയ ആദരവ് എന്നെ അത്ഭുതപ്പെടുത്തി."

ഇത്തരത്തിൽ വിവേകാനന്ദൻ ബ്രിട്ടീഷുകാർക്കിടയിൽ ചെലുത്തിയ സ്വാധീനത്തെക്കുറിച്ച് പ്രതിപാദിക്കുന്ന നിരവധി രേഖപ്പെടുത്തലുകൾ ഇന്നുലഭ്യമാണ്. വിവേകാനന്ദൻ ഹിന്ദുദർശനത്തെക്കുറിച്ചും ഇന്ത്യൻസംസ്കാരത്തെക്കുറിച്ചും ബ്രിട്ടീഷ് ജനതയെ ഉത്ബോധിപ്പിക്കുക മാത്രമല്ല ചെയ്തത്. ആളുകളുമായി അടുത്തബന്ധം പുലർത്തി അവരുടെ വ്യക്തിത്വത്തെത്തന്നെ മാറ്റിയെടുക്കാനുള്ള മഹത്തായ ശ്രമങ്ങളാണ് അദ്ദേഹം ഇംഗ്ലണ്ടിൽ നിർവഹിച്ചത്. അതുപോലെതന്നെ ദേശ–ഭാഷ–മത–സങ്കൽപ്പങ്ങൾക്കപ്പുറത്ത് മനുഷ്യരാശിയെ ഒന്നിപ്പിക്കാനുള്ള തീവ്രയത്നങ്ങൾക്ക് അദ്ദേഹം തുടക്കമിട്ടു. പാശ്ചാത്യരുടെ വംശീയ അഹന്തയ്ക്കുമേൽ അദ്ദേഹം കനത്ത പ്രഹരമേൽപ്പിച്ചു. വിഷയാസക്തമായ പാശ്ചാത്യജീവിതരീതിയെ നിശിതമായി വിമർശിച്ചു. എല്ലാമതങ്ങളും ഒന്നാണെന്ന ആശയമാണ് അദ്ദേഹം പ്രചരിപ്പിച്ചത്. പുരോഹിതമതങ്ങളെ അദ്ദേഹം ശക്തമായി വിമർശിച്ചിരുന്നു. ഇന്ത്യയെക്കുറിച്ചുള്ള പാശ്ചാത്യരുടെ സങ്കൽപ്പത്തെമാത്രമല്ല അദ്ദേഹം തിരുത്തിയത്. മറിച്ച് ഇന്ത്യക്കാരുടെ പലധാരണകളെയും അദ്ദേഹം മാറ്റിമറിച്ചു. അതിലേറ്റവും പ്രധാനമാണ് ചാതുർവർണ്യത്തിലധിഷ്ഠിതമായ മതസങ്കൽപ്പത്തെക്കുറിച്ചുള്ള വിവേകാനന്ദന്റെ വിമർശനങ്ങൾ. പുരുഷമേധാവിത്വത്തെ അദ്ദേഹം കണക്കിന് പ്രഹരിച്ചു. സ്ത്രീവിമോചനത്തിനും സ്വാതന്ത്ര്യത്തിനുംവേണ്ടി അദ്ദേഹം എഴുതുകയും പ്രസംഗിക്കുകയും ചെയ്തു. അങ്ങനെയാണ് വിവേകാനന്ദൻ ശൂദ്രരുടെ ഉയിർത്തെഴുന്നേൽപ്പിനെപ്പറ്റി പറഞ്ഞത്. വേദാന്തചിന്തയിൽനിന്നും അദ്ദേഹം സോഷ്യലിസ്റ്റ് ചിന്തയിലേക്ക് പുരോഗമിക്കുകയായിരുന്നു. ഇതിനെക്കുറിച്ച് പ്രശസ്ത മാർക്സിസ്റ്റ് ചിന്തകനും ചരിത്രകാരനുമായ ശ്രീ പി ഗോവിന്ദപ്പിള്ള ഇങ്ങനെ പറയുന്നു:

പത്തൊമ്പതാം ശതകത്തിലെ നമ്മുടെ മഹാന്മാരായ നവോത്ഥാന സന്ദേശവാഹകരുടെയും ജ്ഞാനസൂരികളുടെയും ഇടയിൽ സ്വാമി വിവേകാനന്ദൻ (1863–1902) അന്യൂനമായ പ്രകാശഗോപുരം തന്നെയാണ്. അദ്ദേഹത്തിന്റെ വിപുലമായ പാണ്ഡിത്യവും സുഭദ്രമായ സംവേദനവൈഭവവും പ്രോജ്ജ്വല ദേശസ്നേഹവും ഉന്മിഷത്തായ വിപ്ലവാഭിമുഖ്യവും അദ്ദേഹത്തെ ആധുനിക ഇന്ത്യയുടെ സ്രഷ്ടാക്കളിലൊരാളായി അടയാളപ്പെടുത്തുന്നു. ജഡവിശ്വാസങ്ങൾ, ജാത്യാന്ധത, കോളനിവൽക്കരണം, ആലസ്യം എന്നിവയ്ക്കെതിരായ തീവ്രസമരം വിഖ്യാതവും വിവരണാതീതവുമാണ്. നിസ്വവർഗങ്ങളോടും അടിച്ചമർത്തപ്പെട്ടവരോടുമുള്ള അദ്ദേഹത്തിന്റെ ആഴമാർന്ന സഹാനുഭൂതി ഉദാരജനാധിപത്യത്തിന്റെ അതിർവരമ്പുകൾക്കപ്പുറത്തേക്ക് വീക്ഷിക്കുവാൻ അദ്ദേഹത്തിന് പ്രചോദകമായി. പാശ്ചാത്യലോകത്ത് കഴിയവേ, എണ്ണമറ്റ തന്റെ സഹദേശസ്നേഹികളിൽനിന്നും വ്യതിരിക്തമായി വിഭിന്ന സോഷ്യലിസ്റ്റുകൾ, സിൻഡിക്കലിസ്റ്റുകൾ എന്നിവരുമായി ബന്ധം സ്ഥാപിക്കാൻ അദ്ദേഹം തയാറായി. അവരിൽ അരാജകവാദപ്രഭുവായിരുന്ന ക്രോപോട്കിൻ രാജകുമാരൻ വളരെ പ്രശസ്തനാണ്.

ആധുനിക ആസ്പദങ്ങളനുസരിച്ച് അദ്ദേഹത്തിന്റെ സോഷ്യലിസ്റ്റു ധാരണകൾ പ്രാഥമികമായിരുന്നെങ്കിലും ആ ദൃഢവിശ്വാസം നിരുപമമായിരുന്നു. 1896 നുമുമ്പ് അദ്ദേഹം നടത്തിയ പ്രഖ്യാപനം വിശ്രുതമായിരുന്നു:

ഞാനൊരു സോഷ്യലിസ്റ്റാണ്. അതൊരു സമ്പൂർണവ്യവസ്ഥയായതുകൊണ്ടല്ല ഞാനതിനെ പരിഗണിക്കുന്നത്. പ്രത്യുത, തീരെ അപ്പമില്ലാത്തതിനേക്കാൾ നല്ലത് ഒരു കഷണം അപ്പമാണ്. മറ്റു വ്യവസ്ഥകളെല്ലാം പരീക്ഷിക്കപ്പെട്ടതും കുറവുകളുള്ളതുമാണെന്ന് കണ്ടതുമാണ്.

ഈ അനന്യസാധാരണമായ പ്രഖ്യാപനം സമീപകാലത്ത് ചിലരെ സ്പഷ്ടമായും അസ്വസ്ഥരാക്കിയിട്ടുണ്ട്. എന്നാൽ വിവേകാനന്ദന്റെ ആശയങ്ങളുമായി പരിചയമുള്ളവർക്ക് വ്യക്തതയുള്ള ഒന്നുണ്ട്: വിവേകാനന്ദന്റെ ആത്മീയപരിഗണനകളെപ്പോലെതന്നെ അദ്ദേഹത്തിന്റെ അഗ്രഗാമിയായ പരിഗണനയായിരുന്നു ജനങ്ങൾ അനുഭവിക്കുന്ന മർദനങ്ങളും ദാരിദ്ര്യവും.

വിവേകാനന്ദന്റെ ഈദൃശപ്രഖ്യാപനങ്ങളൊന്നും തന്നെ പെട്ടെന്നുള്ള ആവേശത്തിൽ നിന്നുമുണ്ടായതായിരുന്നില്ല. മാനവ സമൂഹത്തിന്റെ പരിവർത്തന സിദ്ധാന്തവുമായി ബന്ധപ്പെട്ട് അദ്ദേഹത്തിനു സവിശേഷമായ ഒരു സങ്കൽപ്പമുണ്ടായിരുന്നു. ചില ഇന്ത്യൻ സംജ്ഞകളും ആശയങ്ങളും ഉപയോഗപ്പെടുത്തിക്കൊ

ണ്ടുള്ളതായിരുന്നു ഇത്. ഭാവിലോകഭാഗധേയം, വർത്തമാനസമൂഹത്തിലെ ഏറ്റവും ദരിദ്രരായ ജനവിഭാഗങ്ങളിൽ നിക്ഷിപ്തമായിരിക്കുന്നുവെന്ന് സ്പഷ്ടമാക്കാൻവേണ്ട സങ്കൽപ്പങ്ങളായിരുന്നു അവ. ആ ദരിദ്രജനവിഭാഗം, വിവേകാനന്ദന്റെ അഭിദർശനമനുസരിച്ച് ശൂദ്രരായിരുന്നു. ഈ ആശയം അദ്ദേഹം ഇങ്ങനെ വിശദമാക്കുന്നു:

> ശൂദ്രവർഗത്തിന്റെ ഉയിർത്തെഴുന്നേൽപ്പിന്റെ ഒരു കാലഘട്ടം വരികതന്നെ ചെയ്യും. ഒപ്പം അവരുടെ ശൂദ്രത്വവും അതായത്, ഇന്നു കാണുന്നപോലെ വൈശ്യ–ക്ഷത്രിയ വർഗങ്ങളുടെ സവിശേഷഗുണങ്ങൾ സമാർജിച്ചുകൊണ്ട് പ്രബലരാവുന്ന ശൂദ്രത്വമല്ല, മറിച്ച്, സർവലോകത്തുമുള്ള ശൂദ്രന്മാരുടെ സഹജപ്രകൃതവും അനുശീലനങ്ങളും സമാഹരിച്ചുകൊണ്ടുള്ള ശൂദ്രത്വം എല്ലാസമൂഹത്തിലും അന്തിമമായ ആധിപത്യം സ്ഥാപിക്കുന്നതായിരിക്കും. ഈ നവ്യചൈതന്യത്തിന്റെ പ്രഭാതോദയം പ്രസരിപ്പിച്ച ആദ്യാങ്കുരങ്ങൾ പാശ്ചാത്യലോകത്തിനുമേൽ സാവകാശം ആഘാതമേൽപ്പിക്കാൻ തുടങ്ങിയിരിക്കുന്നു. ഈ നവപ്രതിഭാസത്തിന്റെ അന്തിമപ്രശ്നത്തെക്കുറിച്ചുള്ള ചിന്തകൾ ചിന്തിക്കുന്ന മനുഷ്യരെ ആശങ്കാകുലരാക്കുന്നു. സോഷ്യലിസം, അരാജകവാദം, നിഹിലിസം തുടങ്ങിയ വിഭാഗങ്ങളിലെ ആളുകൾ വരാനിരിക്കുന്ന സോഷ്യലിസ്റ്റു വിപ്ലവത്തിന്റെ മുന്നണിപ്പോരാളികളായിരിക്കും.
>
> വിവേകാനന്ദന് സോഷ്യലിസ്റ്റ് ആദർശങ്ങളോടുള്ള അഭിനിവേശം കേവലം ക്ഷണികാവേശമായിരുന്നുവെന്ന് തെളിയിക്കാൻ ശ്രമിക്കുന്നവരുടെ വാദഗതികളെ നിഷേധിക്കുന്ന നിരവധി പരാമർശങ്ങളുണ്ട്. വിവേകാനന്ദസ്വാമികളുടെ കൃതികൾ മുൻനിശ്ചയമില്ലാതെ സസൂക്ഷ്മം വായിക്കുമ്പോൾ സ്പഷ്ടമാവുന്നത്, അദ്ദേഹത്തിന്റെ സോഷ്യലിസ്റ്റ് അജണ്ട കൂടുതൽ സമ്പൂർണമായ തലത്തിലേക്ക് വികസിക്കുകയായിരുന്നുവെന്നാണ്. (*സംസ്കാരവും നവോത്ഥാനവും*–പി ഗോവിന്ദപ്പിള്ള–ചിന്താപബ്ലിഷേഴ്സ്)

പി ഗോവിന്ദപ്പിള്ളയുടെ നിരീക്ഷണത്തിൽ രണ്ടുസുപ്രധാന ഘടകങ്ങളുണ്ട്. ഒന്ന് വിവേകാനന്ദൻ തന്റെ ദർശനങ്ങൾ വികസിപ്പിക്കുന്നത് സാധാരണ ജനങ്ങളെക്കുറിച്ചുള്ള സങ്കൽപ്പത്തിൽനിന്നാണ്. സാധാരണ ജനങ്ങൾ എന്നു പൊതുവിൽ പറയുന്നുണ്ടെങ്കിലും സാധാരണക്കാരിൽ സാധാരണക്കാരായ ജനങ്ങളോടായിരുന്നു വിവേകാനന്ദന് കൂടുതൽ സഹാനുഭൂതി ഉണ്ടായിരുന്നത്. അതായത് പാവപ്പെട്ടവരോടും അടിച്ചമർത്തപ്പെട്ടവരോടും. രണ്ടാമത് ഈ ദരിദ്രജനവിഭാഗങ്ങളോടുള്ള സഹാനുഭൂതിയാണ് അദ്ദേഹത്തെ സോഷ്യലിസ്റ്റ് രാഷ്ട്രീയത്തോടടുപ്പിച്ചത്.

ഈ സോഷ്യലിസ്റ്റ് രാഷ്ട്രീയം സാധ്യമാവുന്നതാകട്ടെ ഒരു സോഷ്യലിസ്റ്റ് വിപ്ലവത്തിലൂടെയായിരിക്കും. ആയിരത്തിതൊള്ളായിരത്തി രണ്ടിൽ മുപ്പത്തൊമ്പതാമത്തെ വയസിൽ അദ്ദേഹം അകാല ചരമം പ്രാപിച്ചില്ലായിരുന്നുവെങ്കിൽ അദ്ദേഹത്തിന്റെ സോഷ്യലിസ്ററ് വിപ്ലവസങ്കൽപ്പം കൂടുതൽ വികസിക്കുമായിരുന്നുവെന്ന പി ജി യുടെ അഭിപ്രായം വളരെ ശ്രദ്ധേയമാണ്. വിവേകാനന്ദന്റെ രാഷ്ട്രീയസങ്കൽപ്പത്തെക്കുറിച്ച് പി ജിയിൽ നിലനിൽക്കുന്ന ഈ അഭിപ്രായത്തോട് സാമ്യമുള്ള അഭിപ്രായം തന്നെയാണ് ഇ എം എസിനും, കെ ദാമോദരനും ഉണ്ടായിരുന്നത്.

ഭാരതീയചിന്ത എന്ന തന്റെ പ്രശസ്ത ഗ്രന്ഥത്തിൽ കെ ദാമോദരൻ എഴുതുന്നു:

> പത്തൊമ്പതാം നൂറ്റാണ്ടിന്റെ അവസാനത്തിൽ മുതലാളിത്തത്തിന്റെ യഥാർഥഫലങ്ങൾ–അതിന്റെ നേട്ടങ്ങൾ മാത്രമല്ല, നിഷേധാത്മകവശങ്ങളും–പ്രകടമാവാൻ തുടങ്ങിയിരുന്നു. അവ സ്വാമി വിവേകാനന്ദന്റെ മനസിനെയും സ്വാധീനിച്ചു. 1893–ൽ അദ്ദേഹം ഇന്ത്യയുടെ പ്രതിനിധിയായി ലോകമതസമ്മേളനത്തിൽ പങ്കെടുക്കാൻ വേണ്ടി അമേരിക്ക സന്ദർശിച്ചു. അമേരിക്കയുടെ ആധുനികതയും ശാസ്ത്രീയബോധവും ചലനാത്മകതയും അദ്ദേഹത്തെ ആകർഷിച്ചു. അമേരിക്കയെ അദ്ദേഹം "സ്വാതന്ത്ര്യത്തിന്റെ ജനനസ്ഥലം" എന്നു വാഴ്ത്തി. അമേരിക്കയുടെ ഭൗതികസംസ്കാരവും ഇന്ത്യയുടെ ആത്മീയസംസ്കാരവും തമ്മിൽ കൂട്ടിയോജിപ്പിക്കണമെന്ന് അദ്ദേഹം പ്രഖ്യാപിച്ചു. എന്നാൽ, തന്റെ രണ്ടാമത്തെ സന്ദർശനമാവുമ്പോഴേക്കും അമേരിക്ക അപ്പാടെ മാറിക്കഴിഞ്ഞിരുന്നു. സമ്പത്തിന്റെയും അധികാരത്തിന്റെയും ധാർഷ്ട്യം മൂർച്ഛിക്കാൻ തുടങ്ങിയിരുന്നു. ഈ മാറ്റം വിവേകാനന്ദനെ ക്ഷോഭിപ്പിച്ചു. ഭൗതികപുരോഗതിയെ അഭിനന്ദിച്ചുകൊണ്ടുതന്നെ അവിടെ നിലനിന്ന "മകുടം വച്ച അജ്ഞത" ക്കെതിരായി അദ്ദേഹം തട്ടിക്കയറി. രാഷ്ട്രീയാടിമത്തത്തിൽ കഴിയുന്ന ജനതകൾക്ക് അമേരിക്കയുടെ സഹായത്തോടെ മോചനംനേടാൻ കഴിയുമെന്ന തന്റെ ആദ്യത്തെ പ്രതീക്ഷ വെറും വ്യാമോഹമായിരുന്നുവെന്ന് അദ്ദേഹം പരസ്യമായി പ്രഖ്യാപിച്ചു.
>
> സാമ്രാജ്യത്വരാഷ്ട്രങ്ങളുടെ സ്വാർഥതയും ദുരാഗ്രഹങ്ങളും വിവേകാനന്ദനെ അത്യന്തം വേദനിപ്പിച്ചു. യുദ്ധത്തിന്റെ പുക പരക്കാൻ തുടങ്ങിയിരിക്കുന്നു എന്നും യൂറോപ്പ് ഒരു പോർക്കളമായി മാറാൻ പോകുകയാണെന്നും അദ്ദേഹം മുന്നറിയിപ്പുനൽകി. യൂറോപ്പിൽ പടർന്നുകഴിഞ്ഞ മുതലാളിത്തത്തിന്റെ ഉച്ഛൃംഖലമായ നിഷ്ഠൂരതകൾ അദ്ദേഹത്തിന്റെ മനം മടുപ്പിച്ചു. പുതുതായി രൂപംകൊള്ളാൻ തുടങ്ങിയ വിപ്ലവകരങ്ങളായ ആശയങ്ങളിലേക്ക് അദ്ദേഹം

ചുഴിഞ്ഞുനോക്കി. യൂറോപ്യൻ പര്യടനത്തിനിടയിൽ അദ്ദേഹം റഷ്യൻ അരാജകവാദിയായ പ്രിൻസ് ക്രോപോട്കിനെ സന്ദർശിച്ച് ചർച്ചനടത്തുകയുണ്ടായി. സോഷ്യലിസ്റ്റ് ആശയങ്ങളെക്കുറിച്ച് അദ്ദേഹത്തിന് വലിയ മതിപ്പ്തോന്നി. ഒരു യഥാർഥ വേദാന്തിക്ക് സോഷ്യലിസ്ററ് ആശയങ്ങൾ സ്വീകരിക്കാൻ കഴിയുമെന്ന് അദ്ദേഹം വ്യക്തമാക്കി.

പി ഗോവിന്ദപ്പിള്ളയെപ്പോലെതന്നെ ശ്രീ കെ ദാമോദരനും വിവേകാനന്ദന്റെ സോഷ്യലിസ്റ്റ് ആഭിമുഖ്യത്തെ ഉയർത്തിക്കാണിക്കുന്നു. സാധാരണജനങ്ങളിലുള്ള വിവേകാനന്ദന്റെ വിശ്വാസവും അവരോടുള്ള ആഭിമുഖ്യവുമാണ് അദ്ദേഹത്തെ സോഷ്യലിസത്തോടടുപ്പിച്ചത്. ഇന്ത്യ സോഷ്യലിസത്തിലേക്ക് വികസിക്കണമെന്നും അതിനുവേണ്ടി ഇന്ത്യക്കാർ മുഴുവൻ പ്രവർത്തിക്കണമെന്നും അദ്ദേഹം ആഗ്രഹിച്ചു. റഷ്യൻ വിപ്ലവം നടക്കുന്നതിന് ഇരുപത് വർഷങ്ങൾക്കുമുൻപാണ് വിവേകാനന്ദൻ ഇങ്ങനെ അഭിപ്രായപ്പെട്ടത് എന്നത് പ്രത്യേകം സ്മരണീയമാണ്.

എന്നാൽ സോഷ്യലിസത്തോട് ആഭിമുഖ്യം പുലർത്തിയ സ്വാമിവിവേകാനന്ദനെ ഒരു യാഥാസ്ഥിതിക ഹിന്ദു സന്യാസിയാക്കി ചുരുക്കാനാണ് ഇന്ന് ചിലർ ശ്രമിക്കുന്നത്. അവരുടെ കാഴ്ചപ്പാടിൽ സ്വാമിവിവേകാനന്ദൻ ഹിന്ദുമതത്തിനുവേണ്ടി മാത്രം നിലകൊണ്ട വ്യക്തിയാണെന്നാണ്. വിവേകാനന്ദന്റെ സോഷ്യലിസത്തോടുള്ള ആഭിമുഖ്യത്തെ അംഗീകരിക്കാൻ ഇവർ തയാറല്ല. കാരണം അവരെ സംബന്ധിച്ചിടത്തോളം പാരമ്പര്യത്തിലെ എല്ലാ ഘടകങ്ങളും അഭികാമ്യമാണ്. സതി സമ്പ്രദായമായിരുന്നാലും മറ്റുഹീനമായ ആചാരങ്ങളായിരുന്നാലും അതൊന്നും തന്നെ എതിർക്കപ്പെടാൻ പാടില്ലാത്തതാണ്. എല്ലാമതങ്ങളും തുല്യമാണെന്നും സത്യമാണെന്നുമുള്ള വിശാലമായ സങ്കൽപ്പം വിവേകാന്ദനുണ്ടായിരുന്നു. എന്നാൽ ഹിന്ദുമതത്തിന്റെ പേരിൽ അഭിമാനംകൊള്ളുന്ന പലർക്കും ഈ സങ്കൽപ്പമില്ല. അവരുടെ സങ്കൽപ്പം സങ്കുചിതമാണ്. ലോകത്തിലുള്ള മറ്റുമതങ്ങളെക്കാൾ ഉൽക്കൃഷ്ടമാണ് ഹിന്ദുമതം എന്നാണ് അവർ കരുതുന്നത്. ഇതാണ്സങ്കുചിത ചിന്ത. ഈരീതിയിൽ താന്താങ്ങളുടെ മതം ഉൽക്കൃഷ്ടമാണെന്നും മറ്റുള്ളവയെല്ലാം മോശമാണെന്നും ഓരോമതങ്ങളും കരുതുമ്പോഴാണ് വർഗീയതയും മതസംഘർഷങ്ങളുമുണ്ടാകുന്നത്. വിവേകാനന്ദൻ വർഗീയതയ്ക്കെതിരായിരുന്നു. അത് അദ്ദേഹത്തെസംബന്ധിച്ചിടത്തോളം ഒരു വൻ ശാപമാണ്. അഗാധമായ മനുഷ്യസ്നേഹത്തിന്റെയും കാരുണ്യത്തിന്റെയും ആൾരൂപമായിരുന്നു വിവേകാനന്ദൻ. ശ്രീനാരായണ ഗുരുവിനെപ്പോലെതന്നെ വിവേകാനന്ദനും ജാതിവ്യവസ്ഥയ്ക്കും അയിത്തത്തിനുമെതിരായിരുന്നു. ഇതെല്ലാംതന്നെ മനുഷ്യസമൂഹത്തിന്റെ ശാപമാണെന്ന് അദ്ദേഹം കരുതി. ഇതാണ് പലപ്പോഴും വിവേകാനന്ദനെ പരമ്പരാഗത ഹിന്ദുമതത്തിന്റെ

വിമർശകനാകാൻ പ്രേരിപ്പിച്ചത്. വിവേകാനന്ദനെ സംബന്ധിച്ചിടത്തോളം ഭാരതീയപാരമ്പര്യത്തിലെ ഏറ്റവും ഹീനമായ വശമാണ് ജാതിവ്യവസ്ഥയെന്ന് അദ്ദേഹം ഉറച്ചുവിശ്വസിച്ചു. ഒരിക്കൽ വിവേകാനന്ദൻ ഇങ്ങനെ എഴുതി:

> *ഭാരതം* തുടങ്ങിയ പുരാണങ്ങളിൽ പറഞ്ഞിട്ടുള്ള ഗുണഗതജാതിയെപ്പറ്റി ആചാര്യൻ (ശങ്കരൻ) വല്ല സമാധാനവും നൽകിയിട്ടുണ്ടോ? ഉണ്ടെങ്കിൽ ഏത് ഗ്രന്ഥത്തിൽ? ഈ നാട്ടിലെ പ്രാചീന മതപ്രകാരം, ജാതി വംശഗതമാണെന്നതിൽ എനിക്ക് സംശയമില്ല. സ്പാർട്ടക്കാർ ഹെലട് (അടിമ) വർഗത്തോടും അമേരിക്കക്കാർ കാഫ്രിജാതിക്കാരോടും പെരുമാറുന്നതിനെക്കാളും ക്രൂരമായി ഇടയ്ക്കിടയ്ക്ക് ശൂദ്രർ ഉപദ്രവിക്കപ്പെട്ടു എന്നതിലും എനിക്ക് സംശയമില്ല. ജാതി മുതലായവയെ സംബന്ധിച്ച് എനിക്ക് ഒരു പക്ഷപാതിത്വവുമില്ല. കാരണം അത് സാമുദായിക നിയമമാണെന്നും ഗുണത്തിൽനിന്നും കർമത്തിൽനിന്നും ഉണ്ടായിട്ടുള്ളതാണെന്നും എനിക്കറിയാം. നൈഷ്കർമ്യവും നിർഗുണത്വവും പ്രാപിക്കാൻ ആഗ്രഹിക്കുന്നവന് ജാതി തുടങ്ങിയ ഭാവം ഓർക്കുന്നതുപോലും പാടേ ഹാനികരമാണ്. *വിവേകാനന്ദ സാഹിത്യ സർവസ്വം*, അഞ്ചാം വോള്യം (പേജ് 9–10)

സ്വാമിവിവേകാനന്ദൻ ഒരദ്വൈതിയായിരുന്നെങ്കിലും അദ്ദേഹത്തിന്റെ അദ്വൈതം നവഅദ്വൈതമായിരുന്നുവെന്ന് പറഞ്ഞുവല്ലോ. ശങ്കരൻ ഭൗതികലോകത്തെ അപ്രധാനമായിട്ടാണ് കണ്ടത്. എന്നാൽ വിവേകാനന്ദൻ ഭൗതികജീവിതത്തെ പ്രധാനമായി പരിഗണിക്കുന്നു. അദ്ദേഹത്തിന് ഭൗതികലോകത്തെ ഉൾക്കൊള്ളാനുള്ള ഉത്സാഹമുണ്ടായിരുന്നു. അദ്ദേഹം ചലനാത്മകമായ ജീവിതത്തെയാണ് ഇഷ്ടപ്പെട്ടത്. "ചലനം ജീവിതത്തിന്റെ സംഗീതമാണ്" എന്നദ്ദേഹം പറഞ്ഞു. ശങ്കരന്റെ തത്വചിന്തയിൽ ചലനമില്ല. ചലനമുണ്ട് എന്നത് ഒരു തോന്നലാണ്. അത് മിഥ്യയാണ്. എന്നാൽ വിവേകാനന്ദനെ സംബന്ധിച്ചിടത്തോളം ഈ പ്രപഞ്ചംതന്നെ നിരന്തരം മാറിക്കൊണ്ടിരിക്കുന്നു. അതുകൊണ്ടുതന്നെ എല്ലാത്തരം ആശയങ്ങളെയും ചിന്താരീതികളെയും ഉൾക്കൊള്ളാനുള്ള കഴിവ് അദ്ദേഹം നേടിയിരുന്നു. ശങ്കരനാവട്ടെ അദ്വൈതചിന്തയുടെ ഏകവിതാനലോകത്തിൽ ഒതുങ്ങിക്കഴിയുകയായിരുന്നു. വിവേകാനന്ദൻ ഈശ്വരവിശ്വാസികളെയും നിരീശ്വരവാദികളെയും ബഹുദൈവവിശ്വാസികളെയും ഏകദൈവവിശ്വാസികളെയും വിശ്വദേവതാ വിശ്വാസത്തെയും മറ്റെല്ലാ വിശ്വാസരീതികളെയും സഹിഷ്ണുതയോടെ വീക്ഷിച്ചു. അദ്ദേഹം നിരീശ്വരവാദികളുമായും യുക്തിവാദികളുമായും ആശയസംവാദത്തിലേർപ്പെട്ടു. അതുപോലെതന്നെ ശാസ്ത്രത്തിന്റെ നേട്ടങ്ങളെ അദ്ദേഹം അംഗീകരി

ച്ചു. ശങ്കരാചാര്യരെ സംബന്ധിച്ചിടത്തോളം ബ്രഹ്മമാത്രമാണ് സത്യം. ആ സത്യം മനുഷ്യനിൽനിന്നും വേറിട്ടുനിൽക്കുന്നു. അതുമനുഷ്യന് അതീതമാണ്. എന്നാൽ ജ്ഞാനത്തിലൂടെ മനുഷ്യന് ബ്രഹ്മത്തെ അറിയാൻ കഴിയും. വിവേകാനന്ദനാകട്ടെ മനുഷ്യനിൽത്തന്നെയുള്ള ശക്തി ചൈതന്യമായിട്ടാണ് ദൈവത്തെകണ്ടത്. മനുഷ്യന് പുറത്ത് ഒരു ഈശ്വരനുണ്ടെന്ന് അദ്ദേഹം ഒരിടത്തും പറഞ്ഞിട്ടില്ല. വിവേകാനന്ദൻ പലപ്പോഴും യുക്തിവാദികളെ അംഗീകരിച്ചുകൊണ്ട് സംസാരിച്ചിട്ടുണ്ട്.

ശങ്കരാചാര്യർ ബുദ്ധനെ നിഷേധിച്ചപ്പോൾ വിവേകാനന്ദൻ ബുദ്ധനെ ആരാധിച്ചു. വിവേകാനന്ദന്റെ ദൈവസങ്കൽപ്പം വളരെവ്യത്യസ്തമായിരുന്നു. മനുഷ്യനെയാണ് വിവേകാനന്ദൻ കേന്ദ്രീകരിച്ചത്. മനുഷ്യനിൽ ദൈവത്തെകണ്ടെത്താനാണ് അദ്ദേഹം ജനങ്ങളോടാഹ്വാനം ചെയ്തത്. മനുഷ്യനുമുകളിൽ നിൽക്കുന്ന സ്രഷ്ടാവായ ദൈവത്തെ അദ്ദേഹം അംഗീകരിക്കുന്നില്ല. അദ്ദേഹത്തിന്റെ കാഴ്ചപ്പാടിൽ പ്രപഞ്ചം സൃഷ്ടിക്കപ്പെട്ടതല്ല. അത് സ്വയംഭൂവാണ്. അതുകൊണ്ട് ദൈവമെന്നൊരു സ്രഷ്ടാവില്ല. സൃഷ്ടി എന്നുവിളിക്കപ്പെടുന്ന പ്രപഞ്ചവും സ്രഷ്ടാവ് എന്ന് വിളിക്കപ്പെടുന്ന പ്രപഞ്ചവും വിവേകാനന്ദ സങ്കൽപ്പത്തിലില്ല. സ്രഷ്ടാവായ ഈശ്വരൻ എന്ന സങ്കൽപ്പത്തെ വിമർശിച്ചുകൊണ്ട് വിവേകാനന്ദൻ ഇങ്ങനെ എഴുതി: “വ്യക്തിയുടെ രൂപത്തിലുള്ള ഒരു ദൈവമാണ് ലോകം സൃഷ്ടിച്ചതെന്ന ആശയം തെളിയിക്കാൻ സാധ്യമല്ലെന്ന് നാം ആദ്യം തന്നെ കണ്ടുകഴിഞ്ഞു. ഇക്കാലത്ത് ഏതെങ്കിലും ഒരു കുട്ടിക്ക് ഇത് വിശ്വസിക്കാൻ കഴിയുമോ? ഒരു കുംഭകാരൻ കുടം സൃഷ്ടിക്കുന്നതുപോലെ ഒരു ദൈവം ലോകത്ത് സൃഷ്ടിക്കുന്നു. ഇങ്ങനെയാണെങ്കിൽ നിങ്ങളുടെ കുംഭകാരനും ദൈവമാണ്.” (തിരഞ്ഞെടുത്ത കൃതികൾ) വിവേകാനന്ദന്റെ കാഴ്ചപ്പാടിൽ പ്രപഞ്ചം തന്നെയാണ് ദൈവം. എന്നാൽ ഇതുതന്നെയല്ലെ ശങ്കരാചാര്യരുടെ ദർശനവും എന്ന സംശയം വായനക്കാർക്കുണ്ടാവാം. ശങ്കരന്റെ ദർശനമനുസരിച്ച് ബ്രഹ്മം എന്നത് ആത്യന്തികസത്യമാണ്. അതായത് പാരമാർഥിക സത്യം. (Absolute truth) എന്നുവെച്ചാൽ ഈ ഭൗതിക പ്രപഞ്ചം സത്യമല്ല. ബ്രഹ്മജ്ഞാനത്തിന്റെ അഭാവത്തിൽ ഭൗതികലോകം യഥാർഥമാണെന്ന് നമുക്ക് തോന്നുന്നതാണ്. എന്നാൽ വിവേകാനന്ദന്റെ കാഴ്ചപ്പാടിൽ ഭൗതികപ്രപഞ്ചം തന്നെയാണ് ബ്രഹ്മം അഥവാ ദൈവം. അതായത് ശങ്കരാചാര്യർ മിഥ്യയെന്ന് വിലയിരുത്തിയ ഭൗതികപ്രപഞ്ചം വിവേകാനന്ദന്റെ അഭിപ്രായത്തിൽ ദൈവമാണ്. മാത്രമല്ല ഭൗതികലോകത്തിനപ്പുറത്തുള്ള ശങ്കരാചാര്യരുടെ ബ്രഹ്മം വിവേകാനന്ദന്റെ കാഴ്ചപ്പാടിൽ മിഥ്യയാണ്. മുഴുവൻ പ്രപഞ്ചത്തിന്റെയും ആകത്തുകയാണ് ദൈവം എന്നദ്ദേഹം പറഞ്ഞു. ഈ പ്രപഞ്ചത്തിനതീതമായ ഒരു ബ്രഹ്മത്തെയാണ് ശങ്കരാചാര്യർ കണ്ടതെങ്കിൽ ഈ പ്രപഞ്ചത്തെതന്നെയാണ് വിവേകാനന്ദൻ ബ്രഹ്മമായി കണ്ടത്. ഇങ്ങനെ ചിന്തി

ക്കുമ്പോൾ വിവേകാനന്ദൻ ഒരു ബ്രഹ്മവിശ്വാസിയായിരുന്നെങ്കിലും ആ ബ്രഹ്മവിശ്വാസം ശങ്കരാചാര്യരുടേതിൽനിന്നും വ്യത്യസ്തമായിരുന്നുവെന്ന് മനസിലാക്കാം. ബുദ്ധനെപ്പോലെതന്നെ ഈ ബ്രഹ്മത്തിന്റെ കാര്യത്തിൽ വിവേകാനന്ദന് വിശേഷിച്ച് ഒരു താൽപ്പര്യവുമില്ലായിരുന്നുവെന്ന് മനസിലാക്കാം. അദ്ദേഹം എഴുതുന്നു:

> സ്വർഗമോ നരകമോ ഉണ്ടെങ്കിലെന്ത് ഇല്ലെങ്കിലെന്ത് ആർക്കാണതിൽ താൽപ്പര്യം? ആത്മാവുണ്ടെങ്കിലെന്ത് ഇല്ലെങ്കിലെന്ത്? മാറ്റമില്ലാത്ത എന്തെങ്കിലുമൊന്നുണ്ടോ എന്നതിൽ ആർക്കാണ് താൽപ്പര്യം? ഇവിടെ ഇതാ ലോകം ദുരിതമയമായ ലോകം. ബുദ്ധൻ ചെയ്തതുപോലെ ലോകത്തിലേക്ക് ഇറങ്ങിചെല്ലുക, ദുരിതങ്ങൾകുറയ്ക്കാൻ പാടുപെടൂ അല്ലെങ്കിൽ ആ പരിശ്രമത്തിൽ മരണം വരിക്കൂ. നിങ്ങൾ നിങ്ങളെത്തന്നെ മറക്കുക– ഇതാണ് ആദ്യമായി പഠിക്കേണ്ട പാഠം. നിങ്ങൾ ദൈവവിശ്വാസിയായാലും ശരി, നിരീശ്വരവാദിയായാലും ശരി, അജ്ഞേയവാദിയായാലും ശരി, വേദാന്തിയായാലും ശരി, ക്രിസ്ത്യനോ, മുസൽമാനോ ആരായാലും ശരി, എല്ലാവർക്കും പ്രസക്തമായ ഒരു പാഠം സങ്കുചിതമായ ആത്മബോധം നശിപ്പിച്ച് യഥാർഥമായ ആത്മബോധം കെട്ടിപ്പടുക്കുക എന്നതാണ്.
>
> (*സ്വാമി വിവേകാനന്ദൻ;* പ്രായോഗിക വേദാന്തം)

ശങ്കരാചാര്യരുടെ അദ്വൈതചിന്തയും വിവേകാനന്ദന്റെ അദ്വൈതചിന്തയും തമ്മിലുള്ള വ്യത്യാസം ചെറുതല്ല. ഇത് രണ്ടുവ്യവസ്ഥകൾ തമ്മിലുള്ള വ്യത്യാസമാണ്. വർണാശ്രമവ്യവസ്ഥ നിലനിന്ന കാലത്ത് അതിനെ അംഗീകരിച്ചുകൊണ്ടാണ് ശങ്കരൻ തന്റെ അദ്വൈതത്തെ വികസിപ്പിച്ചത്. അന്ന് ശാസ്ത്രചിന്ത വളർന്നിട്ടുണ്ടായിരുന്നില്ല. ശങ്കരന്റെ കാലഘട്ടം കഴിഞ്ഞ് (ആയിരം വർഷത്തിനുശേഷം) ആണ് വിവേകാനന്ദൻ ജീവിച്ചത്. അദ്ദേഹത്തിന്റെ കാലഘട്ടം വർണാശ്രമധർമങ്ങൾക്കും ജാതിവ്യവസ്ഥയ്ക്കും എതിരായി നവോത്ഥാന ആശയങ്ങൾ ഉയർന്ന കാലഘട്ടമായിരുന്നു. ജന്മിനാടുവാഴി വ്യവസ്ഥ തകർന്നുവരുന്ന കാലഘട്ടമായിരുന്നു. മുതലാളിത്തത്തിന്റെ കാലഘട്ടമായിരുന്നു അത്. ഇങ്ങനെയുള്ള ഒരു കാലഘട്ടത്തിൽ ഇതിന്റെയെല്ലാം സ്വാധീനം വിവേകാനന്ദനിൽ സജീവമായി പ്രവർത്തിച്ചിരുന്നു. അദ്ദേഹം സാമൂഹികമാറ്റത്തിനുവേണ്ടി നിലകൊണ്ടു. ആ സാമൂഹിക പരിവർത്തനത്തോടുള്ള ശക്തമായ ആഭിമുഖ്യമാണ് നേരത്തെപറഞ്ഞതുപോലെ അദ്ദേഹത്തെ വേദാന്തിയിൽനിന്നും സോഷ്യലിസ്റ്റാക്കി ഉയർത്തിയത്. ഇതിനർഥം അദ്ദേഹമൊരു കമ്യൂണിസ്റ്റായിരുന്നു എന്നല്ല. മാർക്സിന്റെ വർഗസമരസിദ്ധാന്തമാണ് കമ്യൂണിസം അഥവാ ശാസ്ത്രീയസോഷ്യലിസം. വർഗസമരത്തിലൂടെ സ്ഥാപിതമാവുന്ന സമത്വാധിഷ്ഠിതമായ ഒരു സാമൂഹികവ്യവസ്ഥയെ

ക്കുറിച്ചുള്ള സിദ്ധാന്തവും പ്രയോഗവുമാണ് കമ്യൂണിസം. അവിടേക്ക് വിവേകാനന്ദൻ വളർന്നിരുന്നില്ല. ഒരുപക്ഷേ, മുപ്പത്തൊമ്പതാമത്തെ വയസിൽ അതായത് അകാലത്തിൽ അദ്ദേഹം മരിച്ചില്ലായിരുന്നു എങ്കിൽ കമ്യൂണിസത്തിലേക്ക് അദ്ദേഹം വളരുമായിരുന്നുവെന്ന് നമുക്ക് അനുമാനിക്കാവുന്നതാണ്. അദ്ദേഹം ഒരു കമ്യൂണിസ്റ്റായിരുന്നില്ലെങ്കിൽപോലും അദ്ദേഹത്തിന്റെ മാനുഷികമായ ആഭിമുഖ്യത്തിനുള്ള പ്രസക്തി ഇല്ലാതാവുന്നില്ല. മുതലാളിത്ത രാഷ്ട്രങ്ങളുടെ കഴുത്തറുപ്പൻ നടപടികളോടും ചൂഷണത്തോടും അദ്ദേഹത്തിന് കടുത്ത എതിർപ്പുണ്ടായിരുന്നു. അദ്ദേഹം ചൂഷണത്തെയും മർദനത്തെയും എതിർത്തു. ഇത്തരം യാഥാർഥ്യങ്ങളെല്ലാം മറന്നുകൊണ്ട് വിവേകാനന്ദനെ ഒരദ്വൈതിയായി ചുരുക്കാനുള്ള ശ്രമം പലരും നടത്തുന്നുണ്ട്. വിവേകാനന്ദൻ എന്തിനെയെല്ലാം എതിർത്തുവോ അതിന്റെയെല്ലാം വക്താവാക്കാൻ ശ്രമിക്കുകയാണവർ. എന്നാൽ അവരുടെ ശ്രമങ്ങൾ വിജയിക്കുകയില്ല. കാരണം അദ്ദേഹത്തിന്റെ ആശയങ്ങളെപ്പോലെതന്നെ അദ്ദേഹത്തിന്റെ ജീവിതവും ഒരു തുറന്ന പാഠപുസ്തകമാണ്.

8

ഇന്ത്യയിലേക്ക്

ലണ്ടനിൽനിന്നും ഇന്ത്യയിലേക്കുള്ള യാത്രയ്ക്കിടയിൽ സ്വാമിവിവേകാനന്ദൻ ഇറ്റലി സന്ദർശിച്ചു. ഇറ്റലിയിലെ മിലാനിൽ അദ്ദേഹം കുറച്ചുദിവസം ചെലവഴിച്ചു. ഇറ്റാലിയൻ നവോത്ഥാനത്തിന്റെ രാജശിൽപ്പികളിൽ ഒരാളും വിശ്വപ്രസിദ്ധ ചിത്രകാരനുമായ ലിയാനാർഡോ ഡാവിൻഞ്ചിയുടെ *ലാസ്റ്റ് സപ്പർ* എന്ന വിശ്രുത രചനകണ്ട് അദ്ദേഹം വിസ്മയം പൂണ്ടു. അതിനുശേഷം അദ്ദേഹം പിസാഗോപുരം സന്ദർശിച്ചു. അതിന്റെ ശിൽപ്പചാതുരിയും നിർമാണവൈദഗ്ധ്യവും അദ്ദേഹത്തിന് പുതിയൊരനുഭവമായിരുന്നു. കറുപ്പും വെളുപ്പും നിറമാർന്ന അതിന്റെ സമൃദ്ധമായ മാർബിൾ സൗന്ദര്യം അദ്ദേഹത്തെ വശീകരിച്ചു. അതിനുശേഷം അദ്ദേഹം ഫ്ളോറൻസിലെത്തി. പ്രകൃതിസൗന്ദര്യംമുറ്റിനിൽക്കുന്ന ഫ്ളോറൻസ് നഗരത്തിന്റെ ഗിരിനിരകൾ വിവേകാനന്ദനെ അഗാധമായി സ്പർശിച്ചു. ഫ്ളോറൻസിൽനിന്നും അദ്ദേഹം റോമിലെത്തി. റോമാസാമ്രാജ്യത്തിന്റെ സിരാകേന്ദ്രം ജൂലിയസ് സീസറുടെയും അഗസ്റ്റസ് സീസറുടെയും നാട്. റോമിന്റെ രാഷ്ട്രീയചരിത്രത്തെക്കുറിച്ച് അവിടെവെച്ച് അദ്ദേഹം കൂടുതൽ മനസിലാക്കി. ഡൽഹിയെപ്പോലെതന്നെ ലോകത്തിന്റെ സാംസ്കാരിക കേന്ദ്രങ്ങളിൽ പ്രധാനമായ ഒരു സ്ഥാനമാണ് റോമിനുണ്ടായിരുന്നത്. അവിടെ ഉണ്ടായിരുന്ന നവോത്ഥാന സമൃദ്ധി അദ്ദേഹം നേരിട്ട് മനസിലാക്കി. ശിൽപ്പകലയുടെയും പ്രതിമാനിർമാണത്തിന്റെയും ചിത്രകലയുടെയും വിജ്ഞാനശേഖരത്തിന്റെയും മഹാകേന്ദ്രമായിരുന്നു റോം. ഒരാഴ്ചക്കാലം അദ്ദേഹം അവിടെ ചെലവഴിച്ചു.

അവിടെ ഉണ്ടായിരുന്ന സാമ്രാജ്യ അവശിഷ്ടങ്ങൾ അങ്ങേയറ്റം വിജ്ഞാനപ്രദമായിരുന്നു. സീസറുടെ കൊട്ടാരങ്ങൾ, കൊളോസിയം, ലൈബ്രറികൾ, പൊതുകുളങ്ങൾ, ആരാധനാലയങ്ങൾ ഇവയെല്ലാം അദ്ദേ

ഹത്തെ വിസ്മയിപ്പിച്ചു. അവിടുത്തെ വിജയകമാനങ്ങൾ ലോകപ്രസിദ്ധമാണല്ലോ. അവയെല്ലാം വളരെ ഉൽസാഹത്തോടെ നോക്കിക്കാണുകയും അവയുടെ ചരിത്രപശ്ചാത്തലം അദ്ദേഹം പഠിക്കുകയും ചെയ്തു. അദ്ദേഹത്തിന്റെ മനസ്സ് പ്രാചീനറോമിന്റെ വീരചരിതങ്ങളിലേക്ക് ചിറകടിച്ചു പറന്നുപോയി. അതിന്റെ രാഷ്ട്രീയചരിത്രത്തിൽനിന്ന് അദ്ദേഹം പല പാഠങ്ങളും ഉൾക്കൊണ്ടു. രക്തത്തിൽ കെട്ടിപ്പടുത്ത സിംഹാസനമായിരുന്നു റോമിന്റെ സിംഹാസനം. ആയിരക്കണക്കിന് അടിമകളുടെ നെഞ്ചിൻകൂട് തകർത്തുകൊണ്ടാണ് അവിടുത്തെ അംബരചുംബികളായ മഹാസൗധങ്ങൾ പണിതുയർത്തിയത്. അനേകായിരങ്ങളുടെ ചോരയിലും കണ്ണീരിലും വിയർപ്പിലും പടുത്തുയർത്തിയ ഒരു മഹാസാമ്രാജ്യം എങ്ങനെ തകർന്നുപോയി എന്ന ചിന്ത വിവേകാനന്ദന്റെ മനസിനെ മഥിച്ചു. അതുകൊണ്ടുതന്നെ അധികാരത്തിന്റെ ബലത്തിൽ കെട്ടിപ്പടുത്ത ഒരു സാമ്രാജ്യത്തിനും ശാശ്വതമായ നിലനിൽപ്പില്ലെന്ന് അദ്ദേഹം മനസിലാക്കി. എന്നാൽ അതേസമയംതന്നെ റോമൻ സംസ്കാരം ആധുനിക യൂറോപ്യൻ സംസ്കാരത്തിനുനൽകിയ അമൂല്യമായ സംഭാവനകളെ ഉൾക്കൊള്ളാനും അദ്ദേഹത്തിനുകഴിഞ്ഞു. ക്രിസ്തുമതത്തിന്റെ കേന്ദ്രമായിരുന്നു റോം. വത്തിക്കാനിലെ ക്രിസ്ത്യൻ പള്ളികളുടെ പ്രോജ്ജ്വലമായ കലാവൈഭവം എടുത്തുപറയേണ്ട ഒന്നാണ്. അതുപോലെതന്നെ ക്രിസ്ത്യൻമിഷനറിമാർ ലോകത്തിനുനൽകിയ സംഭാവനകളും. യേശുക്രിസ്തുവിന്റെ മഹാപരിത്യാഗവും അതിന്റെ മഹനീയമായ സ്ഫുരണങ്ങളും ലോകത്തിലെത്തുന്നത് റോമാസാമ്രാജ്യത്തിലൂടെയാണ്. എന്നാൽ ആഡംബരപൂർണമായ ദേവാലയങ്ങൾ വിവേകാനന്ദന്റെ മനസിനെ അസ്വസ്ഥനാക്കി. ലക്ഷക്കണക്കിന് ജനങ്ങൾ ദാരിദ്ര്യത്തിലൂടെ ഇഴഞ്ഞുനീങ്ങുമ്പോൾ, ഭവനരഹിതരായി ജീവിക്കുമ്പോൾ ദേവാലയങ്ങൾ ആകാശത്തോളമുയർത്തുന്നത് അസംബന്ധമാണെന്ന് അവിടെവെച്ച് അദ്ദേഹം തുറന്നടിച്ചു.

എന്നാൽ യേശുക്രിസ്തുവിന്റെ ലളിതവും സുന്ദരവും കാവ്യാത്മകവുമായ ആശയങ്ങളെ വിവേകാനന്ദൻ നെഞ്ചോടുചേർത്തുവെച്ചു. ഉണ്ണിയേശുവിന്റെ പിറവിയെ അദ്ദേഹം ശ്രീകൃഷ്ണന്റെ പിറവിയുമായി താരതമ്യം ചെയ്തു. ക്രിസ്ത്യൻ ആഘോഷങ്ങളിൽ അദ്ദേഹം ആഹ്ലാദപുരസ്സരം പങ്കുകൊണ്ടു. റോമാനഗരം വിടുമ്പോൾ വിവേകാനന്ദന് ദു:ഖമുണ്ടായിരുന്നില്ല. ഇന്ത്യയിലെത്താനുള്ള തിടുക്കമായിരുന്നു അദ്ദേഹത്തിന്. ഇതിനിടയിൽ അദ്ദേഹം നേപ്പിൾസ് സന്ദർശിച്ചു. ഇറ്റലിയുടെ ഭാഗമായിരുന്നു അത്. നേപ്പിൾസിലെ മ്യൂസിയം അദ്ദേഹം സന്ദർശിച്ചു. നേപ്പിൾസിൽനിന്നും ആയിരത്തിഎണ്ണൂറ്റി തൊണ്ണൂറ്റി ആറ് ഡിസംബർ മുപ്പതിന് അദ്ദേഹം കൊളംബോയിലേക്ക് യാത്രതിരിച്ചു. ആയിരത്തിഎണ്ണൂറ്റിതൊണ്ണൂറ്റി ഏഴ് ജനുവരി പതിനഞ്ചിന് അദ്ദേഹം കൊളംബോയിലെത്തി. കുറച്ചുകാലം അവിടെ ചെലവഴിച്ചതിനുശേഷം അദ്ദേഹം ഇന്ത്യയിലേക്കു തിരിച്ചു.

മദ്രാസിൽ ഇറങ്ങിയ വിവേകാനന്ദന് ഉജ്ജ്വലസ്വീകരണമാണ് ലഭിച്ചത്. കുംഭകോണം വഴിയാണ് അദ്ദേഹം മദ്രാസിലെത്തിയത്. കുംഭകോണത്തിൽ അദ്ദേഹം മൂന്നുദിവസം ചെലവഴിച്ചു. അവിടെയും അദ്ദേഹത്തിന് വമ്പിച്ച സ്വീകരണം ലഭിച്ചു. ചിക്കാഗോവിലെ ലോകമത സമ്മേളനത്തിൽ പങ്കെടുത്തതിന്റെയും വിദേശരാജ്യങ്ങളിൽ പര്യടനങ്ങളും പ്രഭാഷണങ്ങളും നടത്തിയതിന്റെയും വിവരങ്ങൾ ഇതിനകം ഇന്ത്യമുഴുവൻ പരന്നിരുന്നു. വിവേകാനന്ദൻ ഒരാരാധ്യപുരുഷനായി മാറിക്കഴിഞ്ഞിരുന്നു.

മദ്രാസിൽ അദ്ദേഹത്തെ സ്വീകരിക്കാൻ ഒരു വലിയ സ്വീകരണക്കമ്മിറ്റി രൂപീകരിക്കപ്പെട്ടിരുന്നു. അതിൽ അന്നത്തെ പ്രമുഖവ്യക്തികളെല്ലാം ഉണ്ടായിരുന്നു. റെയിൽവേസ്റ്റേഷനിലും വഴികളിലുമെല്ലാം വിവേകാനന്ദനെ വാഴ്ത്തിക്കൊണ്ടുള്ള ബോർഡുകളും തോരണങ്ങളും നിറഞ്ഞിരുന്നു. മദ്രാസിലെ പത്രങ്ങളെല്ലാം വിവേകാനന്ദനെക്കുറിച്ച് വിശദമായി എഴുതി. വിവേകാനന്ദനുമായി അടുത്ത ഒരു പ്രധാനപ്പെട്ട വ്യക്തിയായിരുന്നു പ്രൊഫസർ എം രങ്കാചാര്യ. കുംഭകോണം കോളേജിലെ അധ്യാപകനായിരുന്നു അദ്ദേഹം. ചിക്കാഗോയാത്രയ്ക്കുമുമ്പ് അതായത് ആയിരത്തി എണ്ണൂറ്റി തൊണ്ണൂറ്റി രണ്ടിൽ വിവേകാനന്ദനെ ഈ പ്രൊഫസർ സന്ദർശിച്ചിരുന്നു. സ്വാമിവിവേകാനന്ദൻ തിരുവനന്തപുരം സന്ദർശിച്ചപ്പോഴായിരുന്നു അത്.

പ്രൊഫസർ കെ സുന്ദരരാമ അയ്യർ ആയിരത്തിത്തൊള്ളായിരത്തി പതിനാലിൽ തയാറാക്കിയ വിവേകാനന്ദന്റെ ജീവചരിത്രഗ്രന്ഥത്തിൽ വിവേകാനന്ദന്റെ കേരളസന്ദർശനത്തെക്കുറിച്ച് പ്രതിപാദിക്കുന്നുണ്ട്. ആയിരത്തി എണ്ണൂറ്റി തൊണ്ണൂറ്റി രണ്ടിൽ ഡിസംബർ പതിമൂന്നാം തിയതിമുതൽ ഇരുപത്തിരണ്ടാം തിയതി വരെയാണ് വിവേകാനന്ദൻ കേരളത്തിൽ ചെലവഴിച്ചത്. കേരളത്തിൽ എറണാകുളം തൃശൂർ കൊടുങ്ങല്ലൂർ തിരുവനന്തപുരം എന്നീസ്ഥലങ്ങൾ അദ്ദേഹം സന്ദർശിച്ചു. എറണാകുളത്തുവെച്ച് ശ്രീനാരായണഗുരുവിന്റെ അടുത്ത സുഹൃത്തായിരുന്ന ചട്ടമ്പിസ്വാമികളെ നേരിട്ടുകണ്ടുവെന്നും ഒരുരാത്രിമുഴുവൻ അവർ തമ്മിൽ ആധ്യാത്മികചർച്ചകളിൽ ഏർപ്പെട്ടുവെന്നും പി ശേഷാദ്രി എഴുതുന്നുണ്ട്. ആയിരത്തിത്തൊള്ളായിരത്തി അറുപത്തിമൂന്നിൽ തൃശൂർ രാമകൃഷ്ണാശ്രമം പ്രസിദ്ധീകരിച്ച വിവേകാനന്ദ ശതാബ്ദി സോവനീറിലാണ് ഇതുസംബന്ധിച്ച ശേഷാദ്രിയുടെ വിവരണമുള്ളത്. മലബാറിനെക്കുറിച്ച് വിവേകാനന്ദൻ ഭ്രാന്താലയം എന്നുവിശേഷിപ്പിക്കുകയുണ്ടായി. അന്ന് കേരളം പൊതുവിൽ മലബാർ എന്ന പേരിലാണ് അറിയപ്പെട്ടത്. മലബാറിനെക്കുറിച്ച് ഭ്രാന്താലയം എന്ന് പറയാൻ കാരണം ഇവിടെനിലനിന്ന ജാതീയതയും അയിത്തവും മറ്റുഹീനമായ ആചാരങ്ങളുമാണ്. എന്നാൽ വിവേകാനന്ദൻ മലബാറിനെക്കുറിച്ച് വേറെയും കാര്യങ്ങൾ എഴുതിയിട്ടുണ്ട്. ആയിരത്തിഎണ്ണൂറ്റി തൊണ്ണൂറ്റി അഞ്ച് ജൂലൈ പതിനൊന്നിന് വിദേശത്തുനിന്നുള്ള ഒരു കത്തിൽ വിവേകാനന്ദൻ ഇങ്ങനെ എഴുതി:

> ബഹുഭർതൃത്വം മലബാറിൽ നിലനിൽക്കുന്നില്ലെങ്കിലും എല്ലാറ്റിനും സ്ത്രീകൾ മുന്നിട്ടുനിൽക്കുന്നു. ഉത്തമമായ ശുദ്ധി എല്ലായിടവും പ്രകടമാണ്. പഠിക്കാനുള്ള പ്രചോദനം വലുതാണ്. ഞാനാ നാട്ടിൽ പോയപ്പോൾ പലസ്ത്രീകളുമായി നേരിട്ട് സംസാരിച്ചു. അവർ നല്ല സംസ്കൃതവും സംസാരിച്ചിരുന്നു. ഇന്ത്യയിലൊരിടത്തും ലക്ഷങ്ങളിലൊരാൾപോലും അങ്ങനെ സംസാരിച്ചിരുന്നില്ല. എല്ലാറ്റിലും അവർക്ക് ഔന്നത്യമുണ്ട്. അവർ അടിമത്തചിന്തയ്ക്കെതിരാണ്. പോർച്ചുഗീസുകാർക്കോ മുസൽമാൻമാർക്കോ ഒരിക്കലും മലബാറിനെ കീഴടക്കാൻ കഴിഞ്ഞിട്ടില്ല.

തിരുവിതാംകൂറിലെ പ്രകൃതിസൗന്ദര്യം സ്വാമിവിവേകാനന്ദനെ വളരെയേറെ ആകർഷിച്ചു. കടൽത്തീരവും പുഴകളും മലനിരകളും പച്ചപുതച്ച ഗ്രാമങ്ങളും നിറഞ്ഞ തിരുവിതാംകൂറിന്റെ പ്രകൃതിരമണീയതയെക്കുറിച്ച് വിവേകാനന്ദന് വലിയ മതിപ്പായിരുന്നു. എന്നാൽ ഇവിടുത്തെ ബ്രാഹ്മണരടങ്ങുന്ന മേൽജാതിക്കാരുടെ ദുർനടപടികളെ സ്വാമിശക്തമായി എതിർത്തു. ബ്രാഹ്മണൻമാരെ പ്രശംസിച്ചെഴുതിയ ശശിസന്യാലിനോട് മലബാറിൽപ്പോയി ബ്രാഹ്മണരുടെ ദുർവൃത്തികൾ നേരിട്ടുകാണാൻ വിവേകാനന്ദൻ പറഞ്ഞു. ഈ വിവരങ്ങളെല്ലാം തന്നെ പ്രൊഫസർ കെ സുന്ദരരാമ അയ്യരുടെ ഗ്രന്ഥത്തിലുണ്ട്. അയ്യർ വിവേകാനന്ദനെ ട്രിവാൻഡ്രം ക്ലബിലേക്ക് കൂട്ടിക്കൊണ്ടുപോവുകയും അവിടെനിന്നും സ്വാമി കന്യാകുമാരിയിലേക്ക് പോവുകയും ചെയ്തു.

തിരുവനന്തപുരത്തുനിന്നും എൺപത് കിലോമീറ്റർ അകലെയുള്ള മനോഹരമായ പ്രദേശമാണ് കന്യാകുമാരി. പടിഞ്ഞാറ് അറബിക്കടലും കിഴക്ക് ബംഗാൾ ഉൾക്കടലും തെക്ക് ഇന്ത്യൻമഹാസമുദ്രവും സംഗമിക്കുന്ന ഇന്ത്യയുടെ ഏറ്റവും തെക്കേ അറ്റത്തെ ഈ കടൽത്തീരത്ത് ആയിരത്തിഎണ്ണൂറ്റിതൊണ്ണൂറ്റി രണ്ട് ഡിസംബർ ഇരുപത്തിനാലിനാണ് വിവേകാനന്ദൻ എത്തുന്നത്. അതിമനോഹരമാണ് കന്യാകുമാരി. കന്യാകുമാരിയിലെ സൂര്യോദയവും അസ്തമയവും അനിർവചനീയമായ അനുഭൂതിപകരുന്ന പ്രപഞ്ചവിസ്മയമാണ്. ധാരാളം വിദേശികളെ ആകർഷിക്കുന്ന ഈ പ്രദേശം വിവേകാനന്ദന്റെ ഹൃദയത്തെകീഴടക്കി. ശിവനിൽ അനുരക്തയായ ദേവി ശിവനെ ഭർത്താവായി വരിക്കാൻവേണ്ടി തപസുചെയ്ത സ്ഥലമാണ് കന്യാകുമാരി എന്നാണ് ഐതിഹ്യം. ഇന്നും അവിടെ ദേവി തപസുചെയ്തുകൊണ്ടിരിക്കുകയാണ് എന്നാണ് വിശ്വാസം. വിവേകാനന്ദൻ അവിടുത്തെ പാറകളിൽ ഒന്നിൽ ധ്യാനനിമഗ്നനായി ഇരുന്നു. എന്നാൽ സ്രാവുകൾനിറഞ്ഞ ഇവിടുത്തെ കടലിൽ വിവേകാനന്ദൻ നീന്തിയതിനെക്കുറിച്ചുള്ള കഥകൾ കെട്ടിച്ചമച്ചതാകാനേ തരമുള്ളൂ. കന്യാകുമാരിയിലെ ക്ഷേത്രം ഒരു ദ്വീപാണെന്ന തെറ്റിദ്ധാരണയിൽ നിന്നാണ് ഇത്തരം കഥകൾ വന്നത്. കെ എസ് രാമസ്വാമിശാസ്ത്രി കന്യാകുമാരിയിൽ പോവാതെ എഴുതിയതാണ് വിവേകാനന്ദന്റെ നീന്തലിനെക്കുറിച്ചുള്ള കഥകൾ. അക്കാലത്ത് വിവേകാനന്ദൻ അരക്കെട്ടിലെ തന്റെ

വിവേകാനന്ദപ്പാറ

വാതരോഗം നിമിത്തമുള്ള വേദനയെക്കുറിച്ച് പറഞ്ഞിട്ടുണ്ട്. സ്വാമി വിവേകാനന്ദൻ തന്റെ കത്തുകളിലൊന്നാണ് ഇത് സൂചിപ്പിച്ചത്. അങ്ങനെയുള്ള വിവേകാനന്ദൻ വളരെദൂരം വലിയ മത്സ്യങ്ങൾ നിറഞ്ഞ കടലിൽ നീന്തി എന്നുപറയുന്നത് കെട്ടുകഥയാകാനേ തരമുള്ളൂ. മാത്രമല്ല വിവേകാനന്ദൻ അടിവസ്ത്രംമാത്രം ധരിച്ച് കടലിൽ നീന്തി എന്നുപറയുന്നതിൽ അനൗചിത്യമുണ്ട്.

വിവേകാനന്ദന്റെ ആയിരത്തി എണ്ണൂറ്റി തൊണ്ണൂറ്റി രണ്ടിലെ ആ ചരിത്രപ്രസിദ്ധമായ സന്ദർശനത്തിനുശേഷം ആയിരത്തി എണ്ണൂറ്റി തൊണ്ണൂറ്റി ഏഴിൽ വിവേകാനന്ദൻ ദക്ഷിണേന്ത്യയിൽ എത്തുകയാണ്. ഫെബ്രുവരി ആറിനാണ് തീവണ്ടി മദ്രാസിൽ എത്തുന്നത്. ജനങ്ങൾ ആർപ്പുവിളികളോടെ സ്വാമിയെ സ്വീകരിച്ചു. മദ്രാസിന്റെ ചരിത്രത്തിലെ അവിസ്മരണീയമായ മുഹൂർത്തമായിരുന്നു അത്. അതിനെക്കുറിച്ച് ഒരു പത്രം വിവരിക്കുന്നത് ഇങ്ങനെയാണ്:

> വിവേകാനന്ദൻ കാലത്ത് മദ്രാസിലെത്തുന്നു എന്ന വാർത്തയറിഞ്ഞ് മദ്രാസിലെ ഹിന്ദുക്കളടങ്ങുന്ന എല്ലാജനവിഭാഗങ്ങളും റെയിൽവേസ്റ്റേഷനിൽ തടിച്ചുകൂടിയിരുന്നു. പ്രൈമറിസ്കൂളിലെ കൊച്ചുകുട്ടികൾ മുതൽ കോളേജുകളിലെ മുതിർന്ന വിദ്യാർഥികളും കച്ചവടക്കാരും വക്കീലന്മാരും ജഡ്ജിമാരും സ്ത്രീകളും പാശ്ചാത്യരാജ്യത്തെ തന്റെ വിജയകരമായ ദൗത്യം പൂർത്തീകരിച്ച് ഇന്ത്യയിലെത്തിയ സ്വാമിയെ സ്വീകരിക്കാനെത്തിയിരുന്നു. സ്വീകരണക്കമ്മിറ്റി അദ്ദേഹത്തെ ആദരിക്കാൻവേണ്ടി തയാറെ

ടുത്ത് നിന്നിരുന്നു. റെയിൽവേ പ്ലാറ്റ്ഫോമിലേക്ക് ആളുകളെ കടത്തിവിടാൻ നിയന്ത്രണമുണ്ടായിരുന്നു. അതിനുവേണ്ടി ടിക്കറ്റ് സമ്പ്രദായം ഏർപ്പെടുത്തിയിരുന്നു. കാരണം പ്ലാറ്റ്ഫോം ആൾക്കൂട്ടത്തെകൊണ്ട് നിറഞ്ഞിരുന്നു. മദ്രാസിലെ പൊതുജീവിതത്തിൽ ചിരപരിചിതരായ ആളുകളെല്ലാം അക്കൂട്ടത്തിലുണ്ടായിരുന്നു. കാലത്ത് ഏഴ് മുപ്പതിനാണ് വണ്ടി എത്തിയത്. പ്ലാറ്റ്ഫോമിൽ വണ്ടിനിർത്തിയ ഉടൻ ആൾക്കൂട്ടം ഹർഷാരവം മുഴക്കി. സ്വാമിജിയുടെ കൂടെ ശിഷ്യന്മാരായ സന്യാസികളും ഉണ്ടായിരുന്നു. നിരഞ്ജനാനന്ദസ്വാമികൾ, ശിവാനന്ദൻ, പാശ്ചാത്യശിഷ്യനായ ജെ ജെ ഗുഡ് വിൻ എന്നിവരായിരുന്നു അവർ. ആൾക്കൂട്ടം അതിരറ്റ ആഹ്ലാദത്തോടെ അദ്ദേഹത്തെ സ്വീകരിച്ചു. വാദ്യമേളങ്ങളും കൈയടികളും ആ സ്വീകരണത്തിന് കൊഴുപ്പേകി. പുഷ്പമാല്യങ്ങൾ കൊണ്ട് അവർ വിവേകാനന്ദനെ സ്വീകരിച്ചു. അതിനുശേഷം അദ്ദേഹം ഒരു വണ്ടിയിൽ കയറി കെർണാൻ കോട്ടയിലേക്കുപോയി. വിവേകാനന്ദൻ വന്നിറങ്ങിയ മദ്രാസിലെ എഗ്മോർ സ്റ്റേഷൻ പനയോലകൊണ്ടും പതാകകൾകൊണ്ടും പുഷ്പങ്ങൾകൊണ്ടും അലങ്കരിച്ചിരുന്നു. പുറത്തേക്കുള്ള വഴിയിൽ സ്വാമിവിവേകാനന്ദന് സ്വാഗതം എന്നെഴുതിയ ഒരു വിജയകമാനം തയാറാക്കിയിരുന്നു. വണ്ടിയിൽ നീങ്ങിയ വിവേകാനന്ദനെ വഴിക്കുവെച്ചെല്ലാം ആളുകൾ കൈവീശി യാത്രയാക്കി. പഴങ്ങളും നാളികേരങ്ങളും അദ്ദേഹത്തിന് സമർപ്പിച്ചിരുന്നു.

മദ്രാസിൽ അദ്ദേഹം വിവിധ വിഷയങ്ങളെക്കുറിച്ച് പ്രഭാഷണം നടത്തി. സ്വാമിവിവേകാനന്ദന്റെ ശിഷ്യനായിരുന്ന ഖെത്രിരാജാവ് അദ്ദേഹത്തിന്റെ പ്രൈവറ്റ് സെക്രട്ടറിയായിരുന്ന മുൻഷി ജെഗ് മോഹൻ ലാലിനെ വിവേകാനന്ദന്റെ അടുത്തേക്കയച്ചു. ധാരാളം സന്ദർശകർ സ്ത്രീപുരുഷ വ്യത്യാസമില്ലാതെ അദ്ദേഹത്തെ സന്ദർശിച്ചു. ഇന്ത്യൻ ജാതിവ്യവസ്ഥയെപ്പറ്റി ധാരാളം പഠനം നടത്തിയ ലക്ഷ്മിനരസു തുടങ്ങിയ പ്രമുഖർ വിവേകാനന്ദനെ മദ്രാസിൽവെച്ച് സന്ദർശിച്ചിരുന്നു. വിവേകാനന്ദന്റെ മതാദർശങ്ങളോടും രാഷ്ട്രീയസങ്കൽപ്പങ്ങളോടും ശക്തമായ അഭിപ്രായവ്യത്യാസം നിലനിർത്തിയിരുന്ന വ്യക്തിയായിരുന്നു ലക്ഷ്മിനരസു. അദ്ദേഹം ഒരു ശാസ്ത്രവിദ്യാർഥിയും പത്രപ്രവർത്തകനും ആയിരുന്നു. മദ്രാസിലെ വിക്ടോറിയ ഹാളിൽ വിവേകാനന്ദൻ ഒരു പൊതുപ്രഭാഷണം നടത്തി. ഉജ്ജ്വലമായ ഒരു പ്രഭാഷണമായിരുന്നു അത്. ധാരാളം ആളുകൾ അവിടെ തടിച്ചുകൂടിയിരുന്നു. വിവേകാനന്ദൻ സാമൂഹികപരിഷ്കരണത്തിന്റെ വിവിധവശങ്ങൾ അവിടെ തുറന്നടിച്ചു. ഹിന്ദുക്കളെയും മുസ്ലീങ്ങളെയും ക്രിസ്ത്യാനികളെയും ബുദ്ധമതക്കാരെയും ഒരു പതാകയ്ക്ക് കീഴിൽകൊണ്ടുവരാനും അവർക്കിടയിൽ സാഹോദര്യം സ്ഥാപിക്കാനും വിവേകാനന്ദൻ ആഹ്വാനംചെയ്തു. ദേശീയ ആഭിമുഖ്യമുള്ള ഈ സാഹോദര്യപ്രസ്ഥാനമായിരിക്കണം ഇന്ത്യയുടെ ലക്ഷ്യമെന്ന് വിവേകാനന്ദൻ ഉറച്ച്

വിവേകാനന്ദൻ മദ്രാസിൽ

വിശ്വസിച്ചു. എല്ലാമതങ്ങളിലേയും പ്രവാചകരുടെയും സന്യാസിമാരുടെയും പ്രതിമകളുള്ള ഒരു ഹാൾ അടങ്ങിയ പുതിയരീതിയിലുള്ള ഒരു ക്ഷേത്രം സ്ഥാപിക്കണമെന്ന് വിവേകാനന്ദൻ ആഗ്രഹിച്ചു. അന്ന് വിവേകാനന്ദനോടൊപ്പമുണ്ടായിരുന്ന പ്രൊഫസർ സുന്ദരരാമ അയ്യരാണ് ഈ വിവരം നൽകുന്നത്.

വളരെ അപൂർവമായ സംഭവങ്ങൾ പ്രൊഫസർ സുന്ദരരാമ അയ്യർ പരാമർശിക്കുന്നുണ്ട്. പിൽക്കാലത്ത് *ദി ഹിന്ദു* പത്രത്തിന്റെ എഡിറ്ററായി പ്രവർത്തിച്ച ജി സുബ്രഹ്മണ്യ അയ്യരും അന്ന് വിവേകാനന്ദനോടൊപ്പമുണ്ടായിരുന്നു. ഒരു പ്രസംഗത്തിൽ അദ്ദേഹം ഇങ്ങനെ പറഞ്ഞതായി സുന്ദരരാമ അയ്യർ രേഖപ്പെടുത്തുന്നു. വിദ്യാർഥികൾ തിങ്ങിനിറഞ്ഞ യോഗമായിരുന്നു അത്.

> ആദ്യമായി നമ്മുടെ ചെറുപ്പക്കാർ കരുത്തരാവുക. മതത്തിന്റെ കാര്യം പിന്നീടാവട്ടെ. എന്റെ യുവസുഹൃത്തുക്കളെ കരുത്തരാവുക... ഗീത പഠിക്കുന്നതിനേക്കാൾ സ്വർഗത്തിലെത്താനുള്ള വഴി ഫുട്ബോൾ കളിക്കുന്നതാണ്...

മദ്രാസിലെ തന്റെ ദൗത്യത്തിനുശേഷം വിവേകാനന്ദൻ ബംഗാളിലേക്ക് മടങ്ങി. വിവേകാനന്ദന്റെ ഉജ്ജ്വലപ്രഭാഷണങ്ങളിൽ എടുത്തുപറയേണ്ടതായിരുന്നു മദ്രാസിലെ പ്രസംഗങ്ങൾ. തമിഴ് ജനതയ്ക്കിടയിൽ ദേശീയബോധവും മതസൗഹാർദവും വളർത്താൻ ലക്ഷ്യംവെച്ചുകൊണ്ടുള്ളതായിരുന്നു അദ്ദേഹത്തിന്റെ മദ്രാസ് പ്രവർത്തനങ്ങൾ. അദ്ദേഹം

മതജീർണതയ്ക്കെതിരെ താക്കീത് നൽകി. അധ:സ്ഥിതരുടെ സാമൂഹിക പുരോഗതിക്കുവേണ്ടി പ്രവർത്തിക്കാൻ അദ്ദേഹം ആഹ്വാനം ചെയ്തു. ബ്രാഹ്മണരുടെ സവിശേഷ അധികാരങ്ങളെ നിലനിർത്തുന്ന മതവ്യവസ്ഥയെ അദ്ദേഹം അംഗീകരിച്ചില്ല. സാമൂഹികസമത്വത്തിനുവേണ്ടിയാണ് നാം പ്രവർത്തിക്കേണ്ടതെന്ന് അദ്ദേഹം ആഹ്വാനം ചെയ്തു. ജാതീയവും മതപരവുമായ സംഘർഷങ്ങളും അതിന്റെ ഫലമായ അസ്വസ്ഥതകളും നിറഞ്ഞ ഇന്ത്യൻ ജീവിതം മാറ്റിയെടുക്കാൻ അദ്ദേഹം ജനങ്ങളെ ഉത്ബോധിപ്പിച്ചു. മദ്രാസിൽ നടത്തിയ പ്രഭാഷണങ്ങളിലാണ് അദ്ദേഹം കൂടുതൽ മതസൗഹാർദത്തെക്കുറിച്ചും ദേശീയഐക്യത്തെക്കുറിച്ചും പറഞ്ഞത്. ഹിന്ദുമതമെന്നാൽ വിവിധമതങ്ങളുടെ സമാഹാരമായ മതമാണെന്ന് അദ്ദേഹം പറഞ്ഞു. ദ്വൈതവാദവും ഏകത്വവാദവും അദ്വൈതവും ബുദ്ധിസവും ജൈനിസവും ഉൾക്കൊള്ളുന്നതാണത്. സംഘടനാശക്തിയും അധികാര സമാഹരണവും ഇച്ഛാശക്തിയുടെ ക്രോഡീകരണവും ഇന്ത്യയുടെ പുരോഗതിക്ക് അത്യന്താപേക്ഷിതമാണെന്ന് വിവേകാനന്ദൻ പറഞ്ഞു. മതനിരപേക്ഷമായ വിദ്യാഭ്യാസത്തെക്കുറിച്ചും അദ്ദേഹം സംസാരിച്ചു. അന്ധവിശ്വാസങ്ങളും അനാചാരങ്ങളും അടിമത്തമനോഭാവങ്ങളും മനസിൽനിന്നും പിഴുതെറിയാൻ വിദ്യാഭ്യാസത്തിനു കഴിയണം എന്നതായിരുന്നു വിവേകാനന്ദന്റെ ആശയം. കേവലമായ അറിവുകളും വിവരങ്ങളും തലച്ചോറിലേക്ക് കുത്തിക്കയറ്റുന്ന വിദ്യാഭ്യാസരീതിയെ അദ്ദേഹം വിമർശിച്ചു. മനുഷ്യന്റെ ആന്തരികമായ ഊർജത്തെയും പാവനത്വത്തെയും പ്രചോദിപ്പിക്കാനും പ്രകടിപ്പിക്കാനും കഴിയുന്നതായിരിക്കണം വിദ്യാഭ്യാസം എന്നതായിരുന്നു അദ്ദേഹത്തിന്റെ മതം.

അക്കാലത്ത് അതായത് ആയിരത്തി എണ്ണൂറ്റി തൊണ്ണൂറ്റി ഏഴിൽ ദേശീയനേതാവായിരുന്ന ബാലഗംഗാധര തിലകൻ വിവേകാനന്ദനെ പൂനയിലേക്ക് ക്ഷണിച്ചിരുന്നു. എന്നാൽ വിവേകാനന്ദന്റെ ആരോഗ്യനില മോശമായിരുന്നതിനാൽ അദ്ദേഹം ആ ക്ഷണം സ്നേഹപൂർവം നിരസിച്ചു. ഹിമാലയസാനുക്കളിൽ വിശ്രമിക്കാൻ അദ്ദേഹം ആഗ്രഹിച്ചു. അങ്ങനെ മദ്രാസിൽനിന്നും നേരെ കൽക്കട്ടയിലേക്ക് യാത്രതിരിച്ചു.

9

വംഗനാട്ടിൽ

വിദേശത്തുനിന്നും വിവേകാനന്ദൻ തിരിച്ചെത്തിയിരിക്കുന്നു എന്ന വാർത്ത കേട്ടതോടെ അദ്ദേഹത്തിന്റെ വംഗനാട്ടിലെ ജനങ്ങൾ അക്ഷമരായി ആ വരവും പ്രതീക്ഷിച്ചിരിക്കുകയായിരുന്നു. ബംഗാൾ മുഴുവനും ആവേശത്താൽ ഇളകിമറിയുകയായിരുന്നു. കൊളംബോയിൽനിന്നും മദ്രാസിലേക്കും മദ്രാസിൽനിന്നും ബംഗാളിലേക്കുമുള്ള വിവേകാനന്ദന്റെ യാത്രയുടെ വിശദാംശങ്ങൾ ബംഗാളീജനത അപ്പപ്പോൾ അറിയുന്നുണ്ടായിരുന്നു. മദ്രാസിൽ ലഭിച്ചതുപോലെതന്നെ ഉജ്ജ്വലമായ വരവേൽപ്പാണ് വിവേകാനന്ദന് കൽക്കത്തയിലും ലഭിച്ചത്. വിവേകാനന്ദന്റെ വാഹനത്തെ അനുഗമിച്ചുകൊണ്ട് ധാരാളം വാഹനങ്ങൾ ഒഴുകിയെത്തി. കൽക്കത്തയിൽ വെച്ച് ഇന്ത്യക്കാരുടെ കർമഫലസിദ്ധാന്തത്തെ വിവേകാനന്ദൻ രൂക്ഷമായി വിമർശിച്ചു. വിവേകാനന്ദൻ വിധിവിശ്വാസത്തിനെതിരായിരുന്നു. മുജ്ജന്മത്തിലെ കർമദോഷങ്ങളാണ് പിന്നീടുള്ള ദു:ഖങ്ങൾക്കുകാരണം എന്ന മൂഢവിശ്വാസത്തെ അദ്ദേഹം വിമർശിച്ചു. ഭൗതികസാഹചര്യങ്ങളെ മാറ്റിമറിക്കാനും രൂപപ്പെടുത്താനും ഇച്ഛാശക്തിയും കരുത്തുമുള്ള യുവതലമുറയ്ക്ക് കഴിയണമെന്ന് അദ്ദേഹം ആഹ്വാനം ചെയ്തു.

കൽക്കത്തയ്ക്കു പുറമെ സ്വാമിവിവേകാനന്ദൻ ഡാർജ്ജിലിങ് സന്ദർശിച്ചിരുന്നു. ഡാർജ്ജിലിങ്ങിലെ കാലാവസ്ഥ അദ്ദേഹത്തിന് ആശ്വാസകരമായിതോന്നി. ഡാർജ്ജിലിങ്ങിൽനിന്ന് സ്വാമിബ്രഹ്മാനന്ദയുമായി അദ്ദേഹം ഭാവികാര്യങ്ങളെക്കുറിച്ച് വിശദമായി ചർച്ചചെയ്തു. വിദേശത്തുനിന്നും നാട്ടിൽതിരിച്ചെത്തിയ വിവേകാനന്ദന് ശിഷ്യരുടെ എണ്ണം വർധിക്കുകയായിരുന്നു. അദ്ദേഹം ഇന്ത്യൻ സാമൂഹിക അവസ്ഥകളെക്കുറിച്ച് അവരെ നന്നായി ബോധ്യപ്പെടുത്തി. പരിത്യാഗത്തിന്റെ പ്രത്യയശാസ്ത്രമാണ് അദ്ദേഹം വിശദീകരിച്ചത്. അദ്ദേഹത്തിന്റെ വാക്കുകൾ യുവമന

സുകളിൽ തീ പടർത്തുകയായിരുന്നു. സന്യാസത്തെക്കുറിച്ച് വിവേകാനന്ദൻ ഇങ്ങനെ പറയുന്നു:

> ഓർക്കുക, ലോകത്തിൽ ഒരു സന്യാസി ജനിക്കുന്നത്. ഒരാൾ അയാളുടെ ആത്മാവിന്റെ മോക്ഷത്തിനുവേണ്ടിയും അപരന്റെ സന്തോഷത്തിനും നന്മയ്ക്കുംവേണ്ടി പ്രവർത്തിക്കുമ്പോഴാണ്. അന്യരുടെ ദുരിതങ്ങളകറ്റാൻ, ദുരിതക്കയത്തിൽനിന്നും ദശലക്ഷങ്ങൾ അലമുറയിട്ടുകരയുമ്പോൾ, സ്വന്തം ജീവിതം അവർക്കുവേണ്ടി ത്യജിക്കുന്ന ആളാണ് സന്യാസി. വിധവകളുടെ കണ്ണുനീർ തുടച്ചുകളയുമ്പോൾ വേദനിക്കുന്ന അമ്മയുടെ ഹൃദയത്തിന് സാന്ത്വനം നൽകുമ്പോൾ മർദിതരും അജ്ഞരുമായ ജനങ്ങൾക്ക് ജീവസന്ധാരണത്തിനുള്ള വഴികാണിച്ചുകൊടുക്കുമ്പോൾ, അവർക്ക് അവരുടെ സ്വന്തം കാലിൽ നിൽക്കാനുള്ള ശേഷി ഉണ്ടാക്കിക്കൊടുക്കുമ്പോൾ, മന്നവനാവട്ടെ യാചകനാവട്ടെ അവരുടെ ഹൃദയത്തിൽ ശാസ്ത്രങ്ങളുടെ വിശാലമായ ഉത്ബോധനങ്ങൾ പകർന്നുകൊടുക്കുമ്പോൾ, എല്ലാ ജീവകണങ്ങളിലും അറിവിന്റെ പ്രകാശം പ്രസരിപ്പിക്കുകവഴി സുഷുപ്തിയിലാണ്ട ബ്രഹ്മത്തെ ഉണർത്തുമ്പോൾ ഒരു സന്യാസി ഈ ലോകത്തിൽ ജനിക്കുകയായി.

ഇത്രയും പറഞ്ഞുകൊണ്ട് വിവേകാനന്ദൻ തന്റെ സഹയാത്രികരായ സന്യാസിവര്യരെ നോക്കി ഇതുകൂടി കൂട്ടിച്ചേർത്തു.

> ഈ മഹത്തായ ലക്ഷ്യം സാക്ഷാൽക്കരിക്കാൻ വേണ്ടിയാണ് നാം ജനിച്ചത്. അതുകൊണ്ടുതന്നെ നാം നമ്മുടെ ജീവിതം അതിനുവേണ്ടി സമർപ്പിക്കും. ഉണരുക, ഉണർന്നെഴുന്നേൽക്കുക എന്നിട്ട് മറ്റുള്ളവരെ ഉണർത്തുകയും എഴുന്നേൽപ്പിക്കുകയും ചെയ്യുക; നിങ്ങളുടെ ജീവിതലക്ഷ്യം സഫലമാക്കുക. അപ്പോൾ നിങ്ങൾ ഉന്നതമായ സാക്ഷാൽക്കാരത്തിലെത്തും. എല്ലാം നിങ്ങൾ പരിത്യജിക്കുക. നിങ്ങൾ നിങ്ങളുടെ സന്തോഷത്തിനും ആശ്വാസത്തിനുംവേണ്ടി പരിശ്രമിക്കാതിരിക്കുക. എല്ലാത്തരം അഭിനിവേശങ്ങളും അവസാനിപ്പിക്കുക. സ്വർണത്തെയും തൃഷ്ണയെയും വിഷത്തെഎന്നപോലെ ഉപേക്ഷിക്കുക. പേരും പെരുമയും വൃത്തികെട്ടവയാണ്, സൗഭാഗ്യം ഭീകരമായ നരകമാണ്, ജന്മാഭിമാനവും പദവിയും വീഞ്ഞുകഴിക്കുമ്പോലെ പാപകരമാണ്. സഹജരോടും നിങ്ങളുടെതന്നെ ആത്മാവിനോടും ആത്മസമർപ്പണം ചെയ്ത അധ്യാപകരെന്നനിലയിൽ ലോകത്തിന്റെ നന്മയ്ക്കുവേണ്ടിയും വിമോചനത്തിനുവേണ്ടിയും പ്രവർത്തിക്കുക. നിങ്ങളുടെ മനസിനെ സമ്പൂർണമായും ഈ ലക്ഷ്യങ്ങൾക്കുവേണ്ടി പ്രവർത്തിപ്പിക്കുക. ഗൗരവപൂർണമായ ആലോചനയ്ക്കുശേഷംമാത്രം ഈ

> മാർഗം തെരഞ്ഞെടുക്കുക. പഴയജീവിതത്തിലേക്ക് മടങ്ങിപ്പോകാൻ ധാരാളം സമയമുണ്ട്. എന്റെ ഈ ആശയങ്ങൾ അനുസരിക്കാൻ നിങ്ങളുടെ മനസിന് കഴിയുമോ? ഒരു വിഷസർപ്പത്തെയോ നരിയെയോ നേരിടാൻ ഞാൻ നിങ്ങളോട് പറയുകയാണെങ്കിൽ; ഗംഗാനദിയിലേക്ക് ചാടി ഒരുമുതലയെ പിടിക്കാൻ ഞാൻ നിങ്ങളോട് പറയുകയാണെങ്കിൽ; ആസാമിലെ തേയിലത്തോട്ടത്തിൽ കൂലിപ്പണിക്കാരായി പ്രവർത്തിക്കാൻ ഞാൻ നിങ്ങളോട് പറയുകയാണെങ്കിൽ; മരണംവരെ പട്ടിണികിടക്കാൻ ഞാൻ നിങ്ങളോട് കൽപ്പിക്കുകയാണെങ്കിൽ, അല്ലെങ്കിൽ തീയിൽച്ചാടി മരിക്കാൻ ഞാൻ നിങ്ങളോട് പറയുകയാണെങ്കിൽ, എന്നെ നിങ്ങൾ നിഷ്പ്രയാസം അനുസരിക്കുമോ?

ഇതുകേട്ട് ബ്രഹ്മചാരികൾ തലകുലുക്കി. ജീവിതത്തിൽ ഒരു സന്യാസി ഏത് അഗ്നിപരീക്ഷണങ്ങളെയും നേരിടേണ്ടിവരുമെന്നും അതെല്ലാംതന്നെ അവരുടെ നന്മയ്ക്കുവേണ്ടിയാണെന്നുമാണ് സ്വാമിവിവേകാനന്ദൻ ഉദ്ദേശിച്ചത്. ഇതിനുശേഷം വിവേകാനന്ദൻ അവരെ സന്യാസികളായി പ്രഖ്യാപിച്ചു. അവർക്ക് പുതിയ പേരിട്ടു. വീരജനന്ദ, നിർഭയാനന്ദ, പ്രകാശാനന്ദ, നിത്യാനന്ദ എന്നിവരായിരുന്നു ആ സ്വാമികൾ. ഇങ്ങനെ വിവേകാനന്ദൻ ധാരാളം ശിഷ്യന്മാരെ പരിത്യാഗികളാക്കിമാറ്റി. അവരെല്ലാം തന്നെ പിൽക്കാലത്ത് പാവപ്പെട്ടവരുടെ നന്മയ്ക്കുവേണ്ടി ജീവിതം സ്വയം ഉഴിഞ്ഞുവെച്ചു. സ്വമിവിവേകാനന്ദനെ സംബന്ധിച്ചിടത്തോളം മോക്ഷമെന്നാൽ ലോകത്തുനിന്നും ഉൾവലിഞ്ഞ് തപസുചെയ്യുകയല്ല. മറിച്ച് ലോകത്തിലെ പാവപ്പെട്ട മനുഷ്യനുവേണ്ടി ആത്മസമർപ്പണം ചെയ്യലാണ്. സ്ത്രീ വിദ്യാഭ്യാസത്തെക്കുറിച്ച് വിവേകാനന്ദൻ ഇങ്ങനെ പറഞ്ഞു:

> മതം, കലകൾ, ശാസ്ത്രം, ഗൃഹപരിചരണം, പാചകം, തുന്നൽ, ആരോഗ്യപരിപാലനം എന്നിവയെല്ലാംതന്നെ നമ്മുടെ സ്ത്രീകളെ പഠിപ്പിക്കണം.

തന്റെ യാത്രാനുഭവങ്ങളെക്കുറിച്ച് വിവേകാനന്ദൻ പറയുന്നത് സംഘടനയില്ലാതെ മഹത്തായകാര്യങ്ങളൊന്നും ചെയ്യാൻ കഴിയില്ല എന്നാണ്. ജനാധിപത്യപരമായ അടിത്തറയില്ലാതെ ഒരു കാര്യവും മുന്നോട്ടുപോവുകയില്ല. ജനാധിപത്യത്തിൽ മാത്രമെ ഓരോ അംഗത്തിനും തുല്യമായ അവസരമുണ്ടാകുകയുള്ളൂ എന്ന് വിവേകാനന്ദൻ വിശ്വസിച്ചു. ഇതിന്റെയെല്ലാം ഭാഗമായിട്ടാണ് രാമകൃഷ്ണമിഷൻ അസോസിയേഷൻ ആയിരത്തിഎണ്ണൂറ്റി തൊണ്ണൂറ്റി ഏഴ് മേയ് ഒന്നിന് രൂപംകൊള്ളുന്നത്. ഔദ്യോഗികമായി ഇങ്ങനെ സംഘടനരൂപം കൊള്ളുന്നതിനുമുമ്പുതന്നെ ശ്രീരാമകൃഷ്ണ പരമഹംസരുടെ ആശയങ്ങളും ആദർശങ്ങളും വിവേകാനന്ദനും ശിഷ്യനും ലോകം മുഴുവൻ പ്രചരിപ്പിച്ചിരുന്നു.

ഈ സംഘടന ശ്രീരാമകൃഷ്ണ പരമഹംസരുടെ ആശയങ്ങളെ മനുഷ്യരാശിയുടെ നന്മയ്ക്കുവേണ്ടി പ്രചരിപ്പിക്കാനും സ്വന്തംജീവിതത്തിൽ നടപ്പാക്കാനും സന്യാസിമാരെ ഉത്ബോധിപ്പിച്ചു. പ്രായോഗിക ജീവിതത്തിൽ അധിഷ്ഠിതമായിരുന്നു ഈ സംഘടനയുടെ പ്രവർത്തനങ്ങൾ. ഭൗതികവും മാനസികവും ആത്മീയവുമായ മനുഷ്യപുരോഗതിക്കുവേണ്ടിയാണ് ഈ സംഘടന നിലകൊള്ളുന്നത്. ശ്രീരാമകൃഷ്ണ പരമഹംസർ ഉൽഘാടനം ചെയ്ത ആത്മീയപ്രവർത്തനത്തിന്റെ തുടർച്ചയായിരുന്നു വിവേകാനന്ദനും ശിഷ്യനും ഏറ്റെടുത്തത്. അതിലേറ്റവും പ്രധാനം എല്ലാമതങ്ങളുടെയും അനുയായികൾക്കിടയിൽ സൗഹാർദം സ്ഥാപിക്കുക എന്നതായിരുന്നു. ലോകത്തിലെ വിഭിന്ന മതങ്ങളെല്ലാംതന്നെ അടിസ്ഥാനപരമായി ഒരേ അന്തസത്തയുള്ളവയാണെന്ന് മനസിലാക്കിക്കൊണ്ട് പ്രവർത്തിക്കുക എന്നതായിരുന്നു ശ്രീരാമകൃഷ്ണ പരമഹംസരുടെ ആദർശം. അതനുസരിച്ച് നാല് പ്രധാനപ്പെട്ട കാര്യങ്ങളിൽ ശ്രീരാമകൃഷ്ണ മിഷൻ ഊന്നുന്നു.

1. ജനങ്ങളുടെ ഭൗതികവും ആത്മീയവുമായ ക്ഷേമത്തിനുവേണ്ടി ശാസ്ത്രവും മറ്റുവിജ്ഞാനങ്ങളും സ്വായത്തമാക്കാൻ ആളുകളെ പരിശീലിപ്പിക്കുക.

2. കലയും വ്യവസായങ്ങളും പ്രോത്സാഹിപ്പിക്കുകയും വളർത്തുകയും ചെയ്യുക.

3. വേദാന്തചിന്ത ആളുകൾക്കിടയിൽ പ്രചരിപ്പിക്കുക.

ശ്രീരാമകൃഷ്ണമിഷൻ അസോസിയേഷന്റെ ഭാഗമായി രാജ്യത്തിന്റെ പലഭാഗത്തും മഠങ്ങൾ സ്ഥാപിക്കപ്പെട്ടു. ജനങ്ങൾക്ക് വിദ്യാഭ്യാസവും സേവനവും നൽകാൻ സന്നദ്ധരായ സന്യാസിമാരെ പരിശീലിപ്പിക്കാൻ വേണ്ടിയുള്ള മഠങ്ങളായിരുന്നു അവ. ഇത്തരം ശ്രീരാമകൃഷ്ണ മിഷൻ മഠങ്ങളും ആശ്രമങ്ങളും വിദേശരാജ്യങ്ങളിൽ സ്ഥാപിക്കപ്പെട്ടു. ഇത് ഇന്ത്യയും വിദേശരാജ്യങ്ങളും തമ്മിലുള്ള സാംസ്കാരികബന്ധം മെച്ചപ്പെടുത്താൻ വളരെയേറെ സഹായിച്ചു. ഇന്ത്യയിൽനിന്ന് ധാരാളം സന്യാസിമാർ വിദേശരാജ്യങ്ങളിൽപോയി അവിടുത്തെ ആളുകൾക്ക് ആത്മീയരംഗത്തും സേവനരംഗത്തും പരിശീലനം നൽകി. വേദാന്തതത്വചിന്തയും ശാസ്ത്രവും കലയും പരിസ്ഥിതി–ആരോഗ്യപരിചരണ പാഠങ്ങളും അങ്ങനെ വിദേശരാജ്യങ്ങളിൽ പരിശീലിപ്പിക്കപ്പെട്ടു. തികച്ചും ആത്മീയമായ പ്രവർത്തനങ്ങൾ മാത്രമായിരുന്നില്ല ശ്രീരാമകൃഷ്ണമിഷന്റേത്. ജീവകാരുണ്യപ്രവർത്തനത്തിൽ സംഘടന വലിയപ്രാധാന്യം നൽകി.

ശ്രീരാമകൃഷ്ണ മിഷന്റെ അധ്യക്ഷൻ സ്വാമിവിവേകാനന്ദൻ തന്നെയായിരുന്നു. അദ്ദേഹം പൊതു അധ്യക്ഷനായിരുന്നു (General President). സ്വാമികളായ ബ്രഹ്മാനന്ദനും യോഗാനന്ദനും യഥാക്രമം പ്രസിഡന്റും വൈസ്പ്രസിഡന്റുമായി തിരഞ്ഞെടുക്കപ്പെട്ടു. നരേന്ദനാഥ് മിത്ര സെക്രട്ടറിയായിരുന്നു. ഡോക്ടർ ശശിഭൂഷൺ ഘോഷ്, ശരത്ചന്ദ്ര സർക്കാർ എന്നിവർ അണ്ടർ സെക്രട്ടറിമാരും ശരത്ചന്ദ്ര ചക്രവർത്തി

വേദങ്ങളുടെ റീഡറുമായിരുന്നു. എല്ലാ ഞായറാഴ്ചയും മധ്യാഹ്നത്തിൽ സംഘടനയുടെ യോഗങ്ങൾ ചേരണമെന്ന് നിഷ്കർഷിക്കപ്പെട്ടു. തദവസരത്തിൽ *ഗീത*യും *ഉപനിഷത്തു*ക്കളും മറ്റുവേദാന്ത ഗ്രന്ഥങ്ങളും വായിക്കപ്പെടുകയും ചർച്ചചെയ്യപ്പെടുകയും ചെയ്തിരുന്നു. കൂടാതെ പ്രഭാഷണങ്ങളും നടന്നിരുന്നു. ഓരോ യോഗത്തിന്റെയും വിഷയം തെരഞ്ഞെടുത്തിരുന്നത് പ്രസിഡന്റായിരുന്നു.

ഒരു ദിവസം ശ്രീരാമകൃഷ്ണ മിഷൻ അസോസിയേഷന്റെ യോഗം കഴിഞ്ഞ് സന്യാസിമാരും മറ്റും പിരിഞ്ഞപ്പോൾ വിവേകാനന്ദൻ സംഘടനയുടെ വൈസ് പ്രസിഡന്റായ യോഗാനന്ദസ്വാമിയോട് ഇങ്ങനെ പറഞ്ഞു:

"അപ്പോൾ നാം നമ്മുടെ പ്രവർത്തനം ഇങ്ങനെ തുടങ്ങിക്കഴിഞ്ഞു. ഇതെങ്ങനെ മുന്നോട്ടുപോകുമെന്ന് നമുക്ക് നോക്കാം."

ഇതിനു മറുപടിയായി യോഗാനന്ദൻ ഇങ്ങനെ പറഞ്ഞു: "താങ്കൾ ഇതെല്ലാം ചെയ്യുന്നത് പാശ്ചാത്യരീതിയിലാണ്. ശ്രീരാമകൃഷ്ണ പരമഹംസർ ഇത്തരത്തിലുള്ള നിർദേശങ്ങൾ നമുക്ക് നൽകിയിരുന്നുവോ? ഇതിന് വിവേകാനന്ദൻ ഇങ്ങനെ മറുപടി നൽകി:

> നമ്മുടെ എല്ലാ രീതികളും അദ്ദേഹത്തിന്റെ ആശയങ്ങൾക്കനുസരിച്ചാണെന്ന് ആരാണ് നിങ്ങളോട് പറഞ്ഞത്? ശ്രീരാമകൃഷ്ണ പരമഹംസർ അനന്തമായ ആശയങ്ങളുടെ മൂർത്തിമത്ഭാവമായിരുന്നു; നിങ്ങൾ അദ്ദേഹത്തെ നിങ്ങളുടെ പരിധിക്കുള്ളിൽ അടയ്ക്കുകയാണോ? ഞാൻ ആ പരിധികളെ ഭേദിച്ച് അദ്ദേഹത്തിന്റെ ആശയങ്ങൾ ലോകം മുഴുവൻ പ്രചരിപ്പിക്കും. അദ്ദേഹം ഒരിക്കലും അദ്ദേഹത്തെ ആരാധിക്കാൻ എന്നോടുപറഞ്ഞിട്ടില്ല. ആത്മീയ പരിശീലനത്തിന്റെയും ഏകാഗ്രതയുടെയും ധ്യാനത്തിന്റെയും ഉന്നതമായ മതാദർശങ്ങളുടെയും രീതികളാണ് അദ്ദേഹം പഠിപ്പിച്ചത്. നാമത് തിരിച്ചറിഞ്ഞ് എല്ലാമനുഷ്യരെയും പഠിപ്പിക്കും. ആശയങ്ങൾ അനന്തമാണ്. അതുപോലെതന്നെ ലക്ഷ്യത്തിലേക്കു നയിക്കുന്ന മാർഗങ്ങളും അനന്തമാണ്. ഒരുപുതിയ മതം സ്ഥാപിക്കാൻ വേണ്ടി ഈ ലോകത്ത് ജനിച്ച ആളല്ല ഞാൻ. ഈ ലോകത്തിൽ നമ്മുടെ ഗുരുവിന്റെ ആശയങ്ങൾ സ്വതന്ത്രമായി പ്രചരിപ്പിക്കുക എന്നതാണ് നമ്മുടെ ഉത്തരവാദിത്വം.

യോഗാനന്ദസ്വാമികൾ പിന്നെ വിവേകാനന്ദനോട് വിയോജിച്ചില്ല. അതിനുശേഷം വിവേകാനന്ദനും ശിഷ്യനും പലകാര്യങ്ങളും വിശദമായി ചർച്ചചെയ്തു. ശ്രീരാമകൃഷ്ണ പരമഹംസരിൽ വിവേകാനന്ദൻ ദർശിച്ചത് ഒരു വ്യക്തിസ്വരൂപത്തെമാത്രമല്ല. മറിച്ച് ഒരു തത്വത്തെയാണ്, പരിത്യാഗത്തിന്റെയും സാക്ഷാൽക്കാരത്തിന്റെയും പ്രവാചകൻമാത്രമല്ല മനുഷ്യരാശിക്കുവേണ്ടി സേവനസന്നദ്ധനായ ഒരു മനസ്സിനെയാണ്. അതിനുവേണ്ടിയാണ് പരമഹംസർ അദ്വൈതസങ്കൽപ്പത്തെ അഥവാ ഏകലോ

കചിന്തയെ ഉയർത്തിപ്പിടിച്ചത്. ലോകത്തിന്റെ ദുരിതങ്ങളും സങ്കടങ്ങളും ഏകാന്തവേദനകളും, രോദനങ്ങളും ഇല്ലാതാക്കുക എന്നതായിരിക്കണം സേവനത്തിന്റെ ലക്ഷ്യം. ഇത് ബുദ്ധമതാശയങ്ങളുമായി സാമ്യമുള്ളതാണ്. ശ്രീരാമകൃഷ്ണപരമഹംസരോടുള്ള ഭക്തി എന്നാൽ സേവനം ചെയ്യാനുള്ള സന്നദ്ധതയാണ്. സ്വാമിവിവേകാനന്ദൻ ശ്രീരാമകൃഷ്ണ പരമഹംസരെ വിലയിരുത്തിയത് പൊതുവിൽ ശിഷ്യന്മാർ അവരുടെ ആധ്യാത്മിക ഗുരുക്കന്മാരെ വിലയിരുത്തുംപോലെയല്ല. ആധ്യാത്മിക ഗുരുക്കന്മാരോടുള്ള അന്ധമായ ഭക്തിയായിരുന്നില്ല സ്വാമിവിവേകാനന്ദന് ശ്രീരാമകൃഷ്ണ പരമഹംസരോടുണ്ടായിരുന്നത്. വിവേകാനന്ദൻ തന്റെ ഗുരുവിനെ പലമാനങ്ങളിൽനിന്ന് വിലയിരുത്തുകയും വ്യാഖ്യാനിക്കുകയും ചെയ്തു. എന്നാൽ അദ്ദേഹം പരമഹംസരെ ഒരു ദൈവമാക്കുകയായിരുന്നില്ല. ലോകത്തിൽ സംഭവിക്കുന്നത് അതാണ്; ഗുരുക്കന്മാരെ ശിഷ്യന്മാർ ദൈവങ്ങളാക്കുന്നു. ആ ശിഷ്യന്മാരെ അവരുടെ ശിഷ്യന്മാരും ദൈവങ്ങളാക്കുന്നു. അങ്ങനെ മനുഷ്യദൈവങ്ങളെക്കൊണ്ട് ഭൂമിനിറയുന്നു. ബുദ്ധൻ ഒരിക്കലും ദൈവത്തെക്കുറിച്ച് സംസാരിച്ചിട്ടില്ല. അദ്ദേഹം ദൈവത്തെ അംഗീകരിക്കുകയോ നിഷേധിക്കുകയോ ചെയ്തിട്ടില്ല. ദൈവമുണ്ടെങ്കിലെന്ത് ഇല്ലെങ്കിലെന്ത്. അതല്ല കാര്യമായ വിഷയം ലോകത്തിലെ ദു:ഖങ്ങളും അസമത്വങ്ങളും ഇല്ലാതാക്കുക എന്നതാണ് പ്രധാനം. ഇതായിരുന്നു ബുദ്ധന്റെ അടിസ്ഥാന ആദർശം. ആ ആദർശത്തിന്റെ തലത്തിൽനിന്നുകൊണ്ടാണ് ബുദ്ധൻ ഇന്ത്യയിലെ ബ്രാഹ്മണമേധാവിത്വത്തെയും വർണവ്യവസ്ഥയെയും എതിർത്തത്. ആ നിലയിൽ ഇന്ത്യയിലെ ആദ്യകാല സാമൂഹിക വിപ്ലവകാരികളിൽ പ്രമുഖനായിരുന്നു ബുദ്ധൻ. അദ്ദേഹത്തിന്റേത് സാമൂഹികവിപ്ലവം മാത്രമായിരുന്നില്ല. രാഷ്ട്രീയ വിപ്ലവകാരികൂടിയായിരുന്നു ബുദ്ധൻ. കാരണം ബ്രാഹ്മണമേധാവിത്വത്തെ ചോദ്യംചെയ്യുകവഴി അന്ന് ഇന്ത്യയിൽ നിലനിന്ന ഭരണവ്യവസ്ഥയെയും രാഷ്ട്രീയപ്രത്യയശാസ്ത്രത്തെയുമാണ് ബുദ്ധൻ ചോദ്യം ചെയ്തത്. എന്നാൽ ബുദ്ധനെ ഒരു ദൈവമാക്കുകയാണ് അദ്ദേഹത്തിന്റെ അനുയായികളും എതിരാളികളും ഒരുപോലെ ചെയ്തത്.

വിവേകാനന്ദൻ ശ്രീരാമകൃഷ്ണപരമഹംസരെ പുതിയരീതിയിൽ വ്യാഖ്യാനിച്ചു. ആ വ്യാഖ്യാനത്തിന്റെ കേന്ദ്രം ലോകത്തെമാറ്റുക എന്ന പ്രയോഗത്തിൽ അധിഷ്ഠിതമായിരുന്നു. കാൾമാക്സിനെപ്പോലെ ലോകത്തെ മാറ്റിമറിക്കാനുള്ള ഒരുപ്രയോഗത്തിന്റെ തത്വശാസ്ത്രമോ പ്രവർത്തനപദ്ധതികളോ വിവേകാനന്ദനുണ്ടായിരുന്നില്ല. മറിച്ച് അദ്ദേഹത്തിന്റെ ഒരേയൊരായുധം ശ്രീരാമകൃഷ്ണ പരമഹംസന്റെ ആശയങ്ങളിൽനിന്ന് ലഭിച്ച ലോകത്തെ മാറ്റാനുള്ള ഇച്ഛാശക്തിയായിരുന്നു. വിവേകാനന്ദൻ ജീവിച്ചത് മുതലാളിത്ത കാലഘട്ടത്തിലാണ്. മുതലാളിത്ത വ്യവസ്ഥയെ മാറ്റിമറിക്കാതെ അത് സൃഷ്ടിക്കുന്ന ദുരിതങ്ങളെ ശാശ്വതമായി ഇല്ലായ്മചെയ്യാനാവില്ല. എന്നാൽ മുതലാളിത്തം തകരു

ന്നതുവരെ അതു സൃഷ്ടിക്കുന്ന ദുരന്തങ്ങളെ കൈയും കെട്ടിനോക്കി നിൽക്കുന്നത് ശരിയല്ല. വിവേകാനന്ദൻ സമൂഹത്തിലെ ദാരിദ്ര്യം അയിത്തം, അന്ധവിശ്വാസങ്ങൾ, അനാചാരങ്ങൾ, നിരക്ഷരത എന്നിവ യെല്ലാം ഇല്ലായ്മ ചെയ്യാനുള്ള പ്രവർത്തനത്തിൽ സ്വയം ഏർപ്പെടുക മാത്രമല്ല, മറ്റുള്ളവരെ ഇതിൽ പങ്കാളികളാക്കുകയുംചെയ്തു. ഇതിനു വേണ്ടിയാണ് അദ്ദേഹം ശ്രീരാമകൃഷ്ണ മിഷൻ തുടങ്ങിയത്. ഈ പ്രസ്ഥാനത്തിന്റെ പ്രവർത്തനങ്ങളെ ഒരു സംഘടനയുടെ പ്രവർത്തന മെന്നനിലയിൽ ചുരുക്കാനാവില്ല. ഇന്ത്യയിൽ ഉയർന്നുവന്ന പുതിയ ഉൽപ്പാദനശക്തികളുടെ പശ്ചാത്തലത്തിൽ നിന്നുകൊണ്ടേ ശ്രീരാമ കൃഷ്ണമിഷന്റെ പ്രവർത്തനത്തെ വിലയിരുത്താനാവൂ. ഇന്ത്യയിൽ അക്കാലത്തുയർന്നുവന്ന നവോത്ഥാന പ്രസ്ഥാനത്തിന്റെ ഭാഗമായിരുന്നു മിഷന്റെ പ്രവർത്തനങ്ങൾ.

എന്നാൽ നവോത്ഥാനപ്രസ്ഥാനങ്ങളോടൊപ്പംതന്നെ ഇന്ത്യയിൽ മത പുനരുജ്ജീവന പ്രസ്ഥാനങ്ങളും ഉയർന്നുവന്നിരുന്നു. യൂറോപ്പിൽ പതി നാറാം നൂറ്റാണ്ടിൽ രൂപംകൊണ്ട നവോത്ഥാനം ഇന്ത്യയിൽ രൂപംകൊ ള്ളുന്നത് പതിനെട്ടും പത്തൊമ്പതും നൂറ്റാണ്ടുകളിലാണ്. പാശ്ചാത്യ നവോത്ഥാനപ്രസ്ഥാനത്തിൽനിന്നും വ്യത്യസ്തമായിരുന്നു ഇന്ത്യൻ നവോത്ഥാനപ്രസ്ഥാനം. എന്നാൽ ഇന്ത്യയിൽ നവോത്ഥാനപ്രസ്ഥാനം രൂപംകൊണ്ടിട്ടില്ല എന്നാണ് ഡോക്ടർ കെ എൻ പണിക്കരെപ്പോലുള്ള ചരിത്രകാരന്മാർ പറയുന്നത്. സ്വാമിവിവേകാനന്ദന്റെ ജീവചരിത്രത്തിൽ പ്രശസ്ത ചരിത്രകാരനും പണ്ഡിതനുമായ ശ്രീ എൻ വി പി ഉണി ത്തിരി ഇങ്ങനെ എഴുതുന്നു:

> ഇംഗ്ലീഷിൽ റിനൈസാൻസ് (Renaissance)എന്നും റിവൈവലി സം(Revivalism)എന്നുമുള്ള വാക്കുകളുടെ വിവർത്തനങ്ങളാ യാണ് നവോത്ഥാനമെന്നും പുനരുജ്ജീവനവാദമെന്നും നാം മല യാളത്തിൽ പറയുന്നത്. റിവൈവലിസത്തിന് പുനരുദ്ധാരണവാദം, പുനരുത്ഥാനവാദം എന്നുംമറ്റും പരിഭാഷകളുണ്ടെങ്കിലും പുനരു ജ്ജീവനവാദം എന്നാണ് കൂടുതൽ യുക്തമെന്ന് എനിക്കു തോ ന്നുന്നു. കാരണം, പഴയതിനുവീണ്ടും ജീവൻവെപ്പിക്കുന്നത് എന്ന അർഥമുള്ള പുനരുജ്ജീവനത്തിന് ആ പ്രവർത്തനത്തിന്റെ അനാ ശാസ്യതയെ കൂടുതൽ വ്യക്തമാക്കാൻ കഴിയും. യൂറോപ്പിൽ 16 ാം നൂറ്റാണ്ടിലാണ് നവോത്ഥാനം സംഭവിക്കുന്നത്. ഇന്ത്യയിലാകട്ടെ അതിനു സമാനമായ ഒരു പുത്തൻ ഉണർവ് ഉണ്ടാകുന്നതിന് കള മൊരുക്കിയ പ്രസ്ഥാനം പത്തൊമ്പതാം നൂറ്റാണ്ടിൽ മാത്രമേ ഉദയംചെയ്യുന്നുള്ളൂ. ക്രി.മു. 6–5നൂറ്റാണ്ടുകളിൽ ബുദ്ധമത കാല ഘട്ടത്തിലും ക്രി. പി. 14–16 നൂറ്റാണ്ടുകളിൽ സൂഫിസത്തിന്റെയും ഭക്തിപ്രസ്ഥാനത്തിന്റെയും കാലഘട്ടത്തിലും ഇന്ത്യൻ ജീവിത ത്തിലാകെ പുരോഗമനാത്മകമായ മാറ്റങ്ങൾക്കുവഴിതെളിച്ച സംഭ

വങ്ങളും ദർശനരൂപീകരണങ്ങളും സാംസ്കാരിക പ്രവർത്തനങ്ങളും നടന്നിരുന്നതുകൊണ്ട് ആ രണ്ടുസന്ദർഭങ്ങളെ ഒന്നാമത്തെയും രണ്ടാമത്തെയും ഭാരതീയ നവോത്ഥാനങ്ങളുടെ കാലഘട്ടങ്ങളായി കണക്കാക്കുന്നതിൽ തെറ്റില്ല. അങ്ങനെയെങ്കിൽ പത്തൊമ്പതാം നൂറ്റാണ്ടിൽ ആവിർഭവിച്ച ആധുനിക ഭാരതീയനവോത്ഥാനത്തെ മൂന്നാമത്തേതായി പരിഗണിക്കാവുന്നതാണ്. ഈ മൂന്ന് നവേത്ഥാനങ്ങളും കൃത്യമായി പാശ്ചാത്യമായ മാനദണ്ഡം വച്ചുനോക്കിയാൽ ആ പേരിനർഹമാവില്ല; ആധുനികമുതലാളിത്തത്തിന്റെ വരവോടെ, നൂതനപാശ്ചാത്യവിദ്യാഭ്യാസത്തിന്റെ ഫലമെന്നോണം ആവിർഭവിച്ച മൂന്നാം നവോത്ഥാനംപോലും അതിനാൽ മതം, മതനിരപേക്ഷത മുതലായ മറ്റു പദങ്ങളെയെന്നപോലെ ഇതിനെയും ഇന്ത്യൻ പശ്ചാത്തലത്തിൽ ഉരുത്തിരിഞ്ഞുവന്ന അർഥതലങ്ങളെ ഉൾക്കൊള്ളുന്ന വിധത്തിലാണ് നാം പൊതുവിൽ പ്രയോഗിക്കുന്നത്.

എൻ വി പി ഉണിത്തിരിയുടെ അഭിപ്രായമനുസരിച്ച് ഇന്ത്യൻ നവോത്ഥാനപ്രസ്ഥാനം നവോത്ഥാനമെന്ന പേരിന് അർഹമല്ല. അതിനുകാരണമായി അദ്ദേഹം പറയുന്നത് അദ്ദേഹം തുടർന്നുള്ള ഇവിടെ ഉദ്ധരിക്കാത്ത ഭാഗത്തുപറയുന്നത് സ്വാതന്ത്ര്യത്തിന്റെയും ജനാധിപത്യത്തിന്റെയും മാനവികതയുടെയും വിശ്വപ്രേമത്തിന്റെയും സമത്വത്തിന്റെയും മൂല്യങ്ങൾ ഉയർത്തിപ്പിടിക്കുന്നതും പാരമ്പര്യത്തെ ത്യാജഗ്രാഹ്യവിവേചനത്തിന്റെ അടിസ്ഥാനത്തിലുള്ള വസ്തുനിഷ്ഠ സമീപനം കൈക്കൊള്ളുന്നതുമായ പുരോഗമനാഭിമുഖ്യമാണ് നവോത്ഥാനമെന്നാണ്. എന്നാൽ ഇത്തരത്തിലുള്ള ഒരു നവോത്ഥാനം യൂറോപ്പിൽ ഉയർന്നുവന്നിട്ടുണ്ടെങ്കിൽ തീർച്ചയായും ഇന്ത്യയിലും അത് നടന്നിട്ടുണ്ട്. കേരളത്തിൽ ശ്രീനാരായണഗുരുവിന്റെയും അയ്യങ്കാളിയുടെയും നേതൃത്വത്തിൽ ഉയർന്നുവന്ന പ്രസ്ഥാനങ്ങളിൽ ഇപ്പറഞ്ഞതെല്ലാം ഉണ്ട്. ആധുനിക ആശയങ്ങളാണ് ഇവയെല്ലാം തന്നെ. ഈ ആധുനിക ആശയങ്ങളുടെ അടിസ്ഥാനത്തിലാണ് നാം കേരളത്തിൽ മേൽപ്പറഞ്ഞ നേതാക്കളുടെയും തമിഴ്നാട്ടിൽ പെരിയാർ ഇ വി രാമസ്വാമിനായ്ക്കരുടെയും മഹാരാഷ്ട്രയിൽ ജോതിബാ ഫൂലെയുടെയും ബംഗാളിൽ റാം മോഹൻ റോയിയുടെയും മറ്റും നേതൃത്വത്തിൽ ഉയർന്നുവന്ന പ്രസ്ഥാനങ്ങളെ നവോത്ഥാനപ്രസ്ഥാനം എന്നു വിളിക്കുന്നത്. നവോത്ഥാനപ്രസ്ഥാനത്തിന് രണ്ട് പ്രധാനധാരകളുണ്ടായിരുന്നു. ഒന്ന് കീഴാളധാര മറ്റൊന്ന് ഉപരിവർഗധാര. കേരളത്തിൽ രൂപംകൊണ്ട നവോത്ഥാനം പൊതുവിൽ ആദ്യംപറഞ്ഞ ധാരയിൽ ഉൾപ്പെടുന്നു. എന്നാൽ കേരളത്തിൽത്തന്നെ അയ്യങ്കാളിയുടെ നേതൃത്വത്തിൽ ഉയർന്നുവന്ന കീഴാളനവോത്ഥാനത്തിന് ശ്രീനാരായഗുരുവിന്റെ നേതൃത്വത്തിൽ ഉയർന്നുവന്ന നവോത്ഥാന ധാരയിൽനിന്നും വ്യത്യാസമുണ്ടായിരുന്നു. ബംഗാളിൽ പൊതുവിൽ കീഴാളനവോത്ഥാന ധാര അല്ല

വളർന്നുവന്നത്. അവിടെ ഉപരിവർഗപ്രസ്ഥാനത്തിനകത്തുനിന്നാണ് നവോത്ഥാനം രൂപപ്പെട്ടത്. ഇത്തരത്തിൽ പൊതുവിൽ ഇന്ത്യൻ നവോത്ഥാനത്തിനകത്ത് വ്യത്യസ്തതകൾ ഉണ്ടാവാൻ കാരണം ഇന്ത്യയുടെ സവിശേഷമായ ജാതിവ്യവസ്ഥയാണ്. അതുപോലെതന്നെ നവോത്ഥാന പ്രസ്ഥാനത്തിൽനിന്നും ഭിന്നമായ മതപുനരുജ്ജീവനവാദവും ഇവിടെ ഉണ്ടായിരുന്നു. ദയാനന്ദസരസ്വതിയുടെ ആര്യസമാജംപോലുള്ള പ്രസ്ഥാനങ്ങൾ ഇതിന്റെ ഭാഗമായിരുന്നു. സ്വാമിവിവേകാനന്ദന്റെ നേതൃത്വത്തിൽ നടന്ന പ്രസ്ഥാനത്തെ മതപുനരുജ്ജീവനവാദമായി കാണാനാവില്ല. കാരണം ദയാനന്ദനെപ്പോലെ വേദങ്ങളിലേക്ക് മടങ്ങിപ്പോകാനല്ല വിവേകാനന്ദൻ ആഹ്വാനം ചെയ്തത്. അദ്ദേഹം വേദങ്ങളെ പുതിയകാലഘട്ടത്തിനനുസരിച്ച് പുതിയരീതിയിൽ വ്യാഖ്യാനിക്കാനാണ് ശ്രമിച്ചത്. എന്നാൽ ഡോക്ടർ കെ എൻ പണിക്കർ പറയുന്നതുപോലെ ഈശ്വരനെ ദരിദ്രനാരായണന്മാരുമായി സാമ്യപ്പെടുത്തുന്നുണ്ടെങ്കിലും വിവേകാനന്ദൻ ആത്മീയത സ്ഥാപിക്കാനാണ് ശ്രമിക്കുന്നത് എന്ന് പറയുന്നത് ശരിയാണ്. എന്നാൽ മതവിശ്വാസികൾ സാമൂഹികപരിഷ്കരണത്തിനിറങ്ങുമ്പോൾ സാമൂഹികപരിഷ്കരണത്തോടൊപ്പം ആത്മീയതയും സ്ഥാപിക്കും എന്നത് ഒരു ചരിത്രപരമായ യാഥാർഥ്യമാണ്. യൂറോപ്യൻ നവോത്ഥാനത്തിന്റെ ഫലമായിട്ടുതന്നെയാണ് മതപരിഷ്കരണപ്രസ്ഥാനങ്ങളും അവിടെ ആരംഭിച്ചത്. ജർമനിയിലും ഇറ്റലിയിലും ഇംഗ്ലണ്ടിലും വളർന്നുവന്ന മതപരിഷ്കരണപ്രസ്ഥാനങ്ങളെ നവോത്ഥാനത്തിൽനിന്നും തീർത്തും സ്വതന്ത്രമായ പ്രസ്ഥാനങ്ങളായി കാണുന്നത് യാന്ത്രികവാദമാണ്.

ഇന്ത്യയിൽ നടന്നത് നവോത്ഥാനം അല്ല എന്നാണ് കെ എൻ പണിക്കരും ഉണ്ണിത്തിരിയും അഭിപ്രായപ്പെടുന്നത്. പാശ്ചാത്യ നവോത്ഥാന പ്രസ്ഥാനങ്ങളുമായി യാന്ത്രികമായി ഇന്ത്യൻ പ്രസ്ഥാനങ്ങളെ താരതമ്യം ചെയ്യുന്നതുകൊണ്ടാണ് ഇവർ രണ്ടുപേരും ഇങ്ങനെ പറയുന്നത്. ഇ എം എസിനെപ്പോലുള്ള മാർക്സിസ്റ്റ് ചിന്തകന്മാർ ഇത്തരം വീക്ഷണം വെച്ചുപുലർത്തിയവരല്ല. ഇന്ത്യൻ സാമൂഹികസന്ദർഭങ്ങൾക്കനുസരിച്ചാണ് ഇ എം എസ് ഇന്ത്യൻ നവോത്ഥാനപ്രസ്ഥാനങ്ങളെ സമീപിച്ചത്. ഇന്ത്യയുടെ ചരിത്രസന്ദർഭങ്ങൾക്കനുസരിച്ച് പരിശോധിക്കുമ്പോൾ ആധുനികതയുടെ ആരംഭമായിരുന്നു ഇന്ത്യയിൽ നവോത്ഥാനം എന്നുപറയാം. എന്നാൽ ഇതിനർഥം നവോത്ഥാനം ചരിത്രത്തിന്റെ അവസാനമാണ് എന്നല്ല. അതിന് പരിമിതികൾ ഇല്ലായിരുന്നു എന്നും അർഥമില്ല. പരിമിതികളിൽനിന്നല്ല ഒരു പ്രസ്ഥാനത്തിന്റെ പ്രസക്തിയെ വിലയിരുത്തേണ്ടത്. മറിച്ച് അതിന്റെ ചരിത്രസന്ദർഭത്തിൽ നിന്നാണ്. പാശ്ചാത്യ നവോത്ഥാന നേതാക്കൾക്ക് ബൂർഷ്വാപരിമിതി ഉണ്ടായിരുന്നില്ല എന്ന് ഫ്രഡറിക് എംഗൽസ് പറയുന്നത് ഓർക്കുക. അതിനർഥം പാശ്ചാത്യനവോത്ഥാന നായകർക്ക് മറ്റുപരിമിതികൾ ഉണ്ടായിരുന്നില്ല എന്നല്ല. അതുപോലെതന്നെ ഇന്ത്യൻ

നവോത്ഥാനപ്രസ്ഥാനത്തിന് മറ്റെന്തെല്ലാം പരിമിതികൾ ഉണ്ടായിരുന്നെങ്കിലും ഫ്യൂഡലിസത്തിന്റെ പരിമിതി ഉണ്ടായിരുന്നില്ല. അതായത് ഫ്യൂഡൽ മതത്തിന്റെ പരിമിതി ഉണ്ടായിരുന്നില്ല. അതുപോലെതന്നെ ഇസ്ലാം മതത്തിനകത്ത് നടന്നിട്ടുള്ള നവോത്ഥാനപ്രസ്ഥാനങ്ങളെയും പരിഗണിക്കേണ്ടതുണ്ട്. ഈ പ്രസ്ഥാനങ്ങളെല്ലാം തന്നെ ഉയർന്നുവന്നത് മതപരിഷ്കരണ പ്രസ്ഥാനമായിട്ടാണ്. എന്നാൽ മതപുനരുദ്ധാരണപ്രസ്ഥാനങ്ങളെയും മതപരിഷ്കരണപ്രസ്ഥാനങ്ങളെയും തമ്മിൽ വേർതിരിച്ചുതന്നെ കാണേണ്ടതുണ്ട്. കെ ദാമോദരൻ അദ്ദേഹത്തിന്റെ *ഭാരതീയ ചിന്ത* എന്ന ഗ്രന്ഥത്തിൽ ഇങ്ങനെ പറയുന്നു:

> ദേശാഭിമാനികളായ സാമൂഹികപരിഷ്കർത്താക്കൾ മതപാരമ്പര്യങ്ങൾക്ക് കീഴ് വഴങ്ങി. എന്നാൽ പുതിയ ഉൽപ്പാദനശക്തികളുടെ വളർച്ചയെ തടയുന്ന മുരടിച്ച മതവിശ്വാസങ്ങളെ ഉൾക്കൊള്ളാനോ ദ്രോഹകരങ്ങളായ മതച്ചടങ്ങുകളെ അംഗീകരിക്കാനോ അവർ കൂട്ടാക്കിയില്ല. ജാതിവ്യത്യാസങ്ങൾ, അയിത്തം, വിഗ്രഹാരാധന, സതി, മുതലായവയ്ക്കെതിരായി പോരാടുകയും വിധവാ വിവാഹം, മിശ്രവിവാഹം മുതലായവയെ പ്രോത്സാഹിപ്പിക്കുകയും ചെയ്തപ്പോൾ അവർ വിശ്വസിച്ചത് തങ്ങൾ പഴയമതത്തെ പുനരുജ്ജീവിപ്പിക്കുകയും ശുദ്ധീകരിക്കുകയുമാണ് ചെയ്യുന്നത് എന്നത്രെ. എന്നാൽ യഥാർഥത്തിൽ അവർ മുതലാളിത്തോൽപ്പാദനസമ്പ്രദായത്തിന്റെ വികാസത്തിന് പറ്റിയതരത്തിൽ പുതിയ ആശയങ്ങൾക്കും പുതിയ സാമൂഹികബന്ധങ്ങൾക്കുമുള്ള കളമൊരുക്കുകയായിരുന്നു. മറ്റൊരുവിധം പറഞ്ഞാൽ മതപരവും ആധ്യാത്മികവുമായ ആദർശങ്ങളാണ് രാഷ്ട്രീയ സാമൂഹികപ്രവർത്തനങ്ങൾക്ക് പ്രചോദനം നൽകിയത്. എങ്കിലും അവയുടെ ഉള്ളടക്കം നാടുവാഴിത്ത വിരുദ്ധവും സാമ്രാജ്യത്വവിരുദ്ധവുമായിരുന്നു. കാലഹരണപ്പെട്ട സാമൂഹിക ബന്ധങ്ങൾ അവസാനിപ്പിക്കുകയും പുതിയബന്ധങ്ങളും ആശയങ്ങളും സൃഷ്ടിക്കുകയും ചെയ്യുക എന്ന ലക്ഷ്യത്തോടെ പ്രവർത്തിക്കാൻ അവർ ജനങ്ങളെ ഉത്ബോധിപ്പിച്ചു. യാഥാർഥ്യത്തോടുള്ള യുക്തിപൂർവവും വസ്തുനിഷ്ഠവുമായ സമീപനത്തിന് വിലങ്ങായിനിന്ന നിയന്ത്രണങ്ങളെ അവർ എതിർത്തു. ഇങ്ങനെ ആത്മീയവാദപരമായ അവരുടെ വീക്ഷണഗതിക്ക് ചരിത്രത്തിൽ പുരോഗമനപരമായ ഒരു പങ്കുവഹിക്കാൻ കഴിഞ്ഞു. പഴയ മൂല്യങ്ങൾക്ക് പുതിയജീവൻ നൽകുക മാത്രമാണ് തങ്ങൾ ചെയ്യുന്നതെന്ന് അവർ വിശ്വസിച്ചു. എങ്കിലും ഫലത്തിൽ അവർ ഭാവിയുടെ വക്താക്കളായിരുന്നു.
>
> ഭൂതകാലത്തിന്റെ നേട്ടങ്ങൾ ഉയർത്തിപ്പിടിക്കുക എന്ന പ്രവണത ദേശീയ നവോത്ഥാനത്തിന്റെ ഒരു സവിശേഷതയാണ്. ഫ്രഞ്ചുന

> വോത്ഥാനത്തിലും ബ്രിട്ടീഷ് മതപരിഷ്കരണപ്രസ്ഥാനത്തിലും ഈ പ്രവണത കാണാം. ഇന്ത്യയിലും ദേശീയപ്രസ്ഥാനത്തിന്റെ ആരംഭഘട്ടത്തിൽ രാഷ്ട്രീയവും സാമ്പത്തികവുമായ മുന്നേറ്റം മതപരിഷ്കരണത്തിന്റെ രൂപത്തിലാണ് പ്രകടമായത്. പിൻതിരിപ്പൻ സാമൂഹികശക്തികൾക്ക് പിൻബലം നൽകിയ കാലഹരണപ്പെട്ട മതപരമായ അന്ധവിശ്വാസങ്ങളെയും അത് നിരാകരിച്ചു.

ഇവിടെ കെ ദാമോദരൻ തന്റെ സൂക്ഷ്മമായ വിശകലന വൈഭവം പ്രകടിപ്പിക്കുന്നു. അതായത് പിൻതിരിപ്പൻ സാമൂഹികശക്തികൾക്ക് പ്രഹരമേൽപ്പിക്കുകയായിരുന്നു ഇന്ത്യയിലെ മതപരിഷ്കരണ പ്രസ്ഥാനം ചെയ്തത് എന്നദ്ദേഹം പറയുന്നു. അതായത് യൂറോപ്പിൽ മതപരിഷ്കരണപ്രസ്ഥാനത്തിൽനിന്നും പ്രകടമായ വ്യത്യാസങ്ങൾ നവോത്ഥാനപ്രസ്ഥാനത്തിനുണ്ടായിരുന്നു. ജ്ഞാനോദയ പ്രസ്ഥാനമെന്ന നിലയിലാണ് യൂറോപ്പിൽ നവോത്ഥാനമുയർന്നുവന്നത്. എങ്കിൽപ്പോലും ഫ്രഞ്ച് നവോത്ഥാനത്തിലും ഭൂതകാലത്തോടുള്ള അടുപ്പം ഉയർത്തിപ്പിടിക്കുക എന്ന സവിശേഷത ഉണ്ടായിരുന്നുവെന്ന് ദാമോദരൻ സൂചിപ്പിക്കുന്നുണ്ട്. പുതിയ ഉൽപ്പാദനശക്തികളെ കെട്ടഴിച്ചുവിടാനും പുതിയ സാമൂഹിക അവബോധവും ആധുനിക ചിന്തയും പൊട്ടിവിടരാനും സഹായകരമായ ഇന്ത്യയിലെ നവോത്ഥാനപ്രസ്ഥാനങ്ങളെ നവോത്ഥാനപ്രസ്ഥാനങ്ങളെന്ന് വിളിക്കാൻ പറ്റില്ലെന്ന് കെ എൻ പണിക്കരും ഉണിത്തിരിയും പറയുമ്പോൾ അവർ ആധുനിക ഇന്ത്യയെത്തന്നെയാണ് നിഷേധിക്കുന്നത്. ഇന്ത്യക്ക് സ്വാതന്ത്ര്യം കിട്ടിയിട്ടില്ല എന്നുപറയുന്നതുപോലെയുള്ള പഴയബോധത്തിൽനിന്നുള്ള വാദമാണ് ഇത്.

നവോത്ഥാനത്തിന്റെ രാഷ്ട്രീയ ഉള്ളടക്കമെന്നത് അത് പുതിയ സാമൂഹിശക്തികളെ കെട്ടഴിച്ചുവിടാൻ പ്രചോദകമായി എന്നതാണ്. പഴയ സാമൂഹിബന്ധങ്ങൾക്ക് കനത്ത പ്രഹരമേൽപ്പിക്കാൻ അതിനു കഴിഞ്ഞു. നവോത്ഥാനത്തിന്റെ രായ്ട്രീയ ഉള്ളടക്കമെന്നുപറയുന്നത് അതിന്റെ ഭാഷാപരമായ അർഥം വിശകലനം ചെയ്ത് കണ്ടെത്താനാവുന്നതല്ല. നവോത്ഥാനത്തിന്റെ അർഥമെന്തെന്ന് മനസിലാക്കാൻ നാം ഡിക്ഷ്ണറി തുറന്നുനോക്കിയിട്ട് കാര്യമില്ല. ചരിത്രത്തിൽനിന്നാണ് നമ്മളത് പഠിക്കേണ്ടത്. നവോത്ഥാന നായകരിൽ അന്യൂനമായ സ്ഥാനമുള്ള സ്വാമിവിവേകാനന്ദൻ ദേശീയവാദിയും ഒപ്പം ഒരു സോഷ്യലിസ്റ്റുമായിരുന്നു.

ഒരിക്കൽ സ്വാമി അത്ഭുതാനന്ദയുമായുള്ള സംഭാഷണത്തിനിടെ കപട ഭക്തരെ വിവേകാനന്ദൻ ശക്തമായി വിമർശിക്കുകയുണ്ടായി. “സെന്റിമെന്റൽ ഫൂൾസ്” എന്നാണ് അദ്ദേഹം പറഞ്ഞത്. രാമകൃഷ്ണ മിഷൻ അസോസിയേഷന്റെ ആദ്യത്തെ പൊതുയോഗം ആയിരത്തി എണ്ണൂറ്റിതൊണ്ണൂറ്റി ഏഴ് മെയ് ഒൻപതിന് നടന്നു. വിവേകാനന്ദൻ എപ്പോഴെല്ലാം കൽക്കത്തയിൽ ഉണ്ടായിരുന്നുവോ അപ്പോഴെല്ലാം അദ്ദേഹം മിഷന്റെ യോഗങ്ങളിൽ പങ്കെടുക്കുമായിരുന്നു. ആയിരത്തിതൊള്ളായി

രത്തി ഒൻപതിൽ രാമകൃഷ്ണമിഷൻ അസോസിയേഷന്റെ ഭാഗമായി 'രാമകൃഷ്ണമിഷൻ' എന്ന ഒരു സൊസൈറ്റി രൂപീകരിക്കപ്പെട്ടു. രാമകൃഷ്ണമിഷന്റെ മാനേജ്മെന്റ് സർക്കാരിനുകീഴിലുള്ള ഒരു ട്രസ്റ്റിന്റെ നിയന്ത്രണത്തിലായിരുന്നു. ഇതിന്റെ ഭാഗമായി നിരവധി മഠങ്ങൾ രാജ്യത്തിന്റെ പലഭാഗത്തും സ്ഥാപിക്കപ്പെട്ടു. രാമകൃഷ്ണമിഷനും രാമകൃഷ്ണമഠവും വിദ്യാഭ്യാസരംഗത്തും സേവനരംഗത്തും മഹത്തായ സേവനങ്ങൾ നിർവഹിച്ചു. ശ്രീരാമകൃഷ്ണ മഠത്തിന്റെ ആസ്ഥാനം കൽക്കത്തയിലെ ബെലൂർ മഠമായിരുന്നു.

10

ഉത്തരേന്ത്യയിൽ

ബംഗാളിൽനിന്നും ഉത്തരേന്ത്യൻ ഭാഗങ്ങളിലേക്ക് തിരിച്ച സ്വാമി വിവേകാനന്ദനു ചുറ്റും സന്യാസിമാരുടെ ഒരു വലയംതന്നെ ഉണ്ടായിരുന്നു. സ്വാമികൾ യോഗാനന്ദ, വിജ്ഞാനാനന്ദ, നിരഞ്ജനാനന്ദ, അത്ഭുതാനന്ദ, അച്ചുതാനന്ദ, ശിവാനന്ദ, സദാനന്ദ, മുതിർന്ന സച്ചിദാനന്ദ, ശുദ്ധാനന്ദ, കൃഷ്ണലാൽ എന്നിവരായിരുന്നു അവർ. അവരോടൊപ്പം വിദേശത്തുനിന്നുവന്ന ജെ ജെ ഗുഡ്‌വിനും ഉണ്ടായിരുന്നു. നിരന്തരമായ യാത്രയും തപസും പ്രഭാഷണങ്ങളും വിവേകാനന്ദന്റെ ആരോഗ്യനിലയെ ക്ഷീണിപ്പിച്ചിരുന്നു. അതുകൊണ്ട് അദ്ദേഹം ഉത്തരേന്ത്യയിലെ വാസക്കാലത്ത് വിശ്രമത്തിനുവേണ്ടിയും സമയം നീക്കിവെച്ചു. ഇക്കാലത്ത് ലോകത്തിന്റെ പലഭാഗങ്ങളിൽനിന്നും അദ്ദേഹത്തിന് കത്തുകൾ ലഭിച്ചുകൊണ്ടിരുന്നു. ദാർശനികമായ സംശയങ്ങൾ ചോദിച്ചുകൊണ്ട് വ്യക്തിജീവിതത്തിലെ ദു:ഖങ്ങൾക്കും പ്രശ്നങ്ങൾക്കും പരിഹാരമാവശ്യപ്പെട്ടുകൊണ്ടും അദ്ദേഹത്തിന് നിരന്തരം കത്തുകൾ ലഭിക്കുമായിരുന്നു. വിദേശങ്ങളിൽനിന്നും സ്വദേശത്തുനിന്നും ലഭിച്ച ഈ കത്തുകൾക്കെല്ലാം വിവേകാനന്ദൻ കൃത്യമായ മറുപടി നൽകി. പുസ്തകങ്ങളും വിജ്ഞാനങ്ങളും യോഗയും ധ്യാനവും ജ്ഞാനവും ഭക്തിയും എല്ലാംതന്നെ സ്നേഹവുമായി താരതമ്യംചെയ്യുമ്പോൾ വെറും പൊടിയാണെന്ന് വിവേകാനന്ദൻ പറയുമായിരുന്നു. ലോകത്തെകീഴടക്കുന്നത് ബുദ്ധിശക്തിയല്ലെന്നും ഹൃദയത്തിന്റെ ശക്തിയാണെന്നും അദ്ദേഹം അഭിപ്രായപ്പെട്ടു.

പന്ത്രണ്ടാഴ്ചക്കാലം വിവേകാനന്ദൻ അൽമോറയിൽ ചെലവഴിച്ചു. ഇക്കാലത്ത് അദ്ദേഹത്തിന് പഞ്ചാബിൽനിന്നും കാശ്മീരിൽനിന്നും ക്ഷണക്കത്തുകൾ ലഭിച്ചിരുന്നു. ഇക്കാലത്തുതന്നെയാണ് ഒരുനാൾ അച്ചുതാ

നന്ദസ്വാമികൾ (അദ്ദേഹം ആര്യസമാജത്തിലെ ഒരു സന്യാസിയായിരുന്നു) വിവേകാനന്ദനെക്കുറിച്ച് ഒരു പ്രവചനം നടത്തിയത്. അഞ്ചോ ആറോ വർഷംവരെമാത്രമെ വിവേകാനന്ദൻ ജീവിച്ചിരിക്കുകയുള്ളൂ എന്നായിരുന്നു ആ പ്രവചനം. യാദൃച്ഛികമെന്നുപറയട്ടെ ആ പ്രവചനം ശരിയായി.

ആയിരത്തി എണ്ണൂറ്റിതൊണ്ണൂറ്റി എട്ട് ആഗസ്ത് ഇരുപതാം തീയതി വിവേകാനന്ദൻ പഞ്ചാബിലെ അമൃതസറിലെത്തി. അവിടെ റെയിൽവെ സ്റ്റേഷനിൽ അദ്ദേഹത്തിന് പ്രൗഢഗംഭീരമായ ഒരു സ്വീകരണം ലഭിച്ചു. എന്നാൽ അഞ്ചുമണിക്കൂറുകൾ മാത്രമേ അദ്ദേഹം അമൃതസറിൽ ചെലവഴിച്ചുള്ളൂ. അവിടെനിന്നും അദ്ദേഹം ധർമശാലയിലെ നയനാനന്ദകരമായ സ്ഥലത്തേക്കുപോയി. അവിടെ എട്ടുദിവസം ചെലവഴിച്ചു. അന്നും അദ്ദേഹത്തിന് ആരോഗ്യകരമായ പ്രശ്നങ്ങളുണ്ടായിരുന്നു. അവിടെനിന്ന് അമൃതസറിലേക്കുമടങ്ങി. ആര്യസമാജപ്രവർത്തകരുമായി അദ്ദേഹം അമൃതസറിൽവെച്ച് ചർച്ചകളിൽ ഏർപ്പെട്ടു. അവിടെനിന്ന് ഇന്നത്തെ പാക്കിസ്ഥാന്റെ ഭാഗമായ റാവൽപ്പിണ്ടിയിലേക്ക് തിരിച്ചു. പിന്നീടാണ് ശ്രീനഗറിലേക്ക് യാത്രചെയ്തത്. കാശ്മീർ രാജാവ് വിവേകാനന്ദനെ സ്വീകരിച്ചു. ഇരുവരും ആത്മീയകാര്യങ്ങളും ഭൗതികകാര്യങ്ങളും വിശദമായി ചർച്ചചെയ്തു. കാശ്മീരിരാജാവിന് വിവേകാനന്ദനോട് അങ്ങേയറ്റം മതിപ്പും ആരാധനയുമുണ്ടായിരുന്നു. അവിടെ അദ്ദേഹം ഒരു പൊതുസമ്മേളനത്തിൽ പ്രസംഗിച്ചു. ആ പ്രസംഗം വളരെ ഗംഭീരമായിരുന്നു. അതിനെത്തുടർന്ന് കാശ്മീർ മഹാരാജാവ് വിവേകാനന്ദനെ ചിലപ്രഭാഷണങ്ങൾ നടത്താൻ ക്ഷണിക്കുകയുണ്ടായി. വേദങ്ങളെക്കുറിച്ചും പുരാണങ്ങളെക്കുറിച്ചും വിവേകാനന്ദൻ നടത്തിയ പ്രഭാഷണം കാശ്മീരി സന്യാസികൾക്കും പണ്ഡിതന്മാർക്കും വളരെയേറെ ഇഷ്ടപ്പെട്ടു. കാശ്മീരി രാജാവിന്റെ വിശാലമായ ലൈബ്രറി അദ്ദേഹം സന്ദർശിച്ചു. ഹിന്ദിഭാഷയിലാണ് അദ്ദേഹം കാശ്മീരിൽ പ്രസംഗം നടത്തിയത്. ഹിന്ദിഭാഷയിലുള്ള വിവേകാനന്ദന്റെ പ്രാവീണ്യംകണ്ട് മഹാരാജാവ് അദ്ദേഹത്തോട് ഹിന്ദിയിൽ എഴുതാൻ അഭ്യർഥിച്ചു.

ജമ്മുകാശ്മീരിൽനിന്നും വിവേകാനന്ദൻ ഇന്നത്തെ പാക്കിസ്ഥാനിലെ സിയാൽക്കോട്ടിലേക്കു തിരിച്ചു. അവിടെ അദ്ദേഹം ഇംഗ്ലീഷിലാണ് സംസാരിച്ചത്. മതത്തെക്കുറിച്ച് അദ്ദേഹം ഇംഗ്ലീഷിൽ നടത്തിയപ്രസംഗം അദ്ദേഹം തന്നെ ഹിന്ദിയിലേക്ക് പരിഭാഷപ്പെടുത്തി. നിരവധി സ്ത്രീകളും പുരുഷന്മാരും അവിടെ അദ്ദേഹത്തെ സന്ദർശിക്കാൻ എത്തിയിരുന്നു. അതിൽ കുറേ സന്യാസിനിമാരും ഉണ്ടായിരുന്നു. ഈ സന്യാസിനിമാരെ കണ്ടപ്പോൾ അവിടെ ഒരു സ്കൂൾ സ്ഥാപിക്കണമെന്ന് വിവേകാനന്ദൻ ആഗ്രഹം പ്രകടിപ്പിച്ചു. അദ്ദേഹത്തിന്റെ ആഗ്രഹം സന്തോഷത്തോടെ സ്വീകരിക്കുകയായിരുന്നു അവർ. ആൺകുട്ടികൾക്കും പെൺകുട്ടികൾക്കും വേണ്ടിയുള്ള ഒരു സ്കൂൾ സ്ഥാപിക്കണമെന്നും എന്നാൽ പെൺകുട്ടികളെ അധ്യാപികമാർതന്നെ പഠിപ്പിക്കണമെന്ന് അദ്ദേഹം

നിർദേശിച്ചു. അതിനുവേണ്ടി വിധവകളായ ഹിന്ദുസ്ത്രീകളെ ഉപയോഗപ്പെടുത്താൻ വിവേകാനന്ദൻ നിർദേശിക്കുകയുണ്ടായി.

സിയാൽക്കോട്ടിൽനിന്നും വിവേകാനന്ദൻ ലാഹോറിലേക്ക് യാത്ര ചെയ്തു. അവിടെ ആര്യസമാജപ്രവർത്തകരും മറ്റും ചേർന്ന് അദ്ദേഹത്തിന് ഉജ്ജ്വലമായ ഒരു സ്വീകരണം നൽകി. ലാഹോറിൽ ഒരുദിവസം അദ്ദേഹം സിക്കുകാരുടെ ക്ഷണം സ്വീകരിച്ചു, ശുദ്ധിസഭ ആയിരുന്നു വിവേകാനന്ദനെ സ്വീകരിച്ചത്. ഇസ്ലാംമതത്തിലേക്ക് മതപരിവർത്തനം ചെയ്ത സിക്കുകാരെ തിരികെ സിക്ക്പ്രസ്ഥാനത്തിലേക്ക് ക്ഷണിക്കുക എന്നതായിരുന്നു ശുദ്ധിസഭയുടെ ലക്ഷ്യം. വിവിധ മതവിഭാഗങ്ങളിൽ നിലനിന്നിരുന്ന വഴക്കുകളെ ഇല്ലാതാക്കാൻ വിവേകാനന്ദന്റെ പ്രഭാഷണങ്ങൾ വഹിച്ച പങ്ക് വളരെ വലുതാണ്. മതസഹിഷ്ണുതയും മതസൗഹാർദവും നിലനിന്നുകാണാനാണ് അദ്ദേഹം പ്രവർത്തിച്ചത്. ക്രിസ്ത്യാനികളെന്നോ മുസ്ലീങ്ങളെന്നോ ബുദ്ധമതക്കാരെന്നോ ജൈനമതക്കാരെന്നോ വൈഷ്ണവരെന്നോ ശൈവരെന്നോ ബ്രാഹ്മണരെന്നോ സിക്കുകാരെന്നോ വ്യത്യാസമില്ലാതെ അദ്ദേഹം എല്ലാവരുടെയും ക്ഷണം സ്വീകരിക്കുകയും അവരോടെല്ലാംതന്നെ ഒരേ ആശയങ്ങൾ പങ്കുവെക്കുകയും ചെയ്തു.

ലാഹോറിൽനിന്നും വിവേകാനന്ദൻ ഡഹറാഡൂണിലേക്ക് യാത്രതിരിച്ചു. ഡഹറാഡൂണിലെ മനോഹരമായ പ്രകൃതി അദ്ദേഹത്തിന് ഉന്മേഷം നൽകുന്നതായിരുന്നു. ഡഹറാഡൂണിൽ കുറച്ചുനാൾ ഏകാന്തജീവിതം നയിക്കാൻ അദ്ദേഹം ആഗ്രഹിച്ചു. എന്നാൽ ഹിമാലയ നിരകളിൽ വിവേകാനന്ദൻ എത്തിയിട്ടുണ്ടെന്ന് അറിഞ്ഞ് ആളുകൾ അദ്ദേഹത്തെ കാണാൻ ഒഴുകിയെത്തി. അവിടെ അദ്ദേഹം സംസ്കൃതത്തിലെ ബ്രഹ്മസൂത്രത്തെക്കുറിച്ച് ക്ലാസുകളെടുത്തു.സാംഖ്യതത്വശാസ്ത്രത്തെക്കുറിച്ച് ക്ലാസെടുക്കാൻ അച്ചുതാനന്ദസ്വാമികളെ നിയോഗിച്ചു. സംസ്കൃതത്തിൽ ഉയർന്ന പാണ്ഡിത്യമുണ്ടായിരുന്നു അച്ചുതാനന്ദന്. ഡഹറാഡൂണിൽനിന്നും വിവേകാനന്ദൻ രാജസ്ഥാനിലേക്കുതിരിച്ചു. അന്ന് രാജസ്ഥാന്റെ പേര് രജപുത്താന എന്നായിരുന്നു. അവിടെ ഖെത്രിരാജാവ് അദ്ദേഹത്തെ സ്വീകരിച്ചു. അവിടെനിന്നും സ്വാമി ഡൽഹിയിലേക്ക് യാത്രതിരിച്ചു. സമ്പന്നരായ ഒരുപാട് ആളുകൾ വിവേകാനന്ദനെ തങ്ങളോടൊപ്പം കഴിയാൻ ക്ഷണിച്ചെങ്കിലും വിവേകാനന്ദൻ തന്റെ പഴയസുഹൃത്തുക്കളുടെ കൂടെ ചേരുകയായിരുന്നു. ഡൽഹിയിൽ മുഗൾചക്രവർത്തിമാരുടെ ആരാധനാലയങ്ങളും സ്മാരകങ്ങളും വിവേകാനന്ദൻ സന്ദർശിച്ചു.

ഖെത്രിയിലേക്കുള്ള യാത്ര വളരെ ആവേശകരമായിരുന്നു സ്വാമിക്ക്. മരുഭൂമിയിലൂടെയായിരുന്നു ആ യാത്ര. ചിലർ കുതിരപ്പുറത്തും മറ്റുചിലർ ഒട്ടകപ്പുറത്തും വേറെചിലർ കാളവണ്ടിയിലുമായിരുന്നു സഞ്ചരിച്ചത്. വഴിക്ക് ഏതെങ്കിലും വിശ്രമസ്ഥലത്തെത്തിയാൽ സ്വാമിവിവേകാനന്ദൻ സഹയാത്രികർക്ക് രസകരമായ പല കഥകളും പറഞ്ഞുകൊടു

ക്കും. വഴിക്കുവെച്ച് രാജാ അജിത് സിങ്ങും മുൻഷി ജഗമോഹൻലാലും സ്വാമിയെ സ്വീകരിക്കാനെത്തിയിരുന്നു. ഖെത്രി നഗരത്തിലെത്തിയപ്പോൾ നഗരവാസികൾ സ്വാമിയെ ആരതിഉഴിഞ്ഞുകൊണ്ട് സ്വീകരിച്ചു. പിന്നീടവർ ടെമ്പിൾപാലസിലേക്ക് ഒരു ഘോഷയാത്രയായി പോയി. അവിടെ വമ്പിച്ച സ്വീകരണം വിവേകാനന്ദന് ലഭിച്ചു. ടെമ്പിൾപാലസിൽനിന്നും സ്വീകരണ സ്ഥലംവരെ വിവേകാനന്ദനോടുള്ള ആദരവിന്റെ ഭാഗമായി ചുവന്ന പരവതാനി വിരിച്ചിരുന്നു. അവിടെവെച്ച് സ്വാമിക്ക് ധാരാളം ഉപഹാരങ്ങൾ ലഭിച്ചു. കൊട്ടാരത്തിലെ സംഗീതജ്ഞന്മാർ സംഗീതമാലപിച്ചു. അഞ്ച് തളികകളിൽ സ്വർണനാണയങ്ങൾ വിവേകാനന്ദന് സമ്മാനിച്ചു. അദ്ദേഹമത് അവിടുത്തെ വിദ്യാഭ്യാസ സ്ഥാപനങ്ങൾക്ക് സമർപ്പിച്ചു. അവിടെ, വിവേകാനന്ദൻ ഒരു പ്രസംഗം ചെയ്തു. സാമൂഹിക സേവനത്തെക്കുറിച്ചും ഇന്ത്യൻസംസ്കാരത്തെക്കുറിച്ചും വളരെ ഹൃദ്യമായി സംസാരിച്ചു.

അതിനുശേഷം രാജാവിന്റെ ബംഗ്ലാവിൽവെച്ച് വിവേകാനന്ദൻ ഒരു പ്രസംഗം നടത്തി. ഡിസംബർ ഇരുപതിനായിരുന്നു അത്. ഒന്നരമണിക്കൂറോളം പ്രാചീനനാഗരികതകളെക്കുറിച്ച് പ്രഭാഷണം നടത്തി. ഗ്രീക്ക് സംസ്കാരത്തെക്കുറിച്ചും ആര്യൻ സംസ്കാരത്തെക്കുറിച്ചും അദ്ദേഹം വിശദമായി പ്രതിപാദിച്ചു. പൈത്തഗോറസ്, സോക്രട്ടീസ്, പ്ലാറ്റോ തുടങ്ങിയവരുടെ ചിന്തകൾ സ്പെയിനിലും ജർമനിയിലും മറ്റ് യൂറോപ്യൻ രാജ്യങ്ങളിലും സ്വാധീനം ചെലുത്തിയതിനെക്കുറിച്ച് സ്വാമിവിവേകാനന്ദൻ നടത്തിയ പ്രഭാഷണം വളരെ വിജ്ഞാനപ്രദമായിരുന്നു. വേദങ്ങളെക്കുറിച്ചും വൈദിക മിത്തോളജിയെക്കുറിച്ചും അദ്ദേഹം വിശദീകരിച്ചു. ഇന്ത്യൻ സംസ്കാരം ഭൗതികപരിഷ്കാരങ്ങളിൽ മാത്രമല്ല ആന്തരികവികാസത്തിലാണ് കൂടുതൽ ഊന്നിയതെന്ന് അദ്ദേഹം പറഞ്ഞു. തത്വമസി എന്ന ആശയത്തെക്കുറിച്ച് അവിടെവെച്ചദ്ദേഹം വിശദീകരിച്ചു. ആധുനിക ഹിന്ദുക്കൾ വേദാന്തികളോ യഥാർഥത്തിൽ ഹിന്ദുക്കളോ അല്ലെന്ന് അവർ തൊട്ടുകൂടാൻ പാടില്ലാത്തവർ മാത്രമാണെന്നും അദ്ദേഹം പരിഹസിച്ചു. ജാതിവ്യവസ്ഥയ്ക്കെതിരായ കടുത്ത വിമർശനമായിരുന്നു അത്. അയിത്തം നിലനിർത്തുന്നവരുടെ ക്ഷേത്രം അടുക്കളയാണെന്നും അവരുടെ വിഗ്രഹം അടുക്കളപ്പാത്രമാണെന്നും വിവേകാനന്ദൻ പറഞ്ഞു. ഈ നിലമാറണം. എത്ര എളുപ്പം ഇതുമാറുന്നുവോ അത്രമേൽ വേഗത്തിൽ മതം നന്നാവും. മതവിഭാഗങ്ങൾ തമ്മിലുള്ള സംഘർഷങ്ങൾ ഇല്ലാതാവും എന്ന് അദ്ദേഹം ഉത്ബോധിപ്പിച്ചു. ആ പ്രഭാഷണത്തിനിടയിൽ വിവേകാനന്ദൻ ക്ഷീണംകൊണ്ട് തെല്ലിട പ്രഭാഷണം നിർത്തി. അതുവരെ സദസ്സ് അക്ഷമരായി കാത്തിരുന്നു. അദ്ദേഹം വീണ്ടും പ്രഭാഷണം ആരംഭിച്ചു. വൈവിധ്യത്തിൽ ഏകത്വം കണ്ടെത്തുന്നതാണ് അറിവെന്ന് അദ്ദേഹം പറഞ്ഞു. അത് കണ്ടെത്തുമ്പോഴാണ് ശാസ്ത്രം ഉന്നതിയിലെത്തുന്നത്. ഭൗതികശാസ്ത്രത്തിനും ആത്മീയദർശനങ്ങൾക്കും ഇത് ബാധകമാണ്. ഇന്ത്യൻ ദർശനവും സംസ്കാരവും പാശ്ചാത്യരാജ്യങ്ങ

ളിൽ എത്തിക്കുന്നതിൽ വിവേകാനന്ദനെ സഹായിച്ച ഖെത്രിരാജാവിന് അദ്ദേഹം ഒരു ഉപഹാരം സമർപ്പിച്ചു.

ഖെത്രിയിലെ വാസക്കാലം വളരെ രസകരമായിരുന്നു വിവേകാനന്ദന്. പതിവ് പ്രഭാഷണങ്ങളും ക്ലാസുകളും നടത്തുമ്പോൾത്തന്നെ പ്രകൃതി ദൃശ്യങ്ങൾ ആസ്വദിക്കാനും സവാരിചെയ്യാനും അദ്ദേഹം സമയം കണ്ടെത്തി. ഒരു ദിവസം ഖെത്രിയിലെ രാജാവും വിവേകാനന്ദനും കൂടി യാത്രചെയ്യുകയായിരുന്നു. ഒരു ഇടവഴിയിലൂടെയായിരുന്നു സവാരി. കുറ്റിച്ചെടികളും വൻമരങ്ങളുടെ താഴോട്ട് ചാഞ്ഞുനിൽക്കുന്ന ചില്ലകൾക്കും ഇടയിലൂടെയായിരുന്നു അവരുടെ യാത്ര. അപ്പോൾ രാജാവ് തെല്ലിട ഒന്നു നിന്നു. ആ സമയത്ത് രാജാവിന്റെ കൈയിൽനിന്ന് രക്തമൊഴുകുന്നുണ്ടായിരുന്നു. ഏതോ കുറ്റിച്ചെടിയുടെ മുള്ളുകൊണ്ട മുറിവായിരുന്നു അത്. വിവേകാനന്ദനുവേണ്ടി മുള്ളുനിറഞ്ഞ ഒരു ചില്ല വകഞ്ഞ് മാറ്റുമ്പോഴായിരുന്നു രാജാവിന് മുറിവുപറ്റിയത്. അതിനെപ്പറ്റി രാജാവ് പറഞ്ഞത് ധർമം സംരക്ഷിക്കാൻവേണ്ടി ക്ഷത്രിയന്മാർ എക്കാലവും പ്രവർത്തിച്ചിട്ടുണ്ട് എന്നാണ്. എന്നാൽ കുറച്ചുസമയത്തെ നിശ്ശബ്ദതയ്ക്കുശേഷം വിവേകാനന്ദൻ ഇങ്ങനെ പറഞ്ഞു: “ഒരുപക്ഷേ, നിങ്ങൾ പറഞ്ഞത് ശരിയായിരിക്കാം.” ഇവിടെ ഒരുപക്ഷേ, ശരിയായിരിക്കാം എന്നുപറഞ്ഞത് വളരെ അർഥവത്താണ്. നർമത്തിനുവേണ്ടിയാണെങ്കിൽപ്പോലും ബ്രാഹ്മണരുടെയും ക്ഷത്രിയരുടെയും സവിശേഷാധികാരങ്ങളെ വിവേകാനന്ദൻ അനുകൂലിച്ചിരുന്നില്ല.

വിവേകാനന്ദൻ ഖെത്രിവിടുമ്പോൾ രാജാവ് മൂവായിരം രൂപ അദ്ദേഹത്തിന് നൽകി. ഈ പണം വിവേകാനന്ദൻ സദാനന്ദ സ്വാമികളുടെ അടുത്ത് ഏൽപ്പിക്കുകയും അവർ അത് രാമകൃഷ്ണമഠത്തിന് കൈമാറുകയും ചെയ്തു. അതിനുശേഷവും ഉത്തരേന്ത്യയിലെ നിരവധി പ്രദേശങ്ങൾ വിവേകാനന്ദൻ സന്ദർശിച്ചു. അതെല്ലാം കഴിഞ്ഞ് അദ്ദേഹം കൽക്കത്തയിലേക്കുതന്നെ മടങ്ങി. അതോടുകൂടി വിവേകാനന്ദന്റെ ഇന്ത്യാസന്ദർശനം ഏതാണ്ട് പൂർണമായിരുന്നു. അക്കാലത്ത് വിവേകാനന്ദനിൽ ദേശീയവാദം ശക്തിപ്പെട്ടുവരികയായിരുന്നു. മതസൗഹാർദത്തിന്റെയും മതസമന്വയത്തിന്റെയും ഉദാത്തമായ പാരമ്പര്യം ഉൾക്കൊള്ളാൻ അദ്ദേഹം ഇന്ത്യക്കാരെ ഉത്ബോധിപ്പിച്ചു. വിവിധമതങ്ങൾ തമ്മിൽ ഐക്യത്തിലും സൗഹാർദത്തിലും കഴിയുമ്പോഴേ ഒരു പുതിയ ഇന്ത്യ പിറക്കുകയുള്ളൂ എന്ന് വിവേകാനന്ദൻ മനസിലാക്കിയിരുന്നു. മതവിശ്വാസികൾ തമ്മിൽമാത്രമല്ല മത നേതാക്കന്മാർ തമ്മിലും ഐക്യമുണ്ടാവണമെന്ന് അദ്ദേഹം ഉറച്ചുവിശ്വസിച്ചു. മതദർശനങ്ങളുടെ അടിസ്ഥാന ആശയങ്ങൾ മനസിലാക്കാത്തവരാണ് വർഗീയ സംഘർഷങ്ങൾക്ക് വഴിതെളിയിക്കുന്നതെന്ന് അദ്ദേഹം പറഞ്ഞു. ശ്രീനാരായണ ഗുരുവിനെപ്പോലെതന്നെ മതമേതായിരുന്നാലും മനുഷ്യർ നന്നായിരിക്കണമെന്ന് വിവേകാനന്ദനും വിശ്വസിച്ചിരുന്നു. അദ്ദേഹം കേരളത്തെപ്പറ്റി പരാമർശിച്ചപ്പോൾ ഒരു മത

പരിഷ്കർത്താവിന്റെ നേതൃത്വത്തിൽ മാത്രമേ കേരളത്തിന് പുരോഗതി ഉണ്ടാവൂ എന്നഭിപ്രായപ്പെട്ടിരുന്നു. അതുപോലെതന്നെയാണ് സംഭവിച്ചത്. ആന്തരിക ജീവിതത്തിലെ സൂക്ഷ്മമായ പരിവർത്തനങ്ങളാണ് സാമൂഹികപരിവർത്തനത്തിൽ നിർണായകം എന്ന് ഗുരുവിനെപ്പോലെ വിവേകാനന്ദനും വിശ്വസിച്ചിരുന്നു.

11

മഠത്തിലെ ജീവിതം

ഇന്ത്യയിലെ തന്റെ ദീർഘമായ സഞ്ചാരങ്ങൾക്കുശേഷം വിവേകാനന്ദൻ വീണ്ടും കൽക്കത്തയിലേക്കു തിരിച്ചു. അവിടെ രാമകൃഷ്ണ മിഷൻ മഠത്തിൽ അദ്ദേഹത്തിന് ധാരാളം ജോലികൾ ചെയ്തുതീർക്കാനുണ്ടായിരുന്നു. അവിടുത്തെ ഡയറി രേഖകൾ അതെല്ലാം വിശദീകരിക്കുന്നുണ്ട്. നിത്യവും അദ്ദേഹത്തെ സന്ദർശിക്കുന്ന ആളുകളുമായി ഇടപഴകുക, കത്തുകൾക്ക് മറുപടി അയയ്ക്കുക, ഗ്രന്ഥരചന നടത്തുക സന്യാസിമാരെയും ബ്രഹ്മചാരികളെയും പരിശീലിപ്പിക്കുക എന്നിവയായിരുന്നു അദ്ദേഹത്തിന്റെ പ്രധാനചുമതലകൾ. മണിക്കൂറുകളോളം അദ്ദേഹം അവരോടൊപ്പം ചെലവഴിച്ചു. ധ്യാനം, കീർത്തനാലാപനം, പഠനം, യോഗക്ലാസുകൾ എന്നിവയെല്ലാം അതിന്റെ ഭാഗമായിരുന്നു. വേദാന്തത്തെക്കുറിച്ചും *ഉപനിഷത്* ദർശനത്തെക്കുറിച്ചും *ഗീത*യെക്കുറിച്ചും ഭൗതികശാസ്ത്രങ്ങളെക്കുറിച്ചും രാഷ്ട്രങ്ങളുടെ ചരിത്രത്തെക്കുറിച്ചും അദ്ദേഹം ക്ലാസുകൾ കൈകാര്യം ചെയ്തു. വിദ്യാർഥികളുടെ ചോദ്യങ്ങൾക്കും സംശയങ്ങൾക്കും വിശദീകരണം നൽകി. അക്കാലത്ത് സിസ്റ്റർ നിവേദിത കൽക്കത്തയിലെത്തിയിരുന്നു. വിവേകാനന്ദന്റെ ആശയങ്ങളിൽ പ്രചോദിതയായി ഇന്ത്യയെ സേവിക്കാൻവേണ്ടി അവർ കൽക്കത്തയിലെ മഠത്തിലെത്തുകയായിരുന്നു. മിസ്സ് മുള്ളറുമായി ചേർന്ന് ഇന്ത്യൻ സ്ത്രീകളുടെ വിദ്യാഭ്യാസത്തിനുവേണ്ടി ഒരു സ്ഥാപനം തുടങ്ങാൻ അവർ ആഗ്രഹിച്ചു.

വിവേകാനന്ദൻ സിസ്റ്റർ നിവേദിതയെ വളരെ സന്തോഷത്തോടെ സ്വീകരിച്ചു. പൊതുവിൽ ബ്രഹ്മചാരികളായ ഇന്ത്യൻ സന്യാസിമാർ

സ്ത്രീകളുമായുള്ള അടുപ്പം ഉപേക്ഷിക്കാറാണ് പതിവ്. ബുദ്ധൻ അതിന്റെ ഒരു ഉദാഹരണമായിരുന്നു. അതുപോലെതന്നെ ശ്രീനാരായണ ഗുരുവും. എന്നാൽ സന്യാസിയായ വിവേകാനന്ദന് ധാരാളം സ്ത്രീ സുഹൃത്തുക്കളും ശിഷ്യഗണങ്ങളുമുണ്ടായിരുന്നു. തന്റെ ഗുരുവായ പരമഹംസരുടെ പാരമ്പര്യമാവാം വിവേകാനന്ദന് ഇതിനുപ്രചോദകമായത്. ശ്രീനാരായണ ഗുരുവിനെ സംബന്ധിച്ചിടത്തോളം സ്ത്രീ സാമീപ്യം സന്യാസ ജീവിതത്തിന് അനുയോജ്യമല്ല. അദ്ദേഹത്തിന്റെ വ്യക്തിപരമായ ശിഷ്യരിൽ സ്ത്രീകളുണ്ടായിരുന്നില്ല. എന്നാൽ ശ്രീരാമകൃഷ്ണ പരമഹംസർ അതിൽനിന്നു വ്യത്യസ്തനായിരുന്നു. അവസാനം വരെ അദ്ദേഹത്തിന്റെകൂടെ ഭാര്യ ഉണ്ടായിരുന്നു. ബ്രഹ്മചാരിയായി മാറിയ പരമഹംസർ ഭാര്യയെ അമ്മയായി ആരാധിക്കാറുണ്ടായിരുന്നു വെന്ന് പറയപ്പെടുന്നു. പരമഹംസർക്കും വിവേകാനന്ദനും ലിംഗഭേദമുണ്ടായിരുന്നില്ല.

വിവേകാനന്ദൻ ഇന്ത്യൻ പ്രദേശങ്ങളിലെ പര്യടനങ്ങളെല്ലാം കഴിഞ്ഞ് കൽക്കത്തയിലേക്ക് തിരിച്ചപ്പോൾ സിസ്റ്റർ നിവേദിത വിവേകാനന്ദനെ തേടിയെത്തിയതിനെപ്പറ്റി പറഞ്ഞുവല്ലോ. ഇക്കാലത്ത് വിവേകാനന്ദൻ സിസ്റ്റർനിവേദിതയുമായി നടത്തിയ ആശയവിനിമയങ്ങൾ ഇന്ത്യൻ ദേശീയതയെ കേന്ദ്രീകരിച്ചുകൊണ്ടുള്ളതായിരുന്നു. സിസ്റ്റർ നിവേദിത അനുഗൃഹീതയായ ഒരു എഴുത്തുകാരിയായിരുന്നു. ഇക്കാലത്ത് തന്നെയാണ് വിവേകാനന്ദൻ രാമകൃഷ്ണമിഷൻ മഠത്തിന്റെ പ്രവർത്തനങ്ങളിൽ സജീവമായി വ്യാപൃതനായതും.

സ്വാമിവിവേകാനന്ദൻ ഇക്കാലത്ത് ഏറ്റെടുത്ത പ്രവർത്തനങ്ങളിൽ പ്രധാനപ്പെട്ട ഒന്നായിരുന്നു രാമകൃഷ്ണപോറിലെ ക്ഷേത്രത്തിന്റെ നവീകരണം. ധാരാളം സന്യാസികൾ അതിൽ പങ്കുകൊണ്ടിരുന്നു. നൂറുകണക്കിനാളുകൾ അവിടെ പങ്കുകൊണ്ടിരുന്നു. ഇന്ത്യൻദർശനങ്ങളും സംസ്കാരവും അവിടെ പ്രധാന പഠനവിഷയങ്ങളായിരുന്നു. പ്രധാനപ്പെട്ട ദിവസങ്ങളിലെല്ലാം അവിടെ ക്ലാസുകളും പ്രഭാഷണങ്ങളും നടന്നു.

ആയിരത്തി എണ്ണൂറ്റി തൊണ്ണൂറ്റി എട്ടിൽ ബെലൂരിലെ ഗംഗാതീരത്ത് ഏഴ് ഏക്കർ ഭൂമി വിവേകാനന്ദൻ വിലകൊടുത്തുവാങ്ങി. അതിന്റെ വില മുപ്പത്തൊമ്പതിനായിരം രൂപയായിരുന്നു. ഈ തുക ഹെൻ റിതാമുള്ളർ സംഭാവനനൽകിയതായിരുന്നു. അമേരിക്കക്കാരിയായ അവർ വിവേകാനന്ദന്റെ അടുത്ത ശിഷ്യയായി മാറിയതിനെപ്പറ്റി മുമ്പുപറഞ്ഞുവല്ലോ. വിവേകാനന്ദന്റെ വിദേശപര്യടനത്തിനിടയിൽ അമേരിക്കയിൽ വെച്ചും ഇംഗ്ലണ്ടിൽവെച്ചും അവർതമ്മിൽ കണ്ടുമുട്ടിയിരുന്നു. ശ്രീമതി സെവ്യർ അവരുടെ ഭർത്താവ് സെവ്യർ, മി. ഇ ടി സ്റ്റെർഡി, ഹെൻ റിതാമുള്ളർ എന്നിവർകൂടിച്ചേർന്നാണ് ഇംഗ്ലണ്ടിൽ വിവേകാനന്ദന്റെ പ്രവർത്തനങ്ങൾക്കുള്ള ചെലവുകൾ ഏറ്റെടുത്തിരുന്നത്. വിവേകാനന്ദന്റെ മറ്റൊരു

ശിഷ്യനായിരുന്നു ഹരിപ്രസന്ന. അദ്ദേഹം ഒരു വലിയ എൻജിനീയർ ആയിരുന്നു. എന്നാൽ എൻജിനീയർ എന്നനിലയിൽ ഉത്തർപ്രദേശിലെ സർക്കാരിനുകീഴിലുള്ള തന്റെ ജോലി രാജിവെച്ച് അദ്ദേഹം സന്യാസി യായി മഠത്തിൽ ചേരുകയായിരുന്നു. ആയിരത്തി എണ്ണൂറ്റി തൊണ്ണൂറ്റി ഒൻപതിൽ അദ്ദേഹം സ്വാമിവിജ്ഞാനന്ദ എന്ന പേർ സ്വീകരിച്ചു. ബെലൂ രിലെ ഗംഗാതീരത്തുള്ള ക്ഷേത്രത്തിന്റെ നിർമാണപ്രവർത്തനം അദ്ദേഹം ഏറ്റെടുത്തു. സ്വാമി അദ്വൈതാനന്ദ അദ്ദേഹത്തെ സഹായിച്ചു. അങ്ങനെ അവർ പ്രൗഢഗംഭീരമായ ഒരു കെട്ടിടം അവിടെ നിർമിച്ചു. അതിനോടടു പ്പിച്ചുതന്നെയായിരുന്നു ക്ഷേത്രവും പ്രാർഥനാലയവും നിർമിച്ചത്. ഒരു വർഷത്തിനുള്ളിലാണ് ഇതിന്റെ പ്രവർത്തനം പൂർത്തീകരിച്ചത്. ബെലൂർമഠം എന്ന പേരിലാണ് ഇത് അറിയപ്പെട്ടത്. ബെലൂരിലെ ഈ മഠത്തിന്റെ നിർമാണം വിവേകാനന്ദന്റെ ഒരു സ്വപ്നസാക്ഷാൽക്കാരം തന്നെയായിരുന്നു. തന്റെ വിദേശപര്യടനത്തിനു മുമ്പുതന്നെ അവിടെ ഒരു ക്ഷേത്രം നിർമിക്കുന്നതിനെപ്പറ്റി വിവേകാനന്ദൻ പറയുമായിരുന്നു. നഗരത്തിൽനിന്നും വളരെ അകന്നുനിന്ന ഈ പ്രദേശം പ്രശാന്തവും പ്രകൃതി രമണീയവുമായിരുന്നു. ആയിരത്തി എണ്ണൂറ്റി തൊണ്ണൂറ്റി ഒൻപത് ഫെബ്രുവരി പതിമൂന്നിന് ഈ മഠം ഗംഗയുടെ പടിഞ്ഞാറേതീരത്തേക്ക് മാറ്റി. ബെല്ലൂരിലെ ഗ്രാമം തന്നെയായിരുന്നു ഇത്. രണ്ടുകാരണങ്ങളാ ലാണ് ഇങ്ങനെ സംഭവിച്ചത്. ഒന്നാമത് ആയിരത്തി എണ്ണൂറ്റി തൊണ്ണൂറ്റി ഏഴ് ജൂൺ പന്ത്രണ്ടിനുണ്ടായ ഒരു ഭൂമികുലുക്കത്തെത്തുടർന്ന് ഈ കെട്ടി ടത്തിന് തകർച്ച സംഭവിച്ചു. രണ്ടാമത്തെ കാരണം പുതുതായി വാങ്ങിയ സ്ഥലത്തിനടുത്തായിരിക്കണം മഠം എന്ന പൊതുവിലുയർന്ന ആവശ്യം ആയിരുന്നു.

ഫെബ്രുവരി പതിനാലിന് സ്വാമിശാരദാനന്ദ കൽക്കത്തയിലെത്തി. അദ്ദേഹത്തിന് ഒരു പുതിയ ചുമതല വഹിക്കാനുണ്ടായിരുന്നു. പുതിയ സംഘടനാപ്രവർത്തനങ്ങൾ ഏറ്റെടുത്തുനടത്തുക എന്നതായിരുന്നു അത്. ആയിരത്തി എണ്ണൂറ്റി തൊണ്ണൂറ്റിഏഴിൽ ന്യൂയോർക്കിലെ വേദാ ന്തസൊസൈറ്റിയുടെ ചുമതലകൾ അഭേദാനന്ദയെയും ഏൽപ്പിച്ചു. ഇക്കാ ലത്തുതന്നെ നിരവധി പാശ്ചാത്യ സ്ത്രീകൾ ഇന്ത്യയിലെത്തുകയും വിവേകാനന്ദനെ സന്ദർശിക്കുകയും ചെയ്തു. സ്വാമിവിവേകാനന്ദൻ ധാരാളം സമയം ഈ പാശ്ചാത്യ ശിഷ്യരോടൊപ്പം ചെലവഴിച്ചു. തുറന്ന വൃക്ഷഛായയിൽ ഇരുന്ന് വിവേകാനന്ദൻ ഇന്ത്യയുടെ സംസ്കാരത്തെ ക്കുറിച്ച് അവർക്ക് പറഞ്ഞുകൊടുത്തു. ഇന്ത്യയുടെ ചരിത്രം, ഫോക്ക്ലോർ, ജാതിവ്യവസ്ഥ, ആചാരങ്ങൾ, ആദർശങ്ങൾ, ഇന്ത്യൻ മ തങ്ങളുടെ യാഥാർഥ്യങ്ങൾ എന്നിവയെല്ലാം വിവേകാനന്ദൻ മനോഹര മായി വ്യാഖ്യാനിച്ചു. മനോഹരവും കാവ്യാത്മകവും നാടകീയവുമായ

വിവേകാനന്ദന്റെ ആവിഷ്കാരരീതി അവരെ അഗാധമായി സ്പർശിച്ചു. അങ്ങനെ ഇന്ത്യയെക്കുറിച്ച് അവർ നിലനിർത്തിയിരുന്ന മുൻധാരണകളെല്ലാം മാറി. അങ്ങനെ പാശ്ചാത്യസംസ്കാരവും പൗരസ്ത്യസംസ്കാരവും തമ്മിലുള്ള ഭേദചിന്ത അവരിൽനിന്ന് അപ്രത്യക്ഷമായി.

12

അൽമോറയിലെ ശിഷ്യർ

കൽക്കത്തയിൽ വിവേകാനന്ദൻ കഴിയുമ്പോൾ അൽമോറ സന്ദർശിച്ചതിനെപ്പറ്റി മുമ്പുപറഞ്ഞുകഴിഞ്ഞു. നൈനിത്താളിൽനിന്നും മുപ്പത്തിരണ്ടു മൈൽ അകലെയാണ് അൽമോറ. സ്വാമി തുരിയാനന്ദ നിരഞ്ജനാനന്ദ, സദാനന്ദ, സ്വരൂപാനന്ദ, ശ്രീമതി ബുൾ, സിസ്റ്റർനിവേദിത തുടങ്ങിയവരെല്ലാം സംഘത്തിലുണ്ടായിരുന്നു. കൽക്കത്തയിൽനിന്നും നൈനിത്താളിലേക്കുള്ള യാത്രയ്ക്കിടയിൽ വിവേകാനന്ദൻ സ്വന്തം രാജ്യത്തെപ്പറ്റിയുള്ള പ്രതീക്ഷകളും ഉൽക്കണ്ഠകളും സഹയാത്രികരുമായി പങ്കുവെച്ചു. പാറ്റ്ന, വാരണാസി, ലക്നൗവ് തുടങ്ങിയ നഗരങ്ങളുടെയെല്ലാം ഭൂതകാലങ്ങൾ അദ്ദേഹം വിശദീകരിച്ചു. ഇന്ത്യയുടെ അസാധാരണമായ പ്രകൃതി സൗന്ദര്യം വിദേശ ശിഷ്യരിൽ അളവറ്റ മതിപ്പുളവാക്കി. ഗംഗാനദിയെ പുണ്യനദിയായി ആരാധിക്കുന്ന ഹിന്ദുവിനെയും പള്ളിയിൽ അല്ലാഹുവിനെ ആരാധിക്കുന്ന മുസൽമാന്മാരെയും ഇന്ത്യ ഒരേപോലെയാണ് ആദരിക്കുന്നതെന്ന് വിവേകാനന്ദൻ പറയുമായിരുന്നു. ഇന്ത്യയുടെ മനോഹരമായ കടൽത്തീരങ്ങളും ആകർഷകമായ പുഴകളും ഇടതിങ്ങിയ വനാന്തരങ്ങളും സുഖശീതളമായ ഗിരിനിരകളും ഇന്ത്യൻ സംസ്കാരത്തിന്റെ പ്രതീകങ്ങളാണെന്ന് അദ്ദേഹം പറഞ്ഞു.

നൈനിത്താൾ സന്ദർശനത്തിനിടെ അദ്വൈതവേദാന്തിയായ ഒരു മുസ്ലിമിനെ വിവേകാനന്ദൻ കണ്ടുമുട്ടി. മുഹമ്മദ് സർഫാറസ് ഹുസൈൻ എന്നായിരുന്നു അയാളുടെ പേര്. അദ്ദേഹം വിവേകാനന്ദനോട് ഇങ്ങനെ പറഞ്ഞു:

"സ്വാമിജി ഞാനൊരു മുഹമ്മദീയനാണ്. താങ്കളാവട്ടെ ദൈവത്തിന്റെ ഒരവതാരവും." ഒരു മുസ്ലിമായിരിക്കെത്തന്നെ വിവേകാനന്ദനോട്

അയാൾക്ക് ആരാധനതോന്നിയിരുന്നു. വിവേകാനന്ദൻ അദ്ദേഹത്തെ ഒരു ശിഷ്യനായിത്തന്നെ പരിഗണിച്ചു. അൽമോറയിൽനിന്നും അദ്ദേഹം ആ ഭക്തനെഴുതി:

നമ്മൾ വേദാന്തദർശനം എന്നോ എന്തെങ്കിലും ഇസം എന്നോ ഇതിനെവിളിച്ചാലും സത്യത്തിൽ അദ്വൈതസങ്കൽപ്പം എന്നത് മതത്തിന്റെയും ചിന്തയുടെയും അവസാനവാക്കാണ്. എന്നാൽ ഇവിടെനിന്നും നോക്കുമ്പോൾ എല്ലാ മതങ്ങളെയും വിശ്വാസങ്ങളെയും നാം സ്നേഹത്തോടെ പരിഗണിക്കണം. ഭാവിലോകത്തിന്റെ പ്രബുദ്ധമായ മാനുഷികതയുടെ മതമാണിതെന്ന് ഞാൻ വിശ്വസിക്കുന്നു നമ്മുടെ മാതൃഭൂമിയിൽ മഹത്തായ ഈ രണ്ടു വ്യവസ്ഥകൾ, അതായത് ഹിന്ദുയിസവും ഇസ്ലാമും (വേദാന്തം മസ്തിഷ്കവും ഇസ്ലാം ശരീരവും)മാത്രമാണ് ഒരേയൊരു പ്രതീക്ഷ.

വിവേകാനന്ദനെപ്പോലെ ഇത്തരമൊരഭിപ്രായം പറയാൻ മറ്റൊരു ഇന്ത്യൻ സന്യാസിക്കും സാദ്ധ്യമാവുമെന്ന് തോന്നുന്നില്ല. ഇസ്ലാം മതത്തിന്റെ പ്രായോഗിക ദർശനമില്ലെങ്കിൽ വേദാന്തംകൊണ്ട് ഇന്ത്യക്ക് യാതൊരു ഗുണവുമുണ്ടാകില്ലെന്നാണ് വിവേകാനന്ദൻ പറഞ്ഞത്. അതുപോലെതന്നെ വേദാന്തം മസ്തിഷ്കവും ഇസ്ലാം ആ മസ്തിഷ്കത്തെ മുഴുവൻ നിയന്ത്രിക്കുന്ന ശരീരവുമാണെന്നാണ് അദ്ദേഹം പറഞ്ഞത്. അദ്വൈതാശ്രമം പ്രസിദ്ധീകരിച്ച *സ്വാമിവിവേകാനന്ദന്റെ ജീവിതം* എന്ന ഗ്രന്ഥത്തിലാണ് (പേജ് 333) ഈ അപൂർവമായ പരാമർശമുള്ളത്. പേര് വെളിപ്പെടുത്തിയിട്ടില്ലാത്ത ഒരുകൂട്ടം പൗരസ്ത്യരും പാശ്ചാത്യരുമായ ശിഷ്യരാണ് ഈ ഗ്രന്ഥം രചിച്ചത്.

നൈനിത്താളിൽ വിവേകാനന്ദൻ ധാരാളം പ്രഭാഷണങ്ങൾ നടത്തി. ഈ പ്രഭാഷണങ്ങളിലൊന്നിൽ വിവേകാനന്ദൻ രാജാറാം മോഹൻ റോയിയെക്കുറിച്ചും അദ്ദേഹത്തിന്റെ ക്രാന്തദർശിത്വത്തെക്കുറിച്ചും ഉൾക്കാഴ്ചയുടെ വിശാലതയെക്കുറിച്ചും വിശദമായി സംസാരിച്ചു. രാജാറാം മോഹൻ റോയിയിൽ വിവേകാനന്ദൻ കണ്ട സവിശേഷതകൾ ഇവയായിരുന്നു; വേദാന്തത്തിലുള്ള അറിവ്, ദേശാഭിമാനം, ഹിന്ദുക്കളെയും മുസ്ലീങ്ങളെയും ഒന്നായി പരിഗണിക്കാനുള്ള മനസ്സ്. ഇവയെല്ലാം ഇന്ത്യയെ സംബന്ധിച്ചിടത്തോളം ഏറ്റവും പ്രധാനപ്പെട്ടതാണെന്ന് അദ്ദേഹം പറഞ്ഞു.

ഒരുദിവസം നൈനിത്താളിൽനിന്നും ഒരുമധ്യാഹ്നത്തിൽ വിവേകാനന്ദനും സംഘവും അൽമോറയിലേക്ക് യാത്രചെയ്യുകയായിരുന്നു. രാത്രിയിൽ അവർ ഇടതിങ്ങിയ ഒരു കാട്ടിലകപ്പെട്ടു. നരികളും മറ്റുവന്യജീവികളുമുള്ള സ്ഥലമായിരുന്നു അത്. സ്വാമിവിവേകാനന്ദൻ ആ സമയം നല്ലൊരു കാവ്യാത്മകമായ മൂടിലായിരുന്നു. പ്രകൃതിയുടെ അസാധാരണമായ ആ ശീതളഛായ അവരെയെല്ലാവരെയും ആനന്ദിപ്പിച്ചു. വിവേകാനന്ദന്റെ ധീരതയും അസാമാന്യമായ ഇച്ഛാശക്തിയും ഏതൊരു പ്രതികൂല സാഹചര്യത്തെയും അതിജീവിക്കാനുള്ള അസാമാന്യമായ കഴിവും

പ്രകടമായ ഒരു സന്ദർഭമായിരുന്നു അത്. അൽമോറയിൽ വിവേകാനന്ദനും സംഘത്തിനും നല്ല വരവേൽപ്പാണ് ലഭിച്ചത്. ആ കൂട്ടത്തിൽ സിസ്റ്റർ നിവേദിതയും സെവ്യർ ദമ്പതികളും ഉണ്ടായിരുന്നുവെന്ന് പറഞ്ഞുവല്ലോ. സിസ്റ്റർ നിവേദിതയെ ഇന്ത്യക്കാർ വിവേകാനന്ദന്റെ ആത്മീയപുത്രിയായിട്ടാണ് കണ്ടത്. പാശ്ചാത്യരാജ്യത്ത് ജനിക്കുകയും ജീവിക്കുകയും ചെയ്ത അവരെ തീർത്തും ഒരു ഇന്ത്യക്കാരിയാക്കി മാറ്റുകയായിരുന്നു വിവേകാനന്ദൻ. തുടക്കത്തിൽ വളരെ പ്രയാസകരമായിരുന്നു ഇത്. ശിഷ്യക്കും ഗുരുവിനുമിടയിൽ ഒട്ടേറെ പ്രതിബന്ധങ്ങൾ ഉണ്ടായിരുന്നു. ബ്രിട്ടീഷ് സംസ്കാരം അത്രമേൽ അവളുടെ മനസിൽ വേരുറച്ചിരുന്നു. ഇതൊന്നും തന്നെ വിവേകാനന്ദനെ പിന്നോട്ടടുപ്പിച്ചില്ല. അദ്ദേഹം ശാന്തമായും സൗമ്യമായും ഇന്ത്യയെക്കുറിച്ച് അവരോട് സംസാരിച്ചു. വിവേകാനന്ദന്റെ അപൂർവമായ ഒരു സവിശേഷത എന്നത് ആരുടെ മുമ്പിലും തന്റെ അഭിപ്രായങ്ങൾ ധീരതയോടെ ആവിഷ്കരിക്കുക എന്നതാണ്. അത് പലപ്പോഴും പ്രകോപനപരമാകും. എന്നാൽ അദ്ദേഹം ഒരു രാജ്യത്തോടും പ്രത്യേകവിദ്വേഷമോ വിവേചനമോ പുലർത്തിയിരുന്നില്ല. രാജ്യത്തെയല്ല അദ്ദേഹം എതിർത്തത്. രാജ്യത്തിൽ കടന്നുകൂടിയ തെറ്റായപ്രവണതകളെയാണ്. അങ്ങനെ നിരന്തരമായ സംവാദത്തിലൂടെ വിവേകാനന്ദൻ നിവേദിതയെ ഇന്ത്യക്കാരിയാക്കി മാറ്റി. എന്നാൽ സിസ്റ്റർ നിവേദിതയ്ക്ക് അഭിപ്രായം തുറന്നുപറയാനുള്ള സ്വാതന്ത്ര്യവും അത് ശ്രദ്ധയോടെ കേൾക്കാനുള്ള സഹിഷ്ണുതയും ഉണ്ടായിരുന്നു എന്നത് എടുത്തുപറയേണ്ട ഒന്നാണ്. സിസ്റ്റർ നിവേദിതയുടെ *വിവേകാനന്ദനോടൊപ്പമുള്ള അലച്ചിലുകളെക്കുറിച്ചുള്ള ചിലകുറിപ്പുകൾ (Notes of some wanderings with Swami Vivekananda)* എന്ന ഗ്രന്ഥത്തിൽ അവർ എഴുതുന്നു:

> ആദ്യത്തെ പ്രഭാതത്തിൽ നാഗരികതയെക്കുറിച്ചുള്ള കാതലായ ആശയങ്ങളെക്കുറിച്ചായിരുന്നു സംസാരം; പാശ്ചാത്യലോകത്തെ സത്യത്തെക്കുറിച്ചുള്ള സങ്കൽപ്പം, പൗരസ്ത്യലോകത്തെ പാതിവ്രത്യത്തെക്കുറിച്ചുള്ള സങ്കൽപ്പം ഇന്ത്യയിലെ പല വിവാഹരീതികളെയും അദ്ദേഹം ന്യായീകരിച്ചു. സ്ത്രീകളുടെ സുരക്ഷിതത്വത്തിന്റെ തലത്തിൽനിന്നുകൊണ്ടായിരുന്നു അത്. ഏതൊരു വിഷയത്തെയും വിവേകാനന്ദൻ സമീപിച്ചത് പാരമാർഥിക സത്യത്തിന്റെ അടിസ്ഥാനത്തിലായിരുന്നു.
>
> മറ്റൊരു പ്രഭാതത്തിൽ അദ്ദേഹം ജാതിവ്യവസ്ഥയെക്കുറിച്ച് സംസാരിച്ചു–ബ്രാഹ്മണൻ, ക്ഷത്രിയൻ, വൈശ്യൻ, ശൂദ്രൻ. നാലുപ്രധാന ധർമങ്ങളെക്കുറിച്ച് സംസാരിച്ചു. 1. പൗരോഹിത്യം, 2. സൈനികം, 3. വ്യാപാരം, 4. ജനാധിപത്യം. നാലും ദേശീയതലത്തിലാണ് വ്യാഖ്യാനിച്ചത്. ഇന്ത്യക്കാർ മതപരമായ കാര്യങ്ങളും റോമാക്കാർ

സൈനികപരമായ കാര്യങ്ങളും ഇംഗ്ലീഷുകാർ വ്യാപാരകാര്യങ്ങളും ഭാവിയിൽ അമേരിക്കക്കാർ ജനാധിപത്യകാര്യങ്ങളും നിർവഹിക്കുമെന്ന് അദ്ദേഹം പറഞ്ഞു.

വിവേകാനന്ദന് മുഗൾഭരണാധികാരികളോട് അങ്ങേയറ്റം ആദരവുണ്ടായിരുന്നു. അദ്ദേഹം താജ്മഹലിനെ ധാരാളം പ്രകീർത്തിക്കുമായിരുന്നു. ചരിത്രത്തിലെ സമാനതകളില്ലാത്ത സൗന്ദര്യാവിഷ്കാരമാണ് താജ്മഹലെന്ന് അദ്ദേഹം അഭിപ്രായപ്പെട്ടു. ഷാജഹാന്റെ കലാപ്രോത്സാഹനത്തെ അദ്ദേഹം പ്രശംസിച്ചു. അക്ബറെപ്പറ്റി പറയുമ്പോൾ അദ്ദേഹത്തിന്റെ സ്വരത്തിൽ കണ്ണീരുണ്ടായിരുന്നു എന്നാണ് സിസ്റ്റർ നിവേദിത പറയുന്നത്. ആഗ്രയിലെ സെക്കന്ദ്രയിലുള്ള അക്ബറുടെ ശവകുടീരത്തിനടുത്തുനിന്ന് അദ്ദേഹം നിഗൂഢമായ വൈകാരികാവേശത്തോടെ അക്ബറെക്കുറിച്ച് സംസാരിച്ചത് നിവേദിത ഓർക്കുന്നു. ലോകത്തിലെങ്ങുമുള്ള മനുഷ്യരുടെ വികാരങ്ങളോട് സഹാനുഭൂതികാണിച്ച വ്യക്തിയായിരുന്നു വിവേകാനന്ദൻ. ചൈനയെ ലോകത്തിന്റെ ട്രഷർഹൗസ് എന്നാണ് അദ്ദേഹം വിശേഷിപ്പിച്ചത്. അതുപോലെതന്നെ മതത്തിന്റെയും കലയുടെയും സാമ്രാജ്യ സംഘാടനത്തിന്റെയും മെസ്സീനിയുടെയും തത്വശാസ്ത്രങ്ങളുടെയും സംസ്കാരത്തിന്റെയും സ്വാതന്ത്ര്യത്തിന്റെയും നാടായി ഇറ്റലിയെ അദ്ദേഹം വിശേഷിപ്പിക്കുമായിരുന്നു. അതുപോലെതന്നെ ആര്യൻ സംസ്കാരത്തെക്കുറിച്ചും വിവേകാനന്ദൻ ആഴത്തിൽ പഠിച്ചിരുന്നു. എന്നാൽ ഇവിടെ എടുത്തുപറയേണ്ട ഒരു കാര്യമുണ്ട്. ഗുരുജി ഗോൾവാൾക്കറെപ്പോലുള്ള ഹിന്ദുമതവിശ്വാസികൾ പറയുംപോലെ ആര്യന്മാരുടെ ജന്മദേശം ഇന്ത്യയാണെന്നും വിവേകാനന്ദൻ പറയുന്നില്ല. അദ്ദേഹത്തിന്റെ അഭിപ്രായത്തിൽ ആര്യന്മാരുടെ ഉത്ഭവം എന്ന വിഷയം സങ്കീർണമായ ഒന്നാണ്. സ്വിറ്റ്സർലന്റിൽ അദ്ദേഹം സന്ദർശിച്ചപ്പോൾ ആ രാജ്യം അദ്ദേഹത്തിന് ചൈനയെപ്പോലെ തോന്നി. അതുപോലെ എല്ലാസംസ്കാരങ്ങൾക്കും സാദൃശ്യമുണ്ടെന്ന് അദ്ദേഹം പറഞ്ഞു.

ബ്രാഹ്മണരും ക്ഷത്രിയരും തമ്മിലുള്ള സംഘട്ടനം രാജ്യത്തിന്റെ തകർച്ചയ്ക്ക് കാരണമായതിനെക്കുറിച്ച് വിവേകാനന്ദൻ പറയുമായിരുന്നുവെന്ന് സിസ്റ്റർ നിവേദിത അവരുടെ ഗ്രന്ഥത്തിൽ പറയുന്നു. ബുദ്ധമതത്തെ ക്ഷയിപ്പിക്കുന്നതിൽ ക്ഷത്രിയന്മാർ വഹിച്ച പങ്ക് അദ്ദേഹം എടുത്തുപറയുമായിരുന്നു. ബുദ്ധനെക്കുറിച്ച് പറയുമ്പോഴെല്ലാം വിവേകാനന്ദന്റെ സ്വരത്തിൽ ഒരു ബ്രാഹ്മണവിരുദ്ധ തരംഗം പ്രകടമായിരുന്നു. ഒരിക്കൽ വിവേകാനന്ദൻ ഇങ്ങനെ പറഞ്ഞു:

ഞാൻ ബുദ്ധന്റെ സേവകരുടെ സേവകരുടെ സേവകനാണ്. അദ്ദേഹത്തെപ്പോലെ എവിടെയെങ്കിലും ഒരാളുണ്ടായിട്ടുണ്ടോ? ഒരിക്കലും സ്വന്തംകാര്യത്തിനുവേണ്ടി ഒരുകാര്യവും ചെയ്തിട്ടില്ലാത്ത

> മഹാൻ, ലോകത്തെമുഴുവനും ആലിംഗനം ചെയ്ത ഒരു ഹൃദയം, ഹൃദയം മുഴുവൻ കാരുണ്യമുള്ള ഒരാൾ, ഒരു കുഞ്ഞാടിന്റെ ജീവൻ രക്ഷിക്കാൻവേണ്ടി സ്വന്തം ജീവിതം സമർപ്പിക്കാൻ തയാറായ രാജർഷി. അതുപോലെതന്നെ വിശന്ന ഒരു പെൺനരിക്കുവേണ്ടി സ്വയം സമർപ്പിച്ച സ്നേഹമയി. ഒരിക്കൽ അദ്ദേഹം ഞാൻ കുട്ടിയായിരുന്നപ്പോൾ എന്റെ അടുക്കൽവന്നു. ഞാൻ ആ പാദങ്ങളിൽവീണ് നമസ്കരിച്ചു. കാരണം എനിക്കറിയാമായിരുന്നു അതുദൈവം തന്നെയായിരുന്നുവെന്ന്.

ഇങ്ങനെ വിവേകാനന്ദനുമായി ബന്ധപ്പെട്ട ഒരുപാട് സംഭവങ്ങളും സംഭാഷണങ്ങളും സിസ്റ്റർ നിവേദിത തന്റെ ഗ്രന്ഥത്തിൽ അനാവരണം ചെയ്യുന്നുണ്ട്. അദ്ദേഹം ഇന്ത്യൻ പുരാണങ്ങളെക്കുറിച്ചും മിത്തുകളെക്കുറിച്ചും രസകരവും ചിന്തോദ്ദീപകവുമായ കഥകൾ പറയുമായിരുന്നത്രെ. ഹിമാലയ സാനുക്കളെയും ശിവപാർവതിമാരെയും ബന്ധപ്പെടുത്തിയുള്ള കഥകൾ അദ്ദേഹം പറഞ്ഞു.

രാജാറാം മോഹൻ റോയ്, ഈശ്വരചന്ദ്ര വിദ്യാസാഗർ തുടങ്ങിയ വ്യക്തികളെക്കുറിച്ച് വിവേകാനന്ദൻ പരാമർശിച്ചിരുന്നു. നൈനിത്താളിൽ വെച്ചാണ് സിസ്റ്റർ നിവേദിത മോഹൻ റോയിയെക്കുറിച്ചും വിദ്യാസാഗറിനെക്കുറിച്ചും മനസിലാക്കുന്നത്. "വിധവാ വിവാഹത്തിന്റെയും ബഹുഭാര്യാത്വ നിർമാർജനത്തിന്റെയും നായകൻ" എന്നാണ് വിവേകാനന്ദൻ വിദ്യാസാഗറിനെ വിശേഷിപ്പിച്ചത്.

ബുദ്ധന്റെയും മുഹമ്മദിന്റെയും ചരിത്രപരമായ അസ്തിത്വത്തെക്കുറിച്ച് വിവേകാനന്ദന് സംശയമുണ്ടായിരുന്നില്ല. എന്നാൽ കൃഷ്ണനെ ഒരു സാങ്കൽപ്പിക പുരുഷനായിട്ടാണ് വിവേകാനന്ദൻ കണ്ടത്. ഒരു കവിയും ഗോപാലനും ഭരണകർത്താവും യോദ്ധാവും സന്യാസിയും ചേർന്ന സുന്ദരരൂപമായിട്ടാണ് വിവേകാനന്ദൻ കൃഷ്ണനെ അവതരിപ്പിക്കുന്നത്. വിവേകാനന്ദനോടൊപ്പം ഇന്ത്യയിൽ കഴിയവേയാണ് സിസ്റ്റർ നിവേദിത ശ്രീരാമകൃഷ്ണ പരമഹംസരുടെ ഗുരുതരമായ രോഗത്തെക്കുറിച്ചറിയുന്നത്. ഡോ. മഹേന്ദ്രലാൽ സർക്കാർ ആയിരുന്നു അദ്ദേഹത്തിന് കണ്ഠത്തിൽ ക്യാൻസറായിരുന്നുവെന്ന് കണ്ടെത്തിയത്. അന്ന് ആ രോഗം പകരുമെന്ന ഒരു വാർത്തയുമുണ്ടായിരുന്നു. നരേന്ദ്രൻ അന്ന് കണ്ട ഒരു കാഴ്ച ദയനീയമായിരുന്നു. കണ്ഠരോഗം മൂർച്ഛിച്ചതിനെത്തുടർന്ന് പരമഹംസർക്ക് ഭക്ഷണം കഴിക്കാൻ കഴിഞ്ഞില്ല. കുറച്ചുകഴിച്ച് അദ്ദേഹം തന്റെ കഞ്ഞി അടുത്തുവെച്ചിരിക്കുന്നു. കഞ്ഞികഴിക്കാനുള്ള അദ്ദേഹത്തിന്റെ ശ്രമം പരാജയപ്പെട്ടു. വിവേകാനന്ദൻ അന്നറിയപ്പെട്ടത് നരേന്ദ്രൻ എന്ന പേരിലാണ്. അദ്ദേഹം തന്റെ ഗുരു ബാക്കിവെച്ച ആ കഞ്ഞിയെടുത്തു കുടിച്ചു. പിന്നീടൊരിക്കലും ശിഷ്യന്മാർക്ക് തന്റെ ഗുരുവിന്റെ രോഗം തങ്ങൾക്ക് പകരുന്നതിനെക്കുറിച്ചുള്ള ഭീതി ഉണ്ടായിരുന്നില്ല.

വിവേകാനന്ദൻ അൽമോറയിലായിരുന്നപ്പോൾ പൊലീസുകാർ അദ്ദേഹത്തിന്റെ നീക്കങ്ങൾ ശ്രദ്ധിക്കുന്നുണ്ടായിരുന്നു. വിദേശികളായ ശിഷ്യരുമായുള്ള ബന്ധമാണ് പൊലീസിന് സംശയമുണ്ടാക്കിയത്. വിശേഷിച്ചും സിസ്റ്റർ നിവേദിതയുമായുള്ള ബന്ധം. അതിനൊരു കാരണമുണ്ടായിരുന്നു. മുമ്പ് ഐറിഷ് വിപ്ലവവുമായി സിസ്റ്റർ നിവേദിതയ്ക്ക് ചില ബന്ധങ്ങളുണ്ടായിരുന്നു. പൊലീസ് വിവേകാനന്ദനെ നിരീക്ഷിച്ചതിനെക്കുറിച്ച് സിസ്റ്റർ നിവേദിത അവരുടേ ഒരു കത്തിൽ പറയുന്നു:

> ഒരു സന്യാസിയാണ് പൊലീസ് തങ്ങളുടെ ചാരന്മാർ വഴി സ്വാമി വിവേകാനന്ദനെ നിരീക്ഷിക്കുന്നതായി സൂചിപ്പിച്ചത്. ഞാനതിന് വലിയ പ്രാധാന്യം കൊടുത്തില്ല. അതിനെക്കുറിച്ച് പറഞ്ഞപ്പോൾ സ്വാമി ചിരിക്കുകയായിരുന്നു. സർക്കാറിന് ഭ്രാന്തുതന്നെയാണ്. അല്ലെങ്കിൽ സർക്കാർ സ്വാമിയുടെ മേലുള്ള സംശയം തെളിയിക്കണമായിരുന്നു.

വിവേകാനന്ദന്റെ പാശ്ചാത്യ ശിഷ്യനായിരുന്ന ഗുഡ്‌വിന്നിന്റെ മരണം സ്വാമിയെ സംബന്ധിച്ചിടത്തോളം ദു:ഖകരമായിരുന്നു. പനിബാധിച്ച് മരിക്കുകയായിരുന്നു അയാൾ. മരണവർത്തയറിഞ്ഞ് സ്വാമി നിശ്ശബ്ദനായി. അദ്ദേഹത്തിന്റെ മരണത്തെക്കുറിച്ച് വിവേകാനന്ദൻ പറഞ്ഞത് തന്റെ വലതുകൈ നഷ്ടപ്പെട്ടു എന്നാണ്. ഗുഡ്‌വിൻ വിവേകാനന്ദന്റെ ഏറ്റവും അടുത്ത ശിഷ്യരിൽ ഒരാളായിരുന്നു. എന്നാൽ മരണം വളരെക്കാലം ആരെയും വേട്ടയാടാൻ പാടില്ല എന്ന ചിന്താഗതിയുണ്ടായിരുന്നു വിവേകാനന്ദന്. മരിച്ചവർ എപ്പോഴും തങ്ങളുടെ കൂടെയുണ്ടാവും എന്ന വിശ്വാസം നമുക്കുണ്ടായിരിക്കണം എന്നദ്ദേഹം പറയുമായിരുന്നു. വിരഹം എന്നതും വ്യക്തികളുടെ അഭാവം എന്നതും മിഥ്യമാത്രമാണ്. ഗുഡ്‌വിൻ വിവേകാനന്ദന് വെറും ശിഷ്യനായിരുന്നില്ല. വിശ്വസ്തനായ സുഹൃത്തു കൂടിയായിരുന്നു.

വിവേകാനന്ദന് ഇംഗ്ലീഷ് ഭാഷയിൽ പത്രങ്ങളാരംഭിക്കാൻ വളരെയധികം താർപ്പര്യമുണ്ടായിരുന്നു. ഗുഡ്‌വിന്നിനെ ഇതിനുവേണ്ടി അദ്ദേഹം ഒരിക്കൽ മദ്രാസിലേക്കയച്ചിരുന്നു. സ്വാമി ബ്രഹ്മാനന്ദയ്ക്കും ഇതുസംബന്ധിച്ച നിർദേശങ്ങൾ വിവേകാനന്ദൻ നൽകിയിരുന്നു.

സ്വാമിവിവേകാനന്ദൻ അൽമോറയിൽ കഴിയവേ അശ്വിനികുമാർ ദത്ത എന്ന ബംഗാളിലെ ഒരു ദേശാഭിമാനി വിവേകാനന്ദനെ സന്ദർശിച്ച സംഭവം അവിസ്മരണീയമാണ്. അശ്വിനിബാബുവിനോട് അദ്ദേഹത്തിന്റെ പാചകക്കാരനാണ് ഒരു ബംഗാളീസന്യാസി നഗരത്തിൽ താമസിക്കുന്നുണ്ടെന്നും അയാൾ സംസാരിക്കുന്നത് ഇംഗ്ലീഷാണെന്നും പറഞ്ഞത്. മാത്രമല്ല ഒരു പ്രഭുവിന്റെ രീതിയിൽ അയാൾ കുതിരപ്പുറത്ത് സവാരിചെയ്യുന്നതിനെക്കുറിച്ചും അശ്വിനിബാബു അറിഞ്ഞു. പത്രങ്ങളിൽനിന്നും സ്വാമി

അൽമോറയിൽ താമസിക്കുന്നവിവരം അശ്വിനിബാബു ഇതിനകം അറിഞ്ഞിരുന്നു. അത് വിവേകാനന്ദസ്വാമി തന്നെയാണെന്ന് അയാൾക്ക് മനസിലായി. അങ്ങനെ അയാൾ വിവേകാനന്ദനെ കാണാനെത്തി. അപ്പോൾ സ്വാമിവിവേകാനന്ദൻ തന്റെ കുതിരസവാരികഴിഞ്ഞ് വീട്ടിലേക്ക് പോവുകയായിരുന്നു. കുറച്ചുനിമിഷങ്ങൾ കഴിഞ്ഞ് അശ്വിനിബാബു വാതിൽക്കൽ നിന്ന് നരേന്ദ്രദത്തയെ അന്വേഷിച്ചു. അപ്പോൾ അവിടെയുണ്ടായിരുന്ന ഒരാൾ പറഞ്ഞത് നരേന്ദ്രൻ എന്നൊരാൾ അവിടെയില്ലെന്നും അയാൾ വളരെമുമ്പെ മരിച്ചുപോയെന്നും സ്വാമിവിവേകാനന്ദൻ മാത്രമേ അവിടെയുള്ളൂ എന്നുമാണ്. എന്നാൽ അശ്വിനിബാബുവിന് സ്വാമിവിവേകാനന്ദനെയായിരുന്നില്ല പരമഹംസദേവരുടെ നരേന്ദ്രനെയായിരുന്നു കാണേണ്ടിയിരുന്നത്. വിവേകാനന്ദൻ എങ്ങനെയോ ഈ വിവരമറിയുകയും അശ്വിനിദേവനെ അകത്തേക്ക് വിളിപ്പിക്കുകയും ചെയ്തു. അശ്വിനിബാബു അദ്ദേഹത്തെ സ്വാമിജി എന്നുവിശേഷിപ്പിച്ചപ്പോൾ വിവേകാനന്ദൻ പറഞ്ഞത് അദ്ദേഹം അങ്ങനെ അഭിസംബോധന ചെയ്യേണ്ടതില്ലെന്നും തന്നെ നരേന്ദ്രൻ എന്നുതന്നെ വിളിച്ചാൽമതിയെന്നുമാണ്. ഇരുവരും തമ്മിൽ നടന്ന സംഭാഷണം വളരെ പ്രധാനമായിരുന്നു. അശ്വിനിബാബു തന്റെ സംഭാഷണത്തിനിടെ ഇന്ത്യൻനാഷണൽ കോൺഗ്രസിനെക്കുറിച്ചുള്ള സ്വാമിജിയുടെ അഭിപ്രായം ആരാഞ്ഞു. കോൺഗ്രസിൽ സ്വാമിജിക്ക് വിശ്വാസമുണ്ടോ എന്ന ചോദ്യത്തിന് ലഭിച്ച മറുപടി ഇതായിരുന്നു:

> ഇല്ല. എനിക്ക് വിശ്വാസമില്ല. എന്നാൽ ഒന്നുമില്ലാത്തതിനെക്കാൾ നല്ലത് എന്തെങ്കിലുമുണ്ടാവുന്നതാണല്ലോ. നിദ്രയിൽ ലയിച്ചുകിടക്കുന്ന ഒരു രാജ്യത്തെ ഉണർത്തേണ്ടതുണ്ട്. ജനങ്ങൾക്കുവേണ്ടി കോൺഗ്രസ് ചെയ്യുന്നകാര്യങ്ങൾ എന്നോട് പറഞ്ഞുതരൂ. നിങ്ങൾക്ക് തോന്നുന്നുണ്ടോ കുറേപ്രമേയങ്ങൾ പാസാക്കിയാൽ സ്വാതന്ത്ര്യം കിട്ടുമെന്ന്. എനിക്കതിൽ വിശ്വാസമില്ല. ആദ്യമായി ജനങ്ങളെ ഉണർത്തണം. ജനങ്ങൾക്ക് വയറുനിറയെ ആഹാരം ലഭിക്കണം. അവരുടെ മോചനത്തിനുവേണ്ടി അവർക്ക് ജോലിചെയ്യാൻ കഴിയണം. ഇത്തരത്തിൽ എന്തെങ്കിലും കാര്യങ്ങൾ കോൺഗ്രസ് ചെയ്താൽ എനിക്കവരോട് അനുഭാവമുണ്ട്. ഇംഗ്ലീഷുകാരുടെ നന്മകളെയും നാം സ്വാംശീകരിക്കേണ്ടതുണ്ട്.

അസ്പൃശ്യർ, ചെരുപ്പുകുത്തികൾ, തൂപ്പുകാർ എന്നിവരുടെ ഇടയിൽ പ്രവർത്തിക്കാൻ വിവേകാനന്ദൻ അശ്വിനിബാബുവിനെ ഉപദേശിച്ചു. ഇത്തരത്തിലുള്ള പാവപ്പെട്ട ആളുകൾക്കുവേണ്ടി സ്കൂളുകൾ തുടങ്ങാനും അവരെ ഉയർത്തിക്കൊണ്ടുവരാനുമാണ് വിവേകാനന്ദൻ തന്റെ ശിഷ്യരെയെല്ലാം ഉപദേശിച്ചത്. പിരിയുമ്പോൾ അശ്വിനിബാബു വിവേകാനന്ദനോട് ഇങ്ങനെ ചോദിച്ചു:

"വേദങ്ങൾ പഠിപ്പിക്കാൻ അവകാശമില്ലാത്ത ശൂദ്രനാണ് നിങ്ങളെന്ന് മദ്രാസിലെ ബ്രാഹ്മണന്മാർ പറയുന്നുണ്ടല്ലോ" അതിന് വിവേകാനന്ദന്റെ മറുപടി ഇതായിരുന്നു. "ഞാനൊരു ശൂദ്രനാണെങ്കിൽ മദ്രാസിലെ ബ്രാഹ്മണന്മാരെല്ലാം പറയന്മാരാണ്."

അൽമോറയിൽനിന്നും കാശ്മീരിലേക്കുള്ള യാത്രയുടെ അനുഭവങ്ങളാണ് ഇനി വിവരിക്കുന്നത്. ഗുഡ് വിന്നിന്റെ മരണശേഷം കുറച്ചു നാൾ വിവേകാനന്ദൻ ഏകാകിയായി കാണപ്പെട്ടിരുന്നു. കുറച്ചുകാലം കാശ്മീരിൽ കഴിയാൻ അദ്ദേഹം ആഗ്രഹിച്ചു.

13

കാശ്മീരിൽ

കുന്നുകളും മലകളും സമതലങ്ങളും താണ്ടി അൽമോറയിൽനിന്നും കാശ്മീരിലേക്കുള്ള വിവേകാനന്ദന്റെ യാത്ര അവിസ്മരണീയമായിരുന്നു. ഏകാന്തവും അജ്ഞാതവുമായ ഹിമവൽസാനുക്കളിൽ ജീവിക്കുന്ന സന്യാസികളെക്കുറിച്ചുള്ള രസകരമായ കഥകൾ കുട്ടിക്കാലത്തുതന്നെ വിവേകാനന്ദൻ കേട്ടിരുന്നു. അതുപോലെതന്നെ ഒട്ടേറെ അത്ഭുതകഥകളും അദ്ദേഹത്തിന് അറിയാമായിരുന്നു. വേദത്തിലെ "അസതോമാ സത് ഗമയാ, തമസോമാ ജ്യോതിർ ഗമയാ, മൃത്യോമാ അമൃതം ഗമയാ" തുടങ്ങിയ വരികൾ വിവേകാനന്ദൻ തന്നെ പിന്നീട് ഇംഗ്ലീഷിലേക്ക് പരിഭാഷപ്പെടുത്തി. അതിങ്ങനെ ആയിരുന്നു:

From the unreal, lead us to the Real
From darkness, lead us to Light
From death, lead us to Immortality

ലുധിയാന, ലാഹോർ തുടങ്ങിയ പ്രദേശങ്ങൾ കടന്ന് വിവേകാനന്ദനും സംഘവും റാവൽപ്പിണ്ടിയിലെത്തി. പിന്നീട് ശ്രീനഗറിലേക്ക് യാത്ര തിരിച്ചു. വളരെ സാഹസികമായൊരു യാത്രയായിരുന്നു അത്. എല്ലാവിധ പ്രതിബന്ധങ്ങളെയും കൊടുങ്കാറ്റുപോലുള്ള പ്രകൃതിക്ഷോഭങ്ങളെയും നേരിട്ടുകൊണ്ടായിരുന്നു ആ യാത്ര. കുട്ടിക്കാലത്തുതന്നെ ഹിമാലയപ്രദേശത്തോടും കാശ്മീരിക്കുന്നുകളോടും മഞ്ഞുമലകളോടും വിവേകാനന്ദന് എന്തെന്നില്ലാത്ത അഭിനിവേശമുണ്ടായിരുന്നു. ശിവന്റെ ഐതിഹ്യവുമായി ബന്ധപ്പെട്ടതാണ് ഹിമാലയം. ശ്രീനാരായണ ഗുരുവിനെപ്പോലെ വിവേകാനന്ദനെയും ശിവൻ അഗാധമായി സ്വാധീനിച്ചിരുന്നു. ശിവന്റെ ഭവനമാണ് ഹിമാലയം എന്നാണ് ഐതിഹ്യങ്ങൾ പറയുന്നത്.

മാതൃ ആരാധനയുടെയും സന്യാസജീവിതത്തിന്റെയും പ്രതീകമാണ് ശിവപുരാണം.

കാശ്മീരിലെത്തിയതോടെ വിവേകാനന്ദനും സംഘത്തിനുമുണ്ടായ ആഹ്ലാദം വിവരണാതീതമായിരുന്നു. ദേവാലയങ്ങൾപോലെ ധവളാഭമായ ഹിമത്തിൽ കുളിച്ചുനിൽക്കുന്ന പാറകളും മനോഹരമായ ചുരങ്ങളും അവരെ ലഹരിപിടിപ്പിച്ചു. കാശ്മീരിനെക്കുറിച്ച് മനോഹരമായ ഒരു ഐതി ഹ്യമുണ്ട്. കാശ്മീർ താഴ്‌വര ഒരിക്കൽ ഒരു തടാകമായിരുന്നു. ഒരു ദിവ്യ മൃഗം അതിന്റെ കൊമ്പുകൊണ്ട് പർവതത്തെ കുത്തിക്കീറി എന്നും അങ്ങനെ അവിടെനിന്നും ഝലം നദി ഉറവയെടുത്തെന്നുമാണ് ഐതീ ഹ്യം. അത്യന്തം ഉല്ലാസകരമായിരുന്നു അവരുടെ യാത്ര. കർഷകരുടെ പാട്ടുകളും സന്യാസിമാരുടെയും തീർഥാടകരുടെയും കീർത്തനങ്ങളും പക്ഷികളുടെ കളകൂജനങ്ങളും പച്ചപ്പട്ടുപുതച്ച പാടങ്ങളും മഞ്ഞിന്റെ പുതപ്പണിഞ്ഞ താഴ്‌വാരങ്ങളും പോപ്ലാർമരക്കൂട്ടങ്ങളും വിവേകാനന്ദനെ സംബന്ധിച്ചിടത്തോളം മറക്കാനാവാത്ത ദൃശ്യങ്ങളായിരുന്നു.

എവിടെയെല്ലാം വിവേകാനന്ദനെത്തിയോ അവിടെയെല്ലാമുള്ള ജന ങ്ങളുടെ ജീവിതരീതികളും ശീലങ്ങളും അദ്ദേഹം കണ്ടു മനസിലാക്കി. കാശ്മീരികളുടെ ഒരു പ്രധാന പാനീയമാണ് ചായ. കാശ്മീരി ചായ വളരെ രുചികരമാണ്. വിവേകാനന്ദനും അതിന്റെ സ്വാദ് അറിഞ്ഞിട്ടുണ്ട്. അവിടെവെച്ച് ഒരു സാധാരണക്കാരൻ വിവേകാനന്ദനെ തിരിച്ചറിയുകയും അദ്ദേഹത്തെ ആവേശത്തോടെ പരിചരിക്കുകയും ചെയ്തു. മൂന്നുബോ ട്ടുകളിലാണ് വിവേകാനന്ദനും സംഘവും ശ്രീനഗറിൽ എത്തിയത്. അതി നുശേഷം അവർ കാശ്മീർ താഴ്‌വാരത്തെത്തി. ആ താഴ്‌വാരത്തിന് ശ്രീന ഗർ താഴ്‌വാരം എന്നും പറയും. അതിമനോഹരമായ ഒരു ദൃശ്യമായി രുന്നു അത്. താമരച്ചെടികൾ നിറഞ്ഞ പ്രദേശമായിരുന്നു അത്. അവിട വിടങ്ങളിലായി മാത്രം താമരപ്പൂവുകൾ വിരിഞ്ഞുനിന്നിരുന്നു. താഴ്‌വാര ത്തിന്റെ ഇരുഭാഗങ്ങളിലും ഹരിതാഭമായ പൂങ്കാവനങ്ങളായിരുന്നു. വെള്ളയും പച്ചയും നീലയും ചേർന്ന വർണങ്ങളുടെ ആ സിംഫണി യുടെ സൗന്ദര്യം വേദനിപ്പിക്കുന്ന ഒന്നായിരുന്നു എന്നാണ് സിസ്റ്റർ നിവേ ദിത വിവരിക്കുന്നത്.

അതുപോലെതന്നെ അവിസ്മരണീയമായിരുന്നു ഝലം നദിയുടെ തീരത്തെ അനുഭവങ്ങൾ. സ്വാമിയും ശിഷ്യരും നഗ്നപാദരായി നദീതീര ത്തുകൂടി നടന്നു. അപ്പോൾ സിസ്റ്റർ നിവേദിത സ്വാമിവിവേകാനന്ദനോട് ഒരു സംശയം ചോദിച്ചു. എന്തുകൊണ്ടാണ് ജനങ്ങൾ കാളീഘട്ടിലെ ക്ഷേത്രത്തിനുമുമ്പിലുള്ള സ്ഥലത്ത് ചുംബിക്കുന്നത് എന്നതായിരുന്നു ആ സംശയം. കാശ്മീരിലെ മഞ്ഞണിഞ്ഞ ഗിരിനിരകളിൽ ചുംബിക്കാൻ തോന്നുന്നതുപോലെ തന്നെയാണെന്ന് വിവേകാനന്ദൻ മറുപടി പറഞ്ഞു. മൂന്നുദിവസം അവർ കാശ്മീരിന്റെ തലസ്ഥാനമായ ശ്രീനഗറിൽ ചെല വഴിച്ചു. കനിഷ്കരാജാവിനെക്കുറിച്ചും ബുദ്ധന്റെ ധാർമിക തത്വങ്ങളെ ക്കുറിച്ചും അശോക ചക്രവർത്തിയുടെ മതപരിവർത്തനത്തെക്കുറിച്ചും

ശൈവാരാധനയെക്കുറിച്ചും വിവേകാനന്ദൻ സുദീർഘമായി സംസാരിച്ചു. ചെങ്കിഷ്ഖാൻ എന്ന അക്രമണകാരിയെക്കുറിച്ച് വിവേകാനന്ദൻ പറഞ്ഞത് വളരെപ്രധാനപ്പെട്ട ഒരു കാര്യമാണ്. അദ്ദേഹം വൃത്തികെട്ട ഒരു അക്രമണകാരിയല്ലെന്നും നെപ്പോളിയനെയും അലക്സാണ്ടറെയും പോലെ ഏകത്വത്തിനുവേണ്ടി ചിന്തിക്കുകയും പ്രചോദിക്കപ്പെടുകയും ചെയ്ത വ്യക്തിയാണെന്നുമാണ്. ചെങ്കിഷ്ഖാനും നെപ്പോളിയനും അലക്സാണ്ടറും മൂന്നുരീതിയിൽ പ്രകടമായ ഒരൊറ്റ സ്വത്വമാണെന്ന് അദ്ദേഹം പറഞ്ഞു. കൃഷ്ണനിലും ബുദ്ധനിലും ക്രിസ്തുവിലും ഒരേ ദൈവികമായ സ്വത്വമാണ് നിലനിൽക്കുന്നത്. യാത്രയ്ക്കിടയിൽ വിവേകാനന്ദൻ ഒരു കവിത രചിച്ചു. *ഉണർന്ന ഭാരത*ത്തിന് എന്നായിരുന്നു കവിതയുടെ പേര്.

കാശ്മീരിൽനിന്നും അവർ ഇസ്ലാമാബാദിലേക്ക് ബോട്ടിൽ സഞ്ചരിച്ചു. ശ്രീനഗറിൽനിന്നും നാലരമൈൽ ദൂരം യാത്രചെയ്തപ്പോൾ അവർ ഝലം നദിയുടെ തീരത്തുള്ള ഒരു ക്ഷേത്രത്തിനടുത്തെത്തി. മനോഹരമായ ഒരു കൊച്ചുക്ഷേത്രമായിരുന്നു അത്. അതിന് നാല് വാതിലുകൾ ഉണ്ടായിരുന്നു. നാലും മുൻഭാഗത്തുതന്നെയായിരുന്നു. അതിനകത്ത് മനോഹരമായ ശിൽപ്പമാതൃകകൾ ഉണ്ടായിരുന്നു. പുറത്ത് ബുദ്ധന്റെ രൂപം കൊത്തിവെച്ചിരുന്നു. കൈകൾ ഉയർത്തി മനോഹരമായി പുഞ്ചിരിച്ചുകൊണ്ട് നിൽക്കുന്ന ബുദ്ധരൂപത്തിനു പുറമേ ഒരു സ്ത്രീയുടെ രൂപമുണ്ടായിരുന്നു. മായാദേവിയുടെ 'അതായത് ബുദ്ധന്റെ അമ്മയുടെ' രൂപമായിരുന്നു അത്. ചാരനിറത്തിലുള്ള ചുണ്ണാമ്പുകല്ലിൽ കൊത്തിവെച്ച ആ മായാദേവിയുടെ രൂപം എ ഡി പത്താംനൂറ്റാണ്ടിലേതാണെന്ന് അനുമാനിക്കപ്പെടുന്നു. കാശ്മീരിൽ ബുദ്ധമതത്തിനുണ്ടായിരുന്ന സ്വാധീനത്തിന്റെ ഏറ്റവും മനോഹരമായ തെളിവായിരുന്നു അത്. ആദ്യകാലത്ത് കാശ്മീരിൽ വൃക്ഷാരാധനയും സർപ്പാരാധനയുമായിരുന്നു ഉണ്ടായിരുന്നത്. പിന്നീട് ബുദ്ധിസത്തിന്റെ കാലഘട്ടം വന്നു. അതിനുശേഷം സൂര്യാരാധനയുടെ രൂപത്തിൽ ഹിന്ദുയിസം പ്രബലമായി. അനന്തരം മുഹമ്മദനിസം ശക്തിപ്പെട്ടു. ശിൽപ്പകലകളുടെയും പ്രതിമകളുടെയും സമൃദ്ധി ഉണ്ടാകുന്നത് ബുദ്ധമതത്തിന്റെ കാലഘട്ടത്തിലാണ്. സൂര്യാരാധനയുടെ ഭാഗമാണ് താമര. സൂര്യന് ഏറ്റവും പ്രിയപ്പെട്ട ആഭരണമാണത്. സർപ്പരൂപങ്ങളെല്ലാം ബുദ്ധനുമുമ്പുള്ള കാലഘട്ടത്തിന്റേതാണ്. അങ്ങനെ ആയിരക്കണക്കിന് വർഷങ്ങളുടെ ഒരു സാംസ്കാരിക ചരിത്രം പ്രകാശിപ്പിക്കുന്ന ക്ഷേത്രമായിരുന്നു അവരവിടെ കണ്ടത്. വിഭിന്ന മതങ്ങളും ചിന്തകളും ആരാധനകളും കലകളും നൂറ്റാണ്ടുകളിലൂടെ മാറിവരുന്നതിന്റെയും സമന്വയിക്കപ്പെട്ടതിന്റെയും ചാരുതയാർന്ന ദൃശ്യമായിരുന്നു അത്. ആ വനാന്തരത്തിലെ മഞ്ഞിൽ കുളിച്ചുനിൽക്കുന്ന ആ നിശ്ശബ്ദ ദേവാലയം വിവേകാനന്ദന് അത്യന്തം അവിസ്മരണീയമായ അനുഭൂതി പകർന്നു. ആ ദേവാലയം സന്ദർശിച്ചതിനുശേഷമുള്ള സായാഹ്നത്തിൽ വിവേകാനന്ദൻ ധ്യാനനിരതനായി കാണപ്പെട്ടു.

വിവേകാനന്ദന്റെ ഒരു അപൂർവചിത്രം

അദ്ദേഹം മേൽപ്പറഞ്ഞ അനുഭവത്തിന്റെ വെളിച്ചത്തിൽ മതങ്ങളെയും സംസ്കാരങ്ങളെയും താരതമ്യം ചെയ്യാൻ തുടങ്ങി. ബുദ്ധന്റെ ചരിത്രപരമായ സാന്നിധ്യം സ്വാമിയെ പ്രചോദിപ്പിച്ചു. വൈദികസംസ്കാരവും റോമൻ കത്തോലിക്ക സംസ്കാരവും തമ്മിൽ അദ്ദേഹം താരതമ്യം ചെയ്തു. മുഹമ്മദനിസം അഥവാ ഇസ്ലാമിസത്തെ വിവേകാനന്ദൻ പ്രകീർത്തിച്ചു. അദ്ദേഹത്തിന്റെ അഭിപ്രായത്തിൽ പൗരോഹിത്യത്തെ പൂർണമായും ഇല്ലാതാക്കിയ മതമാണത്.

ക്രിസ്തുമതം ഏതാണ്ട് ആര്യൻ സംസ്കാരത്തിൽനിന്നും ഉത്ഭവിച്ചതാണെന്ന് വിവേകാനന്ദൻ വിശ്വസിച്ചു. ഇന്ത്യൻ ആശയങ്ങളും ഈജിപ്ഷ്യൻ ആശയങ്ങളും അലക്സാണ്ട്രിയയിൽ വെച്ച് സംഗമിച്ചു. അതിന്റെ കൂടെ ജൂതായിസവും ഹെലനിസവും ചേർന്നു. അങ്ങനെയാണ് ക്രിസ്തുമതം രൂപപ്പെട്ടത് എന്നായിരുന്നു വിവേകാനന്ദന്റെ കാഴ്ചപ്പാട്. ക്രിസ്തുമതത്തിന്റെ അടിസ്ഥാനസങ്കൽപ്പങ്ങളോട് സ്വാമിക്ക് അങ്ങേയറ്റം ആദരവുണ്ടായിരുന്നു. അതുപോലെതന്നെ പ്രധാനമാണ് നേരത്തെപറഞ്ഞതുപോലെ ബുദ്ധനോടുള്ള ആദരവും. ബുദ്ധൻ ഒരിക്കലും തനിക്കുവേണ്ടി ശ്വസിച്ചിട്ടുപോലുമില്ലെന്നാണ് വിവേകാനന്ദൻ പറഞ്ഞത്. അതുപോലെതന്നെ ഒരിക്കലും അദ്ദേഹം ആരാധന നഷ്കർഷിച്ചിട്ടില്ല. ബുദ്ധൻ ഒരു മനുഷ്യനല്ലെന്നും മറിച്ച് ഒരു രാഷ്ട്രമാണെന്നും വിവേകാനന്ദൻ പറയുമായിരുന്നു.

അതുപോലെതന്നെ ഹിന്ദുമതത്തിലെയും സെമിറ്റിക് മതങ്ങളിലെയും പാപചിന്തകളെക്കുറിച്ചും വിവേകാനന്ദൻ സംസാരിച്ചു. വേദങ്ങ

ളിൽ പാപചിന്തയെക്കുറിച്ച് പരാമർശമുണ്ടെങ്കിലും അത് സ്ഥായിയ ല്ലെന്നും ഈജിപ്തുകാർക്കിടയിലും സെമിറ്റിക് മതങ്ങൾക്കിടയിലും പാപ ചിന്ത ശക്തമാണെന്നും വിവേകാനന്ദൻ പറഞ്ഞതായി അദ്ദേഹത്തിന്റെ ശിഷ്യർ രേഖപ്പെടുത്തുന്നുണ്ട്. അതുപോലെതന്നെ പാഴ്സിമതത്തിന്റെ പ്രവാചകനായ സ്വരാഷ്ട്രരുടെ ആശയങ്ങളെപ്പറ്റിയും വിവേകാനന്ദൻ പരാമർശിക്കുന്നുണ്ട്. അദ്ദേഹത്തെയും വേദാന്തിയായിട്ടാണ് വിവേകാ നന്ദൻ അവതരിപ്പിക്കുന്നത്. അങ്ങനെ ലോകത്തിലെ എല്ലാമതങ്ങളി ലെയും ആശയങ്ങളെക്കുറിച്ചും അവയുടെ പ്രസക്തിയെക്കുറിച്ചും വിവേ കാനന്ദൻ വളരെ വിശദമായിത്തന്നെ സംസാരിച്ചു. ബുദ്ധന്റെ പരിത്യാഗ സിദ്ധാന്തമാണ് ഇന്ത്യക്ക് ഏറ്റവും അനുയോജ്യമെന്ന് വിവേകാനന്ദൻ വിശ്വസിച്ചു. ഇന്ത്യയുടെ സാംസ്കാരികമായ സമൃദ്ധിയുടെ പിറകിലുള്ള മഹാരഹസ്യം ബുദ്ധന്റെ ആശയങ്ങളാണെന്ന് വിവേകാനന്ദൻ പറയു ന്നു.

ഇസ്ലാമാബാദിലെത്തിയ വിവേകാനന്ദൻ മരണത്തെക്കുറിച്ച് സംസാ രിച്ചതിനെക്കുറിച്ച് സിസ്റ്റർ നിവേദിത രേഖപ്പെടുത്തുന്നുണ്ട്. മരണത്തോ ടുള്ള വിവേകാനന്ദന്റെ അഭിനിവേശം അസാധാരണമായിരുന്നു എന്നാണ് സിസ്റ്റർ നിവേദിത എഴുതുന്നത്. മരണത്തെ ഒരു ദുരന്തമായിട്ടല്ല മറിച്ച് ദൈവികമായിട്ടാണ് വിവേകാനന്ദൻ കണ്ടത്. വിവേകാനന്ദൻ ഇങ്ങനെ മരണത്തെക്കുറിച്ചും മറ്റും സംസാരിച്ചുകൊണ്ടിരുന്നപ്പോൾ കൈമുറിഞ്ഞ് ചോരയൊലിച്ചുകൊണ്ട് സന്യാസിസംഘത്തിന്റെ അടുത്ത് എത്തിയതും വിവേകാനന്ദൻ കുട്ടിയുടെ മുറിഞ്ഞ കൈ വെള്ളത്തിൽ കഴുകിയതും മരുന്നുപുരട്ടിക്കൊടുത്തതും അവർ ഓർക്കുന്നു.

വിവേകാനന്ദന്റെ അഭിപ്രായത്തിൽ ജപ്പാൻകാരാണ് ഏറ്റവും വലിയ ദേശാഭിമാനികൾ. ഗ്രീക്കുകാരുടെയോ മറ്റേതൊരു രാഷ്ട്രത്തിന്റെയോ ദേശസ്നേഹത്തെക്കാൾ വലുതാണ് ജപ്പാൻകാരുടെ ദേശസ്നേഹം. ഒരു രാജ്യത്തിന്റെ ഐക്യത്തിനുവേണ്ടി തങ്ങളുടെ രാഷ്ട്രീയമായ പദവി കൾപോലും ഉപേക്ഷിച്ചവരാണ് ജപ്പാൻകാർ എന്നദ്ദേഹം അഭിപ്രായപ്പെ ട്ടു. മാത്രമല്ല, ജപ്പാൻയുദ്ധത്തിൽ ഒരൊറ്റ രാജ്യദ്രോഹിപോലും ഉണ്ടാ യിരുന്നില്ലെന്നും അദ്ദേഹം പറഞ്ഞു. അതുപോലെതന്നെ സ്വർണത്തെ പ്പറ്റി ചിന്തിക്കുന്ന സന്യാസി ആത്മഹത്യചെയ്യുന്നതാണ് നല്ലതെന്ന് അദ്ദേഹം പറയുമായിരുന്നു. ഹിന്ദുക്കളെ സംബന്ധിച്ചിടത്തോളം വിവാ ഹമെന്നത് വ്യക്തിഗതമായ സന്തോഷത്തിനുവേണ്ടിയുള്ളതല്ലെന്നും അത് രാഷ്ട്രക്ഷേമത്തിന് വേണ്ടിയുള്ളതാണെന്നും അദ്ദേഹം അഭിപ്രാ യപ്പെട്ടു. എന്നാൽ പാശ്ചാത്യരെ സംബന്ധിച്ചിടത്തോളം അവർ ദു:ഖത്തെ ആരാധിക്കുന്നു. പാശ്ചാത്യരുടെ സാമൂഹ്യജീവിതം പരിഹാസ്യമാണ്. അത് ദു:ഖത്തിലാണ് അവസാനിക്കുന്നത്. അലസതയും ലീലയുമാണ് പാശ്ചാത്യജീവിതത്തിന്റെ മുഖമുദ്ര. വിവേകാനന്ദന് നേതൃത്വത്തെപ്പറ്റിയും തന്റേതായ വീക്ഷണമുണ്ടായിരുന്നു. ഒരു നേതാവ് എന്നുപറഞ്ഞാൽ ആസൂത്രണം ചെയ്യുന്ന ആളോ സംഘാടകനോ അല്ല. വ്യത്യസ്തരായ

അനേകം ജനങ്ങളെ ഒന്നിപ്പിക്കുന്ന പരീക്ഷണമാണ് ഒരുനേതാവ് നേരിടേണ്ടത്. ഇങ്ങനെ വ്യത്യസ്തരായ അനേകം ജനങ്ങളുടെ പൊതുവായ വികാരങ്ങളോട് സത്യസന്ധതപുലർത്തുന്ന ആളാണ് നേതാവ്. ഇത് കഷ്ടപ്പെട്ടുണ്ടാക്കേണ്ടതല്ല. മനസിൽനിന്നും രൂപപ്പെടേണ്ടതാണ്.

സ്വാമിവിവേകാനന്ദൻ മഹാനായ ഒരു അധ്യാപകനും തത്വചിന്തകനും പ്രഭാഷകനും ആയിരുന്നെങ്കിലും അദ്ദേഹം എല്ലാസമയത്തും അങ്ങനെയായിരുന്നില്ലെന്ന് അദ്ദേഹത്തിന്റെ ശിഷ്യന്മാർ രേഖപ്പെടുത്തുന്നു. നിറയെ തമാശകൾ പറയുന്ന എപ്പോഴും സന്തോഷത്തോടെ കാണപ്പെടുന്ന നർമകഥകൾ പറയുന്ന വിവേകാനന്ദനെയാണ് അദ്ദേഹത്തിന്റെ പാശ്ചാത്യശിഷ്യർ അനുസ്മരിക്കുന്നത്. അദ്ദേഹത്തിന്റെ ഈ സ്വഭാവം ക്രിസ്ത്യൻ സഭയുടെ നേതാക്കളെയും പുരോഹിതന്മാരെയും അത്ഭുതപ്പെടുത്തി. ചിലർ അദ്ദേഹത്തിന്റെ മുഖത്തുനോക്കിത്തന്നെ അത് പറഞ്ഞു. ഒരു മതപ്രബോധകനായ സ്വാമി ഇങ്ങനെ സാധാരണക്കാരെപ്പോലെ ചിരിക്കരുതെന്ന് അവർ പറഞ്ഞപ്പോൾ വിവേകാനന്ദന്റെ മറുപടി വളരെ രസകരമായിരുന്നു. വെളിച്ചത്തിന്റെയും ആനന്ദത്തിന്റെയും കുട്ടികളാണ് ഞങ്ങൾ എന്നായിരുന്നു അദ്ദേഹത്തിന്റെ മറുപടി.

അമർനാഥിലെ ഗുഹ വളരെപ്രസിദ്ധമാണ്. അമർനാഥ് എന്ന പദത്തിന്റെ അർഥം അനശ്വരതയുടെ ദൈവം എന്നാണ്. പടിഞ്ഞാറൻ ഹിമാലയത്തിലെ മഞ്ഞുപാളികൾക്കിടയിലാണ് ഈ പ്രസിദ്ധമായ ക്ഷേത്രം സ്ഥിതിചെയ്യുന്നത്. ലോകത്തിലെതന്നെ ഏറ്റവും പ്രകൃതിമനോഹരമായ പ്രദേശമാണിത്. ആ ക്ഷേത്രത്തെചുറ്റിപ്പറ്റി ധാരാളം സന്യാസിമാരും അഭയാർഥികളും ജീവിക്കുന്നുണ്ട്. ലോകത്തിന്റെ വിവിധ ഭാഗങ്ങളിൽനിന്ന് പ്രായഭേദമില്ലാതെ അനേകായിരം ആളുകൾ അവിടെ തീർഥാടനത്തിനെത്തുന്നു. പന്തങ്ങളുടെ പ്രകാശവും ശംഖ് വിളികളും കൊമ്പ് വിളികളും കീർത്തനാലാപനങ്ങളും ഭക്തരുടെ മന്ത്രോച്ചാരണങ്ങളും കൊണ്ട് നിറഞ്ഞതാണ് അമർനാഥിന്റെ അന്തരീക്ഷം. വിവേകാനന്ദനും ലക്ഷക്കണക്കിന് ജനങ്ങൾ നൂറ്റാണ്ടുകളായി ആരാധന നടത്തുന്ന ഈ ക്ഷേത്രത്തിലെ ആചാരവിധികൾ തെറ്റാതെ പിൻതുടരാൻ ശ്രമിച്ചു. അദ്ദേഹം മന്ത്രങ്ങൾ ചൊല്ലുകയും പൂക്കളും പഴങ്ങളും അർപ്പിക്കുകയും ചെയ്തു അവിടെ. പുണ്യജലത്തിൽ കുളിച്ചു. മധുരപലഹാരങ്ങൾ സമർപ്പിച്ചു. ഭൂമീദേവിക്ക് പ്രണാമങ്ങൾ അർപ്പിച്ചു. ദിവസത്തിൽ ഒരുതവണമാത്രം ആഹാരം കഴിച്ചുകൊണ്ട് നോമ്പുനോറ്റു. പരമ്പരാഗതമായ രീതിയിൽ ആഹാരം പാകം ചെയ്തു. ഏകാന്തതയും മൗനവ്രതവും സ്വീകരിച്ചു. തപസുചെയ്തു. അദ്ദേഹത്തോടൊപ്പം സന്യാസി സംഘവും ചേർന്നു. എന്നാൽ ക്ഷേത്രത്തിൽ പാശ്ചാത്യരായ ആളുകൾ കടന്നതും ആരാധന നടത്തിയതും അവിടുത്തെ യാഥാസ്ഥിതിക മതവിശ്വാസികൾക്ക് രസിച്ചില്ല. അവർ വിവേകാനന്ദനോട് ശക്തമായിട്ടുതന്നെ പ്രതികരിച്ചു. അങ്ങനെ ക്ഷേത്രപരിസരത്ത് ക്യാമ്പുചെയ്തിരുന്ന സന്യാസിമാർക്ക് ദൂരത്തേക്ക് മാറേണ്ടിവന്നു. വിവേകാനന്ദൻ ആവട്ടെ അവരുടെ

എതിർപ്പിനെ എല്ലാം തന്നെ പുച്ഛിച്ചുതള്ളി. വിവേകാനന്ദന്റെ അടുക്കൽ ധാരാളം ഭക്തജനങ്ങൾ എത്തിയിരുന്നു. എന്നാൽ പലർക്കും അദ്ദേഹത്തിന്റെ ഉദാരവും വിശാലവുമായ മതവീക്ഷണം ഉൾക്കൊള്ളാൻ കഴിഞ്ഞിരുന്നില്ല. അതുപോലെതന്നെ ഇസ്ലാം മതത്തിനോടുള്ള അദ്ദേഹത്തിന്റെ സ്നേഹവും സഹാനുഭൂതിയും അവർക്ക് ദഹിച്ചിരുന്നില്ല. മുസ്ലീം തഹസിൽദാരും അദ്ദേഹത്തിന്റെ കീഴുദ്യോഗസ്ഥന്മാരും വിവേകാനന്ദന്റെ സംഭാഷണങ്ങൾ കേൾക്കാൻവേണ്ടി അമർനാഥിൽ എത്താറുണ്ടായിരുന്നുവെന്ന് സിസ്റ്റർ നിവേദിത രേഖപ്പെടുത്തുന്നുണ്ട്. അമർനാഥിലെ ക്ഷേത്രത്തിന്റെ ചുമതലയിലുണ്ടായിരുന്ന ഉദ്യോഗസ്ഥനായിരുന്നു ഈ മുസ്ലീം തഹസിൽദാർ.

അമർനാഥിനടുത്തുള്ള പഞ്ചതരണി എന്ന സ്ഥലത്ത് ഇക്കാലത്തുതന്നെ വിവേകാനന്ദനും സന്യാസിസംഘവും സന്ദർശനം നടത്തി. ഭൂമിയിൽനിന്നും പതിനാലായിരത്തി അഞ്ഞൂറ് അടി ഉയരത്തിൽ കിടക്കുന്ന പ്രദേശമാണ് പഞ്ചതരണി. പഞ്ചതരണി എന്ന വാക്കിനർഥം അഞ്ച് അരുവികളെന്നാണ്. വളരെ തണുപ്പുള്ള പ്രദേശമായിരുന്നു അത്. അവിടെ വിവേകാനന്ദൻ സ്നാനം ചെയ്യുകയും ആരാധന നടത്തുകയും ചെയ്തു. അവിടെനിന്നു വീണ്ടും അമർനാഥ്ഗുഹാക്ഷേത്രത്തിലെത്തിയ സ്വാമി ശിവനെ ആരാധിച്ചു. അദ്ദേഹം കടുത്ത ഒരു ശിവഭക്തനായിരുന്നു എന്ന് സിസ്റ്റർ നിവേദിത ഓർമിക്കുന്നു. ഒരു കത്തിഡ്രൽപോലെ വിശാലമായിരുന്നു ആ ഗുഹാക്ഷേത്രം. വിവേകാനന്ദൻ തന്റെ ശരീരം മുഴുവൻ ശിവനെ അനുസ്മരിപ്പിക്കുമാറ് ഭസ്മം പൂശി. ശിവഭക്തിയിൽ മുഖം വെട്ടിത്തിളങ്ങി. ഒറ്റ വസ്ത്രംമാത്രം ധരിച്ച് ക്ഷേത്രത്തിൽ പ്രവേശിച്ചു. എന്നിട്ട് ശിവനെ വണങ്ങി. അപ്പോൾ നൂറുകണക്കിന് ഭക്തരുടെ കണ്ഠത്തിൽനിന്നും കീർത്തനാലാപനങ്ങൾ ഉയർന്നു. അതിന്റെ സ്വരം ക്ഷേത്രഭിത്തികളിൽ തട്ടി മാറ്റൊലികൊണ്ടു. ശിവലിംഗത്തിൽ അദ്ദേഹം പ്രണാമം അർപ്പിച്ചു. അസാധാരണമായ വൈകാരികാവേശത്തിൽ സ്വാമി സ്വയം മറന്നു. അഗാധമായ യോഗാനുഭൂതി അദ്ദേഹത്തെ ആവേശിച്ചു. അതിനെക്കുറിച്ച് അദ്ദേഹം പറഞ്ഞത് ശിവൻ അദ്ദേഹത്തിന്റെ മുമ്പിൽ പ്രത്യക്ഷപ്പെട്ടു എന്നാണ്. അമർനാഥിന്റെ അനുഗ്രഹം തന്നിൽ ചൊരിയും വരെ താൻ മരണം പൂകുകയില്ലെന്ന് വിവേകാനന്ദൻ ശിഷ്യരോട് പറഞ്ഞിരുന്നു. ഒരിക്കൽ ശ്രീരാമകൃഷ്ണ പരമഹംസരും ഇതുമായി ബന്ധപ്പെട്ട് ഒരു പരാമർശം നടത്തിയിട്ടുണ്ട്. താൻ ആരാണെന്നും താൻ എന്താണെന്നും നരേന്ദ്രൻ തിരിച്ചറിയുമ്പോൾ അയാൾ തന്റെ ശരീരത്തിൽനിന്നും മുക്തനാവുമെന്നാണ് മുമ്പുപരമഹംസർ പറഞ്ഞത്. ശ്രീനാരായണ ഗുരുവിന് ശിവനോടുണ്ടായിരുന്ന ആരാധനയുമായി ഇതിനു സാമ്യമുണ്ട്. അരുവിപ്പുറത്ത് ശിവലിംഗപ്രധിഷ്ഠനടത്തിയപ്പോൾ നാരായണഗുരുവിനുണ്ടായിരുന്ന അസാധാരണമായ ആധ്യാത്മിക അനുഭൂതിയോട് വിവേകാനന്ദന്റെ അനുഭവങ്ങളെ സാദൃശ്യപ്പെടുത്താവുന്നതാണ്. അമർനാഥ് ക്ഷേത്രസന്ദർശനത്തിനുശേഷം എന്തുകൊണ്ടോ വിവേകാ

നന്ദന്റെ ആരോഗ്യനില വഷളാവുകയായിരുന്നുവെന്ന് സിസ്റ്റർ നിവേദിത രേഖപ്പെടുത്തുന്നു. അദ്ദേഹത്തിന്റെ അനാരോഗ്യത്തിനുകാരണം എന്താ യിരുന്നു എന്ന കാര്യത്തിൽ നിവേദിതയ്ക്ക് തീർപ്പുണ്ടായിരുന്നില്ല. അവി ടുത്തെ കൊടും ശൈത്യമോ കഠിനമായ യാത്രകളോ ഓക്സിജന്റെ കുറവോ അതല്ലെങ്കിൽ ഇതെല്ലാംകൂടിചേർന്നതോ അദ്ദേഹത്തിനുണ്ടായ യോഗാനുഭൂതിയോ എന്താണെന്ന് നിശ്ചയമില്ലായിരുന്നുവെന്ന് അവർ പറ യുന്നു. അദ്ദേഹത്തിന്റെ ആരോഗ്യനിലയെക്കുറിച്ച് അവിടെവെച്ച് അദ്ദേ ഹത്തെ പരിശോധിച്ച ഡോക്ടറും മുന്നറിയിപ്പ് നൽകിയിരുന്നു.

വിവേകാനന്ദന്റെ ആരോഗ്യനില തകരുന്നതിൽ നിരവധികാരണ ങ്ങളെക്കുറിച്ച് സിസ്റ്റർ നിവേദിത സംശയിക്കുന്നുണ്ട്. ഇതിൽ ഏത് കാര ണമാണ് നിർണായകം എന്ന് നിവേദിതയ്ക്ക് ഉറപ്പിച്ചുപറയാൻ കഴിയു ന്നില്ല. എന്തായിരുന്നാലും അമർനാഥ് സന്ദർശനത്തിനുശേഷം വിവേകാ നന്ദന്റെ ആരോഗ്യനില തകരുകയായിരുന്നു.

14

ബെലൂരിലെ ജീവിതം

ആയിരത്തിഎണ്ണൂറ്റി തൊണ്ണൂറ്റി എട്ട് ഒക്ടോബർ പതിനെട്ടിന് സ്വാമിവിവേകാനന്ദനും ശിഷ്യന്മാരും ബെലൂരിലെ സന്യാസിമഠത്തിൽ തിരിച്ചെത്തി. വിവേകാനന്ദന്റെ തിരിച്ചുവരവ് ആശ്രമത്തിലെ സന്യാസിമാർക്ക് അങ്ങേയറ്റം ആഹ്ലാദകരമായിരുന്നു. അവരുടെ ആനന്ദം അളവറ്റതായിരുന്നു. എന്നാൽ വിവേകാനന്ദന്റെ ആരോഗ്യനില അവരെ ആശങ്കാകുലരാക്കിയിരുന്നു. കാശ്മീരിൽനിന്നും വിവേകാനന്ദൻ പെട്ടെന്ന് തിരിച്ചുവരുന്ന വിവരം ആശ്രമത്തിലെ സന്യാസിമാരെ അറിയിച്ചിരുന്നില്ലെങ്കിലും സിസ്റ്റർനിവേദിതയുടെ കത്തുകളിലൂടെ അവർ കാര്യങ്ങൾ ഗ്രഹിച്ചിരുന്നു.

അക്കാലത്ത് ബെല്ലൂർ ആശ്രമത്തിന്റെ തലവൻ സ്വാമിബ്രഹ്മാനന്ദനായിരുന്നു. അദ്ദേഹം വിവേകാനന്ദന്റെ ആരോഗ്യകാര്യങ്ങളിൽ വളരെയധികം ശ്രദ്ധചെലുത്തി. വിവേകാനന്ദന് ആസ്ത്മാരോഗവുമായി ബന്ധപ്പെട്ട പ്രശ്നങ്ങളുണ്ടായിരുന്നു. ബെല്ലൂർ ആശ്രമത്തിൽ എത്തിയ ഉടനെ സ്വാമി കിടപ്പിലായി. മധ്യാഹ്നംവരെ അദ്ദേഹം കിടപ്പിൽത്തന്നെയായിരുന്നു. ആരുമായും സംസാരമില്ലായിരുന്നു. വിവേകാനന്ദന്റെ രോഗവിവരമറിഞ്ഞ് പലദിക്കിൽനിന്നും ആളുകൾ അദ്ദേഹത്തെകാണാനെത്തി. എന്നാൽ കുറച്ചുദിവസങ്ങൾക്കുശേഷം സ്വാമിയുടെ ആരോഗ്യനിലയിൽ ചിലമാറ്റങ്ങളുണ്ടായി. അദ്ദേഹം പുറത്തിറങ്ങി നടക്കാനും സംസാരിക്കാനും തുടങ്ങി.

ഇക്കാലത്ത് ഒരുതരം ഉന്മാദാവസ്ഥയിലായിരുന്നു സ്വാമി. ശരത്ചന്ദ്രചക്രവർത്തി എന്ന വിവേകാനന്ദ ശിഷ്യൻ അക്കാലത്ത് ബെലൂർ ആശ്രമത്തിലെത്തി. അദ്ദേഹം വിവേകാനന്ദനെ കാണാനെത്തിയപ്പോൾ വിവേകാനന്ദൻ യോഗാസനത്തിലായിരുന്നു. കിഴക്കോട്ടുതിരിഞ്ഞ് ധ്യാനനിര

തനായിരുന്നു സ്വാമി. ശിഷ്യനെ കണ്ടപ്പോൾ ഇരിക്കാൻ പറഞ്ഞു, പിന്നെ നിശ്ശബ്ദനായി. സ്വാമിയുടെ ഇടതുകണ്ണ് ചുവന്നിരുന്നു. കണ്ണിന് എന്തു പറ്റിയെന്ന് ശിഷ്യൻ ചോദിച്ചപ്പോൾ സ്വാമി ഒന്നും പറഞ്ഞില്ല. പിന്നെയും നിശ്ശബ്ദത. അപ്പോൾ ഗുരുവിന്റെ പാദം നമസ്കരിച്ചുകൊണ്ട് ശിഷ്യൻ അത്യധികം ജിജ്ഞാസയോടെ ചോദിച്ചത് അമർനാഥിലെ അനുഭവങ്ങളെക്കുറിച്ചാണ്. അതിന് വിവേകാനന്ദൻ സത്യസന്ധമായ മറുപടിനൽകിയിരുന്നു. അമർനാഥ് സന്ദർശനത്തിനുശേഷം ശിവൻ സ്വാമിയുടെ ശിരസിൽ കുടിയിരിക്കുന്നതായി സ്വാമിക്ക് തോന്നിയത്രെ. അതുപോലെതന്നെ അമർനാഥിലെ ആരാധനാ സമയത്തും വിവേകാനന്ദന് ഒരുതരം ഉന്മാദാവസ്ഥ ഉണ്ടായിരുന്നുവെന്ന് ശിഷ്യരുമായുള്ള സംഭാഷണങ്ങളിൽനിന്നു വ്യക്തമാണ്. ഇത്തരത്തിലുള്ള മാനസികാവസ്ഥകൾ വിവേകാനന്ദനുമാത്രമല്ല സാധാരണക്കാർക്കും ഉണ്ടാവാറുണ്ട്. മാനസികമായ ഇത്തരം ഉന്മാദാവസ്ഥയെയാണ് ആളുകൾ ദൈവികപ്രതിഭാസങ്ങളായി വ്യാഖ്യാനിക്കുന്നത്. മാനസികമായ വൈകാരിക ആവേഗങ്ങളെ ദൈവികമോ അമാനുഷികമോ ആയി വ്യാഖ്യാനിക്കുക സ്വാഭാവികമാണ്. ഉദാഹരണത്തിന് തങ്ങളിഷ്ടപ്പെടുന്ന ഒരു വ്യക്തി ഭക്തരുടെ നെറ്റിയിൽ സ്പർശിച്ച ആഹ്ലാദമുണ്ടാവുക സ്വാഭാവികമാണ്. ഇതിനെ ആധ്യാത്മികപരിവേഷം ചാർത്തി അവതരിപ്പിക്കുന്നത് സാധാരണമാണ്. ഇത്തരത്തിലുള്ള ദൈവിക പരിവേഷം വിവേകാനന്ദനും ആളുകൾ കൊടുത്തിട്ടുണ്ട്. യഥാർഥത്തിൽ വേണ്ടത് ഇത്തരം സംഭവങ്ങളെയെല്ലാം ശാസ്ത്രീയവും യുക്തിയുക്തവുമായി വിശകലനം ചെയ്യുകയാണ്.

കാശ്മീരിൽനിന്ന് ബെലൂരിലേക്കുള്ള യാത്രയ്ക്കിടയിൽത്തന്നെ വിവേകാനന്ദൻ ഒട്ടേറെ ആരോഗ്യപ്രശ്നങ്ങൾ അഭിമുഖീകരിച്ചിരുന്നുവെന്ന് നേരത്തെ പറഞ്ഞുവല്ലോ. എന്നാൽ അതേ അവസരത്തിൽത്തന്നെ വീണ്ടും അമേരിക്ക സന്ദർശിക്കാനുള്ള തന്റെ ആഗ്രഹം അദ്ദേഹം പ്രകടിപ്പിച്ചിരുന്നു. ഡോ. ആർ എൽ ദത്ത് ആയിരുന്നു അക്കാലത്ത് വിവേകാനന്ദനെ ചികിത്സിച്ചിരുന്നത്. തന്റെ ആരോഗ്യനില തകരാറിലാവുന്നതിനെക്കുറിച്ച് വിവേകാനന്ദൻ ശരിക്കും ബോധവാനായിരുന്നു. തന്റെ അന്ത്യമടുത്തുവെന്ന് സൂചിപ്പിക്കുന്ന പല സംഭാഷണങ്ങളും അദ്ദേഹം നടത്തിയിട്ടുണ്ട്. അവസാനകാലമാവുമ്പോഴേക്കും കൂടുതൽ ആളുകളുമായി ബന്ധപ്പെടാൻ അദ്ദേഹം തയാറായിരുന്നു. വിവേകാനന്ദന് അക്കാലത്ത് ഉറക്കം വളരെ കുറവായിരുന്നു. ഇക്കാലത്ത് വിദേശങ്ങളിൽനിന്നും ധാരാളം സുഹൃത്തുക്കൾ അദ്ദേഹത്തെ കാണാനെത്തിയിരുന്നു. ആരോഗ്യനില തകരാറിലായിരുന്നെങ്കിലും വീണ്ടും വിദേശരാജ്യങ്ങൾ സന്ദർശിക്കാൻ അദ്ദേഹം ആഗ്രഹിച്ചു. ജപ്പാനിൽനിന്നും അമേരിക്കയിൽനിന്നും നിരവധി ആളുകൾ വിവേകാനന്ദന്റെ ആശ്രമം സന്ദർശിച്ചു.

ഇക്കാലത്ത് വിവേകാനന്ദൻ ജ്ഞാനമാർഗത്തിൽനിന്നും ഭക്തിമാർഗത്തിലേക്ക് പരിണമിക്കുകയായിരുന്നു. ആയിരത്തി എണ്ണൂറ്റി തൊണ്ണൂറ്റി

എട്ടിൽ ക്രിസ്റ്റൈൻ ഗ്രീൻ സ്റ്റിഡൽ എന്ന തന്റെ അമേരിക്കൻ സുഹൃത്തിന് വിവേകാനന്ദൻ ഇങ്ങനെ എഴുതി:

> എന്റെ ആരോഗ്യം വളരെ മോശമായിരിക്കുന്നു..... ഡോക്ടർമാർ പറയുന്നത് തണുപ്പുകാലത്ത് സഞ്ചരിക്കരുത് എന്നാണ്. ഇത് എന്നെസംബന്ധിച്ചിടത്തോളം വളരെ നിരാശാജനകമാണ്. എന്തായിരുന്നാലും ഈ ഗ്രീഷ്മത്തിൽ ഞാൻ അമേരിക്കയിലേക്ക് വരികയാണ്. ഇപ്പോൾ ഞാൻ സുഖം പ്രാപിച്ചുവരുന്നുണ്ട്. കുറച്ചുമാസങ്ങൾക്കുശേഷം ഞാൻ അമേരിക്കയിലേക്ക് യാത്രതിരിക്കുകയാണ്. ഒന്നും സാരമാക്കേണ്ടതില്ല. നമുക്കെല്ലാം നല്ലത് എന്താണെന്ന് 'അമ്മയ്ക്ക്' അറിയാം. അമ്മ വഴികാണിക്കും. ഞാനിപ്പോൾ ഭക്തിമാർഗത്തിലാണ്. എനിക്ക് പ്രായമാവുമ്പോൾ ജ്ഞാനത്തിന്റെ സ്ഥാനത്ത് ഭക്തിവളരുകയാണ്.

ചെറുപ്പകാലത്തുതന്നെ ഒരു മനുഷ്യന് ചെയ്യാവുന്നതിൽ വെച്ച് ഏറ്റവും വലിയ പ്രവൃത്തികൾ ചെയ്ത മഹാനായിരുന്നു സ്വാമി വിവേകാനന്ദൻ. അദ്ദേഹത്തെപ്പോലെ കുറഞ്ഞ കാലംകൊണ്ട് ഇത്രമാത്രം സഞ്ചരിക്കുകയും പ്രഭാഷണങ്ങൾ നടത്തുകയും ചെയ്ത വ്യക്തികൾ ലോകത്തിൽത്തന്നെ കുറവാണ്. അതുപോലെതന്നെ സംഘടനാപ്രവർത്തനത്തിലും അസാധാരണമായ വൈഭവം പുലർത്തിയ ആളായിരുന്നു അദ്ദേഹം. രാമകൃഷ്ണമിഷന്റെ പ്രവർത്തനം ഇതിനകം ലോകമാകെ വ്യാപിച്ചിരുന്നു. വിദ്യാഭ്യാസരംഗത്തും സാമൂഹികരംഗത്തും പ്രവർത്തന നിരതരായ ധാരാളമാളുകൾ സ്വാമിക്ക് ശിഷ്യരായി ഉണ്ടായിരുന്നു. രാജാക്കന്മാർ മുതൽ വലിയ മുതലാളിമാരും വിദ്യാസമ്പന്നരും സാധാരണക്കാരും വിവേകാനന്ദന്റെ ശിഷ്യത്വം സ്വീകരിച്ചു. ബോംബെയിലെ ജാംഷഡ് ജി ടാറ്റാ എന്ന പ്രമുഖ വ്യവസായി സ്വാമിവിവേകാനന്ദന്റെ അപൂർവമായ വ്യക്തിത്വത്തിൽ ആകൃഷ്ടനായിരുന്നു. ജപ്പാനിൽവെച്ചാണ് വിവേകാന്ദൻ ഇദ്ദേഹത്തെ ആദ്യമായി കാണുന്നത്. ജപ്പാനിലെ വ്യാവസായിക പുരോഗതി വിവേകാനന്ദനിൽ നല്ല മതിപ്പുളവാക്കിയിരുന്നു. അതിനുസമാനമായ വ്യവസായപുരോഗതി ഇന്ത്യയിലുമുണ്ടാവണമെന്ന് അദ്ദേഹം ആഗ്രഹിച്ചു. ഖെത്രിരാജാവിനും മദ്രാസിലെ അലാസിംഗ പെരുമാളിനും തന്റെ സ്വപ്നം പങ്കുവച്ചുകൊണ്ട് വിവേകാന്ദൻ കത്തെഴുതി. ജാംഷഡ് ജി ടാറ്റയുമായും വിവേകാനന്ദൻ തന്റെ സ്വപ്നം പങ്കുവെക്കുകയായിരുന്നു. അങ്ങനെ പിന്നീട് ജാംഷഡ് ജി വിവേകാനന്ദന് ഇങ്ങനെ എഴുതി:

പ്രിയപ്പെട്ട സ്വാമിവിവേകാനന്ദന്,

ജപ്പാനിൽനിന്നും ചിക്കാഗോവിലേക്കുള്ള താങ്കളുടെ യാത്രയിൽ ഞാനുമുണ്ടായിരുന്നു എന്ന കാര്യം താങ്കൾ ഓർമിക്കുമെന്ന് വിശ്വസിക്കുന്നു. താങ്കളുടെ ആത്മീയമായ ആശയങ്ങളെക്കുറിച്ചും ഞാനിപ്പോൾ ഓർക്കുന്നു. അതുപോലെതന്നെ ഇന്ത്യൻ സന്യാസിമാരുടെ ഉത്തരവാദിത്വങ്ങളെക്കുറിച്ചും താങ്കൾക്ക് താങ്കളുടേതായ ആശയങ്ങളുണ്ടായിരുന്നു.

അതെല്ലാംതന്നെ ഏറ്റവും ഫലപ്രദമായ വഴികളിലൂടെ തിരിച്ചുവിടേണ്ട തുണ്ട്.

താങ്കളുടെ ഈ ആശയങ്ങളെയെല്ലാം ഇന്ത്യക്കുവേണ്ടിയുള്ള എന്റെ ശാസ്ത്രഗവേഷണ സ്ഥാപനം എന്ന എന്റെ പദ്ധതിയുമായി ബന്ധിപ്പിക്കുവാൻ ഞാൻ ആഗ്രഹിക്കുന്നു. ഇതുപോലൊരു പദ്ധതിയെപ്പറ്റി താങ്കൾ അറിഞ്ഞിരിക്കും. സന്യാസിമാർക്കും അവരുടെ ആശ്രമങ്ങൾക്കും ആത്മ സമർപ്പിതമായ അവരുടെ ജീവിതങ്ങൾക്കും പ്രകൃതിശാസ്ത്രങ്ങളും മാന വികശാസ്ത്രങ്ങളും വളരെയധികം ഗുണം ചെയ്യുന്നതാണ്. കഴിവുറ്റ ഒരു നേതാവും സന്യാസിജീവിതത്തിന്റെ ഭാഗമായ ഈ കുരിശുയുദ്ധം ഏറ്റെടുക്കുകയാണെങ്കിൽ അത് നമ്മുടെ സന്യാസികൾക്കുമാത്രമല്ല ശാസ്ത്രത്തിനും നമ്മുടെ നാടിന്റെ പെരുമയ്ക്കും വലിയ ഗുണം ചെയ്യും എന്ന അഭിപ്രായമാണ് എനിക്കുള്ളത്. വിവേകാനന്ദനെക്കാൾ ഇത്തരമൊരു ദൗത്യം ഏറ്റെടുക്കാൻ പറ്റിയ ഒരാളെ എനിക്കറിയില്ല. ഈ തരത്തിൽ നമ്മുടെ പ്രാചീനപാരമ്പര്യത്തെ വികസിപ്പിക്കാൻ താങ്കൾ തയാറാവുന്നതിനെപ്പറ്റി ആലോചിച്ചിട്ടുണ്ടോ. ഇതുമായി ബന്ധപ്പെട്ട് താങ്കൾ ഉത്തമമായ ഒരു ലഘുലേഖ എഴുതുന്നത് ഒരുപക്ഷേ, വളരെനന്നായിരിക്കും. ആ ലഘുലേഖ പ്രസിദ്ധീകരിക്കാൻ വേണ്ട ചെലവുകൾ ഞാൻ സന്തോഷത്തോടെ വഹിക്കുന്നതാണ്.

1898 നവംബർ 23 ആദരവോടെ , വിശ്വസ്തനായ
ബോംബെ താങ്കളുടെ ജാംഷഡ്ജി എൻ ടാറ്റ.

ഈ കത്തിന് വിവേകാനന്ദൻ മറുപടി എഴുതിയിരുന്നുവോ എന്ന കാര്യം സംശയമാണ്. എന്നാൽ ഒരുകാര്യം ഉറപ്പാണ്. ടാറ്റയുടെ ഈ പദ്ധതിയോട് അദ്ദേഹത്തിന് വലിയതാൽപ്പര്യം ഉണ്ടായിരുന്നു. സിസ്റ്റർ നിവേദിതയോട് വിവേകാനന്ദൻ ടാറ്റയെക്കുറിച്ച് അനുഭാവപൂർണമായ കാര്യങ്ങൾ പറഞ്ഞിട്ടുണ്ട്. ഇങ്ങനെ നിരവധി വ്യക്തികളുമായി വിവേകാനന്ദന് അടുത്ത ബന്ധമുണ്ടായിരുന്നു. ഏതൊരുവ്യക്തിയുടെയും കഴിവുകൾ കണ്ടെത്തുന്നതിൽ വിവേകാനന്ദന് അസാമാന്യമായ ശേഷിയുണ്ടായിരുന്നു. ഇത്തരത്തിലുള്ള സംഘടനാശേഷിയാണ് വിവേകാനന്ദനെ ഒരു സാമൂഹ്യപരിഷ്കർത്താവായി ഉയർത്തിയത്. വിവേകാനന്ദന്റെ ആശയങ്ങൾക്കനുസരിച്ച് പ്രവർത്തിക്കാൻ ധാരാളം ആളുകൾ മുന്നോട്ടുവന്നു. നിരവധി ശാസ്ത്ര-സാമൂഹിക സ്ഥാപനങ്ങൾ ഉയർന്നുവന്നു. പ്രസിദ്ധീകരണസ്ഥാപനങ്ങൾ വളർന്നു. അത്തരത്തിലുള്ള ഒരു പ്രസിദ്ധീകരണമായിരുന്നു ബംഗാളീ ഭാഷയിലെ *ഉദ്ബോധനം.* രണ്ടാഴ്ചയിൽ ഇറങ്ങുന്ന പ്രസിദ്ധീകരണമായിരുന്നു അത്. ഈ പ്രസിദ്ധീകരണത്തിനുവേണ്ടുന്ന ചെലവുകൾ വഹിച്ചത് വിവേകാനന്ദന്റെ അമേരിക്കൻ സുഹൃത്തുക്കളായിരുന്നു. രാമകൃഷ്ണ മിഷനായിരുന്നു ഈ പ്രസിദ്ധീകരണത്തിന്റെ ചുമതല ഏറ്റെടുത്തത്. ആയിരത്തിഎണ്ണൂറ്റി തൊണ്ണൂറ്റി ഒൻപത് ജനുവരി പതിനാലിനാണ് ഈ പ്രസിദ്ധീകരണം ആരംഭിച്ചത്. ഇതിന്റെ ചെല

വിനായി എണ്ണൂറ് ഡോളർ വിവേകാനന്ദന് സംഭാവനയായികിട്ടി. ഈ പണമുപയോഗിച്ച് ഒരു പ്രസ് വാങ്ങി. സ്വാമി ത്രിഗുണാദിയാനന്ദ ആയിരുന്നു അതിന്റെ എഡിറ്ററും മാനേജരും. പ്രസിദ്ധീകരണത്തിനുവേണ്ട മാർഗനിർദേശങ്ങളെല്ലാം വിവേകാനന്ദൻ നൽകിയിരുന്നു. സാഹിത്യം തത്വശാസ്ത്രം, കവിത, കല തുടങ്ങിയ മേഖലകളിൽ പ്രകടമായ മനുഷ്യരാശിയുടെ ചിന്തകളിലെയും അഭിനിവേശങ്ങളിലെയും തെറ്റുകളെ കണ്ടെത്തുക എന്നതായിരുന്നില്ല ഈ പ്രസിദ്ധീകരണത്തിന്റെ ലക്ഷ്യം. മറിച്ച് അവയെയെല്ലാം എങ്ങനെ പുരോഗതിയിലേക്ക് കൊണ്ടുപോകാം എന്നതായിരുന്നു. ചണ്ഡാലനെ ബ്രാഹ്മണന്റെ പദവിയിലേക്ക് ഉയർത്തുന്നതിനെപ്പറ്റി വിവേകാനന്ദൻ പറയുമായിരുന്നു. അതുപോലെതന്നെ ശ്രീരാമകൃഷ്ണന്റെ അടിസ്ഥാന ആശയമായ സാർവദേശീയ സൗഹാർദം പ്രചരിപ്പിക്കാൻ ഈ പ്രസിദ്ധീകരണം മുൻകൈ എടുത്തു. സംശുദ്ധി ത്യാഗം, സ്നേഹം തുടങ്ങിയ രാമകൃഷ്ണന്റെ ആശയങ്ങളും പ്രചരിപ്പിക്കപ്പെട്ടു.

ഇക്കാലത്ത് വിവേകാനന്ദൻ അമേരിക്കയിൽ പോകാനുള്ള തന്റെ ആഗ്രഹം പ്രകടിപ്പിച്ചിരുന്നുവെന്ന് പറഞ്ഞുവല്ലോ. അതിനുവേണ്ടിയുള്ള തയാറെടുപ്പുകൾ അദ്ദേഹം വേഗത്തിൽ നടത്തിയിരുന്നു. എന്നാൽ ആസ്ത്മയുടെ കടുത്ത ആക്രമണത്തിന് അദ്ദേഹം ഇക്കാലം വിധേയനായിരുന്നു. ഒരു ദിവസം സ്വാമി വിവേകാനന്ദനും നിരഞ്ജനാനന്ദസ്വാമിയുംകൂടി നടക്കാനിറങ്ങി. അതൊരു കടുത്ത ശൈത്യകാലമായിരുന്നു. ആ സമയം ഒരാൾ പാതവക്കിൽ വീണുകിടക്കുന്നതായി കണ്ടു. കടുത്ത വയറുവേദനകൊണ്ട് തളർന്നുവീണതായിരുന്നു അയാൾ. ഒറ്റ വസ്ത്രം മാത്രം ധരിച്ച അയാൾ പൊടിമണ്ണിൽ വീണ് നിലവിളിക്കുകയായിരുന്നു. അയാളെ അയാളുടെ അനുമതിയില്ലാതെ എങ്ങനെ വിവേകാനന്ദന് തന്റെ താമസസ്ഥലത്തേക്ക് കൊണ്ടുപോകാൻ കഴിയും. വിവേകാനന്ദനാകട്ടെ ആസ്ത്മാരോഗംകൊണ്ട് വിഷമിക്കുകയായിരുന്നു. പക്ഷേ, എത്രയും പെട്ടെന്ന് എന്തെങ്കിലും ചെയ്തേപറ്റൂ. നിരഞ്ജനാനന്ദയുടെ സഹായത്തോടെ വിവേകാനന്ദൻ ആ മനുഷ്യനെ പിടിച്ചിരുത്തി. അങ്ങനെ സാവധാനം അയാളെ ആശ്രമത്തിലേക്ക് കൊണ്ടുപോയി. അയാളുടെ ശരീരം ശുദ്ധിചെയ്ത് വസ്ത്രം ഉടുപ്പിച്ചു. അതിനുശേഷം ആവശ്യമായ പരിചരണങ്ങൾ നൽകി. അങ്ങനെ അയാളുടെ രോഗം മാറി. വിവേകാനന്ദന്റെ ജീവകാരുണ്യപ്രവർത്തനങ്ങളുടെ അസംഖ്യം ഉദാഹരണങ്ങളിൽ ഒന്നു മാത്രമായിരുന്നു അത്.

15

മനുഷ്യസ്നേഹിയായ സന്യാസി

സാധാരണക്കാരോടും ദരിദ്രരോടും വളരെയധികം സഹാനുഭൂതികാണിച്ച മഹാനായിരുന്നു സ്വാമിവിവേകാനന്ദൻ. അദ്ദേഹം മറ്റു ഹിന്ദുമതസന്യാസികളിൽനിന്നും വേറിട്ടുനിൽക്കുന്നത് ഈ നിലയിലാണ്. ഒരു ദന്തഗോപുര വാസിയായ സന്യാസിയായിരുന്നില്ല അദ്ദേഹം. ദുരിതമനുഭവിക്കുന്ന ജനവിഭാഗങ്ങളെ സഹായിക്കാൻ അദ്ദേഹം തന്റെ ശിഷ്യരെ പഠിപ്പിച്ചു. ആയിരത്തി എണ്ണൂറ്റി തൊണ്ണൂറ്റിയെട്ടിൽ കൽക്കത്തയിൽ പ്ലാഗ് പടർന്നുപിടിച്ചപ്പോൾ അത് കൂടുതൽ സ്പഷ്ടമായി. അന്ന് നഗരവാസികളിൽ പലരും അവിടെനിന്നും പലായനം ചെയ്തു. വിവേകാനന്ദൻ അവസരത്തിനൊത്തുണർന്നു. അതിനുമുമ്പുതന്നെ അതായത് ആയിരത്തി എണ്ണൂറ്റി തൊണ്ണൂറ്റി എട്ട് മാർച്ച് മുപ്പത്തി ഒന്നിന് വിവേകാനന്ദന്റെ നേതൃത്വത്തിൽ രാമകൃഷ്ണമിഷൻ പ്ലാഗ്സർവീസ് എന്ന ഒരു സംഘടന കൽക്കത്തയിൽ രൂപംകൊണ്ടിരുന്നു. പ്ലാഗ് പടർന്നുപിടിച്ചപ്പോൾ അദ്ദേഹം ദുരിതമനുഭവിക്കുന്ന ചേരിത്തൊഴിലാളികളുടെ അടുത്തെത്തി. സിസ്റ്റർനിവേദിതയും സ്വാമി സദാനന്ദയും അദ്ദേഹത്തോടൊപ്പമുണ്ടായിരുന്നു. അതുപോലെതന്നെ ശിവാനന്ദ, നിത്യാനന്ദ, ആത്മാനന്ദ തുടങ്ങിയ സ്വാമികളും ദുരിതനിവാരണപ്രവർത്തനങ്ങളിൽ വ്യാപൃതരായി. സന്യാസിസംഘം നഗരത്തിൽ ശുചീകരണപ്രവർത്തനങ്ങൾ നടത്തി. ഏപ്രിൽ ഇരുപത്തിരണ്ടിന് ക്ലാസിക് തിയേറ്റർ ഹാളിൽ ചേർന്ന പൊതുസമ്മേളനത്തിൽ വിവേകാനന്ദനും നിവേദിതയും ആരോഗ്യബോധവൽക്കരണ പ്രസംഗങ്ങൾ നടത്തി. വിദ്യാർഥികൾ വിവേകാനന്ദന്റെ നിർദേശമനുസരിച്ച് സേവനപ്രവർത്തനങ്ങളിൽ വ്യാപൃതരായി. അവർ ചേരികളിലെ കുടിലുകളിലെത്തി ആവശ്യമായ സഹായങ്ങൾ ചെയ്തു. അങ്ങനെ പ്ലാഗ് അപ്രത്യക്ഷമാവുന്നതുവരെ സന്യാസി സംഘം അവിടത്തന്നെ ക്യാമ്പുചെയ്തു.

സാധാരണക്കാരോട് അദ്ദേഹത്തിന് അഗാധമായ പ്രതിബദ്ധതയുണ്ടായിരുന്നു. സാമാന്യജനങ്ങളുടെ വിദ്യാഭ്യാസം, സ്വാതന്ത്ര്യം എന്നിവയ്ക്കാണ് അദ്ദേഹം പ്രാധാന്യം കൊടുത്തത്. ഒരുവിഭാഗം ആളുകൾ എന്നും സമൂഹത്തിൽ ദരിദ്രരായി ജീവിക്കേണ്ടത് സമ്പന്നരുടെ ആവശ്യമാണ്. സമ്പന്നരെ പരിചരിക്കാനും അവർക്കുവേണ്ട ആഹാരവും മറ്റും ഉൽപ്പാദിപ്പിക്കാനും കുറെ ആളുകൾ എന്നും അടിയാളരായി ജീവിക്കണം. അതുകൊണ്ടുതന്നെ ദരിദ്രരുടെ സാമൂഹികനില ഉയർത്തുന്നതിന് ധനികർ എതിരാണ്. അവരുടെ അവകാശങ്ങൾ സംരക്ഷിക്കുന്നതിനും എതിരാണ്. അതുപോലെതന്നെ പണിയെടുക്കുന്നവരും മറ്റുജനവിഭാഗങ്ങളും ശാസ്ത്രജ്ഞാനമില്ലാത്തവരും നിരക്ഷരരുമായി കഴിയേണ്ടത് ധനികരുടെ വർഗതാൽപ്പര്യമാണ്. ഇതിനെല്ലാം എതിരായി അദ്ദേഹം നിരന്തരം ആശയപ്രചാരണം നടത്തിയിരുന്നു. സാധാരണക്കാരുടെ ജീവിതം ഉയർന്നാൽ മാത്രമേ ഇന്ത്യക്ക് പുരോഗതി ഉണ്ടാവൂ എന്ന് അദ്ദേഹം ഉറച്ചുവിശ്വസിച്ചു. അധ്വാനിക്കുന്ന ജനവിഭാഗങ്ങളെ അദ്ദേഹം സവിശേഷം അഭിസംബോധനചെയ്തിരുന്നു. വിവേകാനന്ദ സാഹിത്യസർവസ്വത്തിൽ ഇതുസംബന്ധിച്ച് അദ്ദേഹം പറഞ്ഞ കാര്യങ്ങൾ താഴെക്കൊടുക്കുന്നു.

> പുതിയഭാരതം ഉയർന്നുവരട്ടെ. ചെരുപ്പുകുത്തികളുടെയും തൂപ്പുകാരുടെയും മത്സ്യത്തൊഴിലാളികളുടെയും ചാളകളിൽനിന്നും പുതിയഭാരതം ഉയർന്നുവരട്ടെ. പാതവക്കിൽ കടലയും പാക്കും വിൽപ്പനനടത്തുന്നവരുടെ ഇടയിൽനിന്നും പുതിയഭാരതം ഉയരട്ടെ. ചന്തകളിൽനിന്നും തെരുവുകളിൽനിന്നും പണിശാലകളിൽനിന്നും അധ്വാനിക്കുന്ന തൊഴിലാളികളുടെ ഇടയിൽനിന്നും കാട്ടിലും മലയിലും പണിയെടുക്കുന്നവരുടെ ഇടയിൽനിന്നും നവഭാരതം ഉയരട്ടെ. പ്രതികാരചിന്തയില്ലാതെ ആയിരക്കണക്കിന് വർഷങ്ങളായി ഇവർ ചൂഷിതരായി ജീവിക്കുന്നു. അടങ്ങാത്ത ആത്മവീര്യമാണ് അവർക്കുള്ളത്. ഒരുപിടി ചോറുമാത്രം തിന്നുകൊണ്ട് അനൽപ്പമായ ശക്തിനേടിയവരാണവർ. അവരുടെ അരവയർ നിറഞ്ഞാൽ അവർ മൂന്നുലോകങ്ങളെയും ജയിക്കും. അജയ്യരാണവർ. സന്യാസിമാർക്ക് ഇല്ലാത്ത അത്ഭുതകരമായ ധാർമികശുദ്ധിയും ശക്തിയും അവർക്കുണ്ട്. ശാന്തരാണവർ. സ്നേഹമുള്ളവരാണവർ. തികഞ്ഞ ക്ഷമയോടെ രാപ്പകൽ തൊഴിൽചെയ്യുന്നവർ. എന്നാൽ വേണ്ടിടത്ത് സിംഹങ്ങളെപ്പോലെ അവർ ചാടിവീഴും.

തൊഴിലാളിവർഗത്തെക്കുറിച്ച് അദ്ദേഹത്തിന് തികഞ്ഞ മതിപ്പായിരുന്നു. അധ്വാനിക്കുന്നവരുടെ കൈകളിലാണ് ഭാവിഭാരതം എന്നത് അദ്ദേഹം ഉറച്ചുവിശ്വസിച്ചു. ലോകത്തിൽത്തന്നെ തൊഴിലാളിവർഗം ഉയർന്നുവരികയാണെന്ന് അദ്ദേഹം മുൻകൂട്ടികണ്ടു. തൊഴിലാളിവർഗ

സാർവദേശീയത എന്ന കാഴ്ചപ്പാട് അദ്ദേഹം ഉയർത്തിപ്പിടിച്ചിരുന്നു. മർദിതരായ തൊഴിലാളികളെ അദ്ദേഹം പ്രകീർത്തിക്കുന്നുണ്ട്. ഈ ലോകം സന്യാസികളെയും യോദ്ധാക്കളെയും കവികളെയും ആരാധിക്കുന്നു. തൊഴിലാളികൾ പണിമുടക്കുന്നതിനെപ്പറ്റി ഇന്ന് പലർക്കും പുച്ഛമാണ്. അതെല്ലാം തങ്ങളുടെ സൗകര്യങ്ങളെ ഹനിക്കുന്നു എന്നതാണ് അതിനുകാരണമായി പലരും പറയുന്നത്. എന്നാൽ തൊഴിലാളികൾ എന്തുകൊണ്ടുപണിമുടക്കുന്നു എന്ന് അവർ ചിന്തിക്കുന്നില്ല. ഇതുസംബന്ധിച്ച വിവേകാനന്ദസാഹിത്യ സർവസ്വത്തിലെ വാക്കുകൾ ഇവിടെ ഉദ്ധരിക്കാം.

> അവർ നിങ്ങളെപ്പോലെ പുസ്തകങ്ങൾ വായിച്ചിട്ടില്ലായിരിക്കാം. അവർ നിങ്ങളെപ്പോലെ ഷർട്ടും കോട്ടും ധരിച്ച പരിഷ്കാരികളല്ലായിരിക്കാം, അതുകൊണ്ട് എന്താണ്. ഈ നാടിന്റെയും ഏത് നാടിന്റെയും നട്ടെല്ലാണ് അവർ. താഴ്ന്ന ജാതിക്കാരായ അവർ പണിമുടക്കിയാൽ നിങ്ങൾക്ക് പിന്നെ അരിയും തുണിയും എവിടെനിന്നാണ് കിട്ടുക. കൽക്കത്തയിലെ തൂപ്പുവേലചെയ്യുന്നവർ ഒരൊറ്റ ദിവസം പണിമുടക്കിയാൽ കഥയെന്താവും. അവർ മൂന്നു ദിവസംകൂടി പണിമുടക്കിയാൽ മഹാരോഗം പിടിച്ച് നഗരത്തിലെ എല്ലാവരും ചത്തൊടുങ്ങും. കായികാധ്വാനം ചെയ്യുന്നവർ അത് നിർത്തിയാൽ നിങ്ങൾക്ക് ആഹാരവും വസ്ത്രവും കിട്ടുകയില്ല.

സ്വാമി വിവേകാനന്ദൻ

ലോകമെങ്ങും തൊഴിലാളികളുടെ പണിമുടക്ക് സമരങ്ങളും പ്രക്ഷോഭങ്ങളും ആർത്തിരമ്പിയ കാലത്താണ് വിവേകാനന്ദൻ ഇങ്ങനെ പറഞ്ഞത്. അതുപോലെതന്നെ ഇനിയുള്ള കാലത്ത് സവർണർക്ക് അവർണരെ അടിച്ചമർത്താൻ കഴിയുകയില്ലെന്നും വിവേകാനന്ദൻ താക്കീത് നൽകിയിട്ടുണ്ട്. ഇക്കാര്യത്തിൽ അദ്ദേഹം തികഞ്ഞ ദരിദ്രപക്ഷപാതിയായിരുന്നു. ദന്തഗോപുരങ്ങളിൽ വസിക്കുന്നവരെ അദ്ദേഹം പലപ്പോഴും പുച്ഛിച്ചിട്ടുണ്ട്. അരവയർ നിറയ്ക്കാൻ കഴിയാത്തവരെയും ഉടുക്കാൻ വസ്ത്രമില്ലാത്തവരെയും സഹായിക്കുകയാണ് മതപുരോഹിതരും സന്യാ

സിമാരും ചെയ്യേണ്ടത് എന്നദ്ദേഹം ഉത്ബോധിപ്പിച്ചു. പട്ടിണിയുടെ തടവിൽക്കഴിയുന്ന ലക്ഷോപലക്ഷം ജനങ്ങളെ സേവിക്കുകയാണ് ഏറ്റവും വലിയ മതകർമം എന്നദ്ദേഹം വിശ്വസിച്ചു. ഇക്കാര്യത്തിൽ അദ്ദേഹം മതയാഥാസ്ഥിതികരെ വല്ലാതെ പ്രകോപിപ്പിച്ചിരുന്നു. ജനങ്ങൾ പട്ടിണികിടക്കുമ്പോൾ അവരുടെ ചെലവിൽ ഉന്നതവിദ്യാഭ്യാസവും സമ്പത്തും നേടി പട്ടിണിക്കാരെ പരിഹസിക്കുന്ന ആളുകളെ ജനദ്രോഹി എന്നാണ് വിവേകാനന്ദൻ വിളിച്ചത്. ഇസ്ലാംമതത്തിലേക്ക് ഇന്ത്യയിലെ ജനങ്ങൾ മതപരിവർത്തനം നടത്തിയതിനെക്കുറിച്ച് വിവേകാനന്ദൻ പ്രതിപാദിക്കുന്നുണ്ട്. പലരും കരുതുന്നത് മുസ്ലീം ഭരണാധികാരികൾ തങ്ങളുടെ ആയുധശക്തികൊണ്ട് ഇന്ത്യക്കാരെ മുസ്ലീം മതത്തിലേക്ക് മതപരിവർത്തനം ചെയ്യിപ്പിക്കുകയായിരുന്നു എന്നാണ്. എന്നാൽ പട്ടിണിക്കാരായ ജനലക്ഷങ്ങൾ തങ്ങളെ ചൂഷണം ചെയ്യുന്ന സമ്പന്നരുടെ ധിക്കാരത്തിനെതിരെ പൊരുതുന്നതിന്റെ ഭാഗമായിട്ടാണ് ഇന്ത്യയിൽ ഇസ്ലാം മതം വളർന്നത് എന്ന് അദ്ദേഹം സൂചിപ്പിക്കുന്നു. വിവേകാനന്ദ സാഹിത്യ സർവസ്വത്തിൽനിന്നും അദ്ദേഹത്തിന്റെ വാക്കുകൾ ഇവിടെ ഉദ്ധരിക്കുന്നു.

> ഭാരതത്തിലെ പാവപ്പെട്ട ജനങ്ങളുടെ ഇടയിൽ ധാരാളം മുഹമ്മദീയരുണ്ടാവാൻ കാരണമെന്താണ്? അവരെല്ലാം വാളുകൊണ്ട് മതപരിവർത്തനത്തിന് വിധേയരായവർ ആണെന്ന് കരുതുന്നത് വിഡ്ഢിത്തമാണ്. സെമീന്ദാർമാർ, പുരോഹിതർ, എന്നിവരിൽനിന്നും സ്വാതന്ത്ര്യം നേടാൻവേണ്ടിയാണ് അവർ മതം മാറിയത്. ഇതിന്റെ ഫലമായിട്ടാണ് ബംഗാളിലെ കൃഷിക്കാരുടെ ഇടയിൽ ഹിന്ദുക്കളെക്കാൾ കൂടുതൽ മുഹമ്മദീയർ ഉയർന്നുവന്നത്. അവിടെ ധാരാളം സെമീന്ദാർമാർ ഉണ്ടായിരുന്നു. മർദിതരും പാവപ്പെട്ടവരുമായ കോടിക്കണക്കിന് ജനങ്ങളുടെ ഉയർച്ചയ്ക്കുവേണ്ടി ആരാണ് ഇവിടെ ചിന്തിക്കുന്നത്?

പാവപ്പെട്ട ജനവിഭാഗങ്ങളെ ചൂഷണം ചെയ്യുന്ന ജ്യോത്സ്യന്മാരെ അദ്ദേഹം പരിഹസിക്കുന്നുണ്ട്. ഇതേ ഗ്രന്ഥത്തിൽനിന്നുതന്നെ അദ്ദേഹത്തിന്റെ വാക്കുകൾ ഉദ്ധരിക്കാം:

> ചിലജ്യോതിഷികളെ എനിക്ക് നേരിട്ടറിയാം. അവർ അത്ഭുതകരമായ പ്രവചനങ്ങൾ നടത്തിയിട്ടുണ്ട്. പക്ഷേ, നക്ഷത്രങ്ങളുടെ നിലയോ അതുമായി ബന്ധപ്പെട്ട കാര്യങ്ങളോ ആണ് അതിന്റെ അടിസ്ഥാനമെന്നും അങ്ങനെയാണവർ പ്രവചനങ്ങൾ നടത്തിയതെന്നും ഞാൻ വിശ്വസിക്കുന്നില്ല. മറ്റുള്ളവർ പറഞ്ഞുകേട്ട കാര്യങ്ങൾ വെച്ചാണവർ അതുചെയ്യുന്നത്. എന്നാൽ ചിലപ്പോൾ അത് അത്ഭുതകരമായ പ്രവചനങ്ങളായി മാറുന്നു. പക്ഷേ, പല ഉദാഹ

രണങ്ങളും അത്ഭുതകരമാവുമ്പോൾ അനേകം ഉദാഹരണങ്ങളിൽ അവ ശുദ്ധവിഡ്ഢിത്തമാവുന്നു.

ജ്യോതിഷം അന്ധവിശ്വാസമാണെന്നുതന്നെയാണ് വിവേകാനന്ദൻ പറഞ്ഞത്. അത് ഇവിടുത്തെ ജനങ്ങൾക്ക് വളരെ ദോഷം ചെയ്തിട്ടുണ്ടെന്നും അദ്ദേഹം പറയുന്നു. പണമുണ്ടാക്കാൻവേണ്ടിയുള്ള ഒരു പ്രവർത്തിയായിട്ടാണ് അദ്ദേഹം അതിനെ കാണുന്നത്. ജ്യോതിഷം അസംബന്ധമാണെന്ന് കാണിക്കാൻ പലകഥകളും വിവേകാനന്ദൻ പറഞ്ഞിട്ടുണ്ട്. ജ്യോതിഷത്തിൽ അൽപ്പം സത്യമുണ്ടെങ്കിൽപ്പോലും അതു വർജിക്കണമെന്നാണ് അദ്ദേഹം പറഞ്ഞത്. ശ്രീബുദ്ധനും ജ്യോതിഷത്തിനെതിരായിരുന്നു. ജീവിതവൃത്തിയുടെ ഭാഗമായിട്ടാണ് ജ്യോതിഷം വളർന്നുവന്നതെന്നും ബുദ്ധനും പറഞ്ഞിട്ടുണ്ട്. ജ്യോതിഷത്തെ ഒരു ഗൂഢവിദ്യയായിട്ടാണ് വിവേകാനന്ദൻ കണ്ടത്. ദുർബലരായ ആളുകളെ പിടികൂടുന്ന രോഗമാണെന്നാണ് അദ്ദേഹത്തിന്റെ അഭിപ്രായം. ആ രോഗത്തിനടിപ്പെട്ടാൽ ഒരു ഡോക്ടറെ കാണിക്കണമെന്നും നല്ല ആഹാരം കഴിച്ച് വിശ്രമിക്കണമെന്നും വിവേകാനന്ദൻ ഉപദേശിക്കുന്നു. വിവേകാനന്ദസാഹിത്യസർവസ്വത്തിൽ ജ്യോതിഷത്തിന്റെ അർഥശൂന്യതയെ വെളിവാക്കാൻ ഒരു കഥ വിവേകാനന്ദൻ ഉദ്ധരിക്കുന്നുണ്ട്. പണ്ടൊരുനാട്ടിൽ ഒരു ജ്യോത്സ്യൻ ഉണ്ടായിരുന്നു. അയാൾ രാജകൊട്ടാരത്തിലെത്തി രാജാവിനെ മുഖം കാണിച്ചു. എന്നിട്ട് ആറുമാസത്തിനുള്ളിൽ രാജാവ് മരിക്കുമെന്ന് പ്രവചനം നടത്തി. ഇതുകേട്ട് രാജാവ് പരിഭ്രാന്തനായി. അവിടുത്തെ മന്ത്രി രാജാവിനെ ആശ്വസിപ്പിച്ചു. ജ്യോതിഷം തട്ടിപ്പാണെന്നും ഇതു കേട്ട് പേടിക്കേണ്ടതില്ലെന്നും ബുദ്ധിമാനായ മന്ത്രി രാജാവിനെ ഉപദേശിച്ചുനോക്കി. എന്നാൽ രാജാവുണ്ടോ വഴങ്ങുന്നു. അപ്പോൾ മന്ത്രി ഒരു സൂത്രം പ്രയോഗിച്ചു. അയാൾ ജ്യോത്സ്യനോട് അയാളുടെ മരണം പ്രവചിക്കാൻ ആവശ്യപ്പെട്ടു. പന്ത്രണ്ട് കൊല്ലം കഴിഞ്ഞാൽ അയാൾ മരിക്കുമെന്ന് മറുപടിയുണ്ടായി. എന്നാൽ മന്ത്രിയാവട്ടെ വാളെടുത്ത് ഒറ്റ വെട്ടിന് ജ്യോത്സ്യനെ കൊന്നു. അങ്ങനെ പ്രവചനത്തിന്റെ അർഥശൂന്യത രാജാവിന് ബോധ്യപ്പെട്ടു. ജ്യോതിഷത്തിൽ വിശ്വസിക്കുന്ന അന്ധവിശ്വാസികളെ രക്ഷിക്കാൻ വേണ്ടിയാണ് വിവേകാനന്ദൻ ഈ കഥപറയുന്നത്.

ഇത്തരത്തിൽ സാധാരണക്കാർക്കുവേണ്ടി സംസാരിക്കുകയും അവർക്കുവേണ്ടി പ്രവർത്തിക്കുകയും ചെയ്ത മഹാനായിരുന്നു വിവേകാനന്ദൻ. വിവേകാനന്ദൻ ഒരു വേദാന്തിയായിരുന്നെങ്കിലും പ്രായോഗികജീവിതത്തിൽ ഊന്നിക്കൊണ്ടുള്ളതായിരുന്നു അദ്ദേഹത്തിന്റെ പ്രവർത്തനശൈലി. ആചാരങ്ങളെയല്ല വിവേകാനന്ദൻ സ്നേഹിച്ചത്, മറിച്ച് മനുഷ്യനെയാണ്. ദാരിദ്ര്യനിർമാർജനം അദ്ദേഹത്തിന്റെ ഒരു പ്രധാനലക്ഷ്യമായിരുന്നു. ദരിദ്രജനങ്ങളെ സേവിക്കാനുള്ള ഒരവസരവും അദ്ദേഹം പാഴാക്കിയിരുന്നില്ല. അദ്ദേഹത്തെസംബന്ധിച്ചിടത്തോളം മതത്തിന്റെ പ്രധാനലക്ഷ്യം ദരിദ്രരുടെ ഉന്നമനമായിരിക്കണം. ഒരു രാജ്യത്തിന്റെ

പ്രാണൻ അവിടുത്തെ പാവപ്പെട്ട ജനവിഭാഗമാണ് എന്നദ്ദേഹം പറയുമായിരുന്നു. പാവപ്പെട്ടവരും സമ്പന്നരും തമ്മിൽ നടന്നിട്ടുള്ള സമരം ചരിത്രപരമാണെന്ന് അദ്ദേഹം മനസിലാക്കി. സവിശേഷ അധികാരങ്ങൾ കയ്യാളുന്നവർക്കെതിരായി പാവപ്പെട്ടവർ നടത്തുന്ന സമരത്തെ അദ്ദേഹം അനുകൂലിച്ചു. പൗരോഹിത്യത്തെ അദ്ദേഹം അപലപിച്ചു. മതം നശിക്കാൻ കാരണം പൗരോഹിത്യമാണെന്ന് അദ്ദേഹം പറഞ്ഞു. പാവപ്പെട്ടവരുടെ അവകാശങ്ങൾ കവർന്നെടുക്കുന്ന പുരോഹിതവൃന്ദത്തെ അദ്ദേഹം നിശിതമായി വിമർശിച്ചു. സാമൂഹികസമത്വം അഥവാ സോഷ്യലിസം എന്ന ആശയത്തിൽ വിവേകാനന്ദൻ എത്രമാത്രം പ്രതിബദ്ധത പുലർത്തിയിരുന്നു എന്ന് മനസിലാക്കാൻ *വിവേകാനന്ദ സാഹിത്യ സർവസ്വം* ഒരൊറ്റ തവണ വായിച്ചാൽ മതിയാകും.

16

വീണ്ടും വിദേശത്തേക്ക്

ആയിരത്തി എണ്ണൂറ്റി തൊണ്ണൂറ്റി ഒൻപത് ജൂൺ ഇരുപതിന് കൽക്കത്തയിലെ ഹൂഗ്ലീനദിയുടെ തീരത്തുള്ള തുറമുഖത്തുനിന്നും വിവേകാനന്ദൻ യൂറോപ്പിലേക്ക് യാത്രതിരിച്ചു. സ്വാമി തുരിയാനന്ദയും സിസ്റ്റർ നിവേദിതയും അദ്ദേഹത്തെ അനുഗമിച്ചിരുന്നു. വിവേകാനന്ദൻ ഈ യാത്രയുമായി ബന്ധപ്പെട്ട തന്റെ അനുഭവങ്ങൾ എഴുതി പ്രസിദ്ധീകരിച്ചിട്ടുണ്ട്. യൂറോപ്യൻ *യാത്രയുടെ ഓർമക്കുറിപ്പുകൾ* എന്ന പേരിലുള്ള ഈ യാത്രാവിവരണം ഇംഗ്ലീഷിലേക്കും വിവർത്തനം ചെയ്യപ്പെട്ടിട്ടുണ്ട്. ജൂൺ ഇരുപത്തിയെട്ടിന് വിവേകാനന്ദൻ കൊളംബോയിലെത്തി. യാത്രയിലുട നീളം വിവേകാനന്ദൻ ഉല്ലാസവാനായി കാണപ്പെട്ടു. വായനയിൽ മുഴുകിയും എഴുതിയും സംഭാഷണത്തിലേർപ്പെട്ടും അദ്ദേഹം സമയം ചെലവഴിച്ചു. ഇക്കാലത്ത് അദ്ദേഹം നിത്യവും വ്യായാമം ചെയ്തിരുന്നു. അദ്ദേഹത്തിന്റെ ആരോഗ്യത്തിന് ചിലപ്രശ്നങ്ങളൊക്കെ ഉണ്ടായിരുന്നെങ്കിലും യാത്രാനുഭവങ്ങൾ അദ്ദേഹത്തിന് ശാന്തിപകർന്നിരുന്നു. മാനസികമായി അദ്ദേഹം വളരെ ആരോഗ്യവാനായിരുന്നു അക്കാലത്ത്. യാത്രാനുഭവത്തെക്കുറിച്ചുള്ള ഓർമക്കുറിപ്പുകൾ എഴുതിയത് കപ്പലിലിരുന്നുകൊണ്ടാണ്. ചില ചെറിയഭാഗങ്ങൾ അതിനുശേഷമാണ് എഴുതിയതെന്ന് വിശ്വസിക്കപ്പെടുന്നു. നർമരസവും കാവ്യാത്മകതയും നാടകീയതയും മുറ്റിനിൽക്കുന്ന ഭാഷയിലാണ് വിവേകാനന്ദൻ എഴുതിയിരുന്നത്. എന്നാൽ ഇതിന്റെ പരിഭാഷയിൽ പലപ്പോഴും അതിന്റെ തനിമ നഷ്ടപ്പെടുന്നുണ്ട്. ആയിരത്തി എണ്ണൂറ്റി തൊണ്ണൂറ്റി ഒൻപത് ജൂലൈ മുപ്പത്തൊന്നിന് അദ്ദേഹം ഇംഗ്ലണ്ടിലെത്തി. വിവേകാനന്ദന്റെ ഈ യാത്രയെക്കുറിച്ച്

സിസ്റ്റർ നിവേദിത അവരുടെ *The Master As I Saw Him* എന്ന ഗ്രന്ഥ ത്തിൽ വിവരിക്കുന്നുണ്ട്.

വിവേകാനന്ദൻ ലണ്ടനിലെത്തിയതിനുശേഷം ആദ്യം ചെയ്തത് അവിടെയുള്ള തന്റെ സുഹൃത്തുക്കളെയും ശിഷ്യരെയും സന്ദർശിക്കുക എന്നതായിരുന്നു. സിസ്റ്റർ നിവേദിതയുടെ അമ്മയും സഹോദരിയും കൂടാതെ നിരവധി അമേരിക്കൻ സുഹൃത്തുക്കളും അക്കൂട്ടത്തിലുണ്ടാ യിരുന്നു. കുറച്ചുദിവസം അവിടെ ചെലവഴിച്ചതിനുശേഷം വിവേകാന ന്ദൻ അമേരിക്കയിലേക്ക് യാത്രതിരിച്ചു.

ആയിരത്തി എണ്ണൂറ്റി തൊണ്ണൂറ്റി ഒൻപത് ആഗസ്ത് ഇരുപത്തെട്ട് തിങ്കളാഴ്ച പ്രഭാതത്തിൽ വിവേകാനന്ദൻ ന്യൂയോർക്കിലെത്തി. അങ്ങനെ മൂന്നര വർഷത്തിനുശേഷം വീണ്ടും അദ്ദേഹം അമേരിക്കൻ മണ്ണിൽ കാലുകുത്തി. പതിവുപോലെ അദ്ദേഹം പലയിടത്തും പ്രഭാഷണങ്ങൾ നടത്തി. ന്യൂയോർക്കിലെ വേദാന്തസൊസൈറ്റിയുടെ ഓഫീസ് അദ്ദേഹം സന്ദർശിച്ചു. ആയിരത്തി എണ്ണൂറ്റി തൊണ്ണൂറ്റിനാലിൽ വിവേകാനന്ദൻ സ്ഥാപിച്ച സംഘടനയായിരുന്നു ഇത്. അതിനുശേഷം അതിന്റെ പ്രവർത്തനങ്ങൾ ഏറ്റെടുത്തത് അഭേദാനന്ദ സ്വാമിയായിരുന്നു. ഇത്ത വണ അദ്ദേഹത്തിന്റെ പ്രഭാഷണങ്ങൾ കേൾക്കാൻ പഴയസുഹൃത്തു ക്കളും ശിഷ്യന്മാരുമെല്ലാം തടിച്ചുകൂടിയിരുന്നു. ധാരാളം ആളുകൾ അദ്ദേ ഹത്തെ കാണാനെത്തിയിരുന്നു. അവർ അദ്ദേഹത്തിന് വമ്പിച്ച സ്വീകര ണമാണ് നൽകിയത്. ഇത്തവണ അദ്ദേഹം വളരെ ശാന്തനായിട്ടാണ് കാണപ്പെട്ടത്. മുമ്പ് അദ്ദേഹത്തിൽ പ്രകടമായ ക്ഷോഭങ്ങളോ പ്രകോ പനപരതയോ ഇത്തവണയുണ്ടായില്ല. എന്നാൽ ആ വശ്യതയാർന്ന ഭാവവും ഓജസുറ്റകണ്ണുകളും അതുപോലെതന്നെയായിരുന്നു. അവിടെ വെച്ച് ഒരു സ്ത്രീ വിവേകാനന്ദനോട് ഒരുചോദ്യം ചോദിച്ചു. പ്രായമായ ഒരു പുരോഹിത സ്ത്രീയായിരുന്നു അവർ. "പാപത്തെക്കുറിച്ച് വിവേ കാനന്ദൻ സംസാരിക്കാത്തത് എന്തുകൊണ്ടാണ്" എന്നായിരുന്നു ആ ചോദ്യം. അതിന് വിവേകാനന്ദന്റെ മറുപടി അത്ഭുതം ജനിപ്പിക്കുന്നതാ യിരുന്നു. "പാപങ്ങൾ അനുഗൃഹീതമാണ്" എന്നായിരുന്നു അദ്ദേഹം പറ ഞ്ഞത്. "പാപത്തിലൂടെയാണ് നന്മയെ താൻ തിരിച്ചറിഞ്ഞത്" എന്നദ്ദേഹം പറഞ്ഞു. എന്നാൽ ആളുകൾ മറ്റുള്ളവരുടെ ദുർബലവശത്തിൽ ചുഴി ഞ്ഞുനോക്കുന്നു. തിന്മയുടെയും നന്മയുടെയും അടിത്തറ ശക്തിതന്നെ യാണ്. വിപരീത ദിശകളിലേക്ക് ഒഴുകുന്ന ഒരൊറ്റ നദിയാണ് നന്മയും തിന്മയും. ഇതായിരുന്നു വിവേകാനന്ദന്റെ വിശദീകരണം. എല്ലാമനുഷ്യ രിലും ദൈവികതയുണ്ടെന്ന് അദ്ദേഹം വിശ്വസിച്ചു. എന്നാൽ അതവർ തിരിച്ചറിയണം.

ഇത്തവണ സ്വാമിവിവേകാനന്ദൻ തന്റെ ജീവിതവുമായി ബന്ധപ്പെട്ട് ഒരു പ്രവചനം നടത്തിയിരുന്നു. സ്വാമി അഭേദാനന്ദയുമായി സംസാരി

ക്കവെ മൂന്നോ നാലോ വർഷങ്ങൾമാത്രമേ താൻ ജീവിച്ചിരിക്കുകയുള്ളൂ എന്ന് അദ്ദേഹം പറഞ്ഞു. എന്നാൽ തന്റെ ആരോഗ്യസ്ഥിതിയെക്കുറിച്ച് വിവേകാനന്ദന് തികഞ്ഞ ബോധ്യമുണ്ടായിരുന്നു. ചിക്കാഗോയിൽ അദ്ദേഹം വീണ്ടും സന്ദർശനം നടത്തിയെങ്കിലും പ്രഭാഷണങ്ങൾ കഴിയുന്നത്ര കുറച്ചിരുന്നു. സുഹൃത്തുക്കളുമായി സംസാരിക്കുന്നതിനും മറ്റുമായി അദ്ദേഹം സമയം ചെലവഴിച്ചു. അദ്ദേഹത്തിന്റെ സംഭാഷണങ്ങൾ പലതും അവിടെ റെക്കോഡുചെയ്തിരുന്നുവെങ്കിലും അവയൊന്നും ഇന്ന് ലഭ്യമല്ല. ന്യൂയോർക്കിൽനിന്നും അദ്ദേഹം പിന്നീട് ലോസ് ആഞ്ചൽസിലേക്ക് യാത്രതിരിച്ചു. ഹിന്ദൂയിസത്തെക്കുറിച്ചും വേദാന്തത്തെക്കുറിച്ചും അവിടെ അദ്ദേഹം പ്രഭാഷണം നടത്തി. മനശ്ശാസ്ത്രത്തിൽ വിപുലമായ അറിവ് അദ്ദേഹത്തിനുണ്ടായിരുന്നു. പ്രായോഗിക മനശ്ശാസ്ത്രത്തെക്കുറിച്ചും മനസിന്റെ ശക്തികളെക്കുറിച്ചും അദ്ദേഹം അവിടെ ക്ലാസുകൾ എടുത്തിരുന്നു. അതുപോലെതന്നെ ലോകത്തിന് ക്രിസ്തുനൽകിയ സന്ദേശങ്ങളെക്കുറിച്ചും അദ്ദേഹം പ്രഭാഷണം നടത്തി. ക്രിസ്ത്യൻ സന്യാസിമാർ ചെയ്തതുപോലുള്ള സംഭാവന ഹിന്ദുമിഷനറിമാർ നടത്തിയിട്ടില്ലെന്ന് അദ്ദേഹം തുറന്നുപറഞ്ഞു. എന്നാൽ ആഫ്രിക്കയെപ്പോലുള്ള രാജ്യങ്ങളിൽ ക്രിസ്തുമതവിശ്വാസികളായ ഭരണാധികാരികൾ നടത്തുന്ന ക്രൂരമായ നരഹത്യകളെ അപലപിക്കാനും അദ്ദേഹം മടിച്ചില്ല. ഗോഹത്യ പാപമാണെന്ന് വിശ്വസിക്കുന്ന ഹിന്ദുക്കൾ ഗോക്കളെ കൊല്ലാതെ പട്ടിണികിടന്ന് മരിക്കുന്നത് വിവേകാനന്ദനെ സംബന്ധിച്ചിടത്തോളം അസഹനീയമായിരുന്നു. അദ്ദേഹം ആരെയും പ്രശംസിക്കാനോ നിന്ദിക്കാനോ ശ്രമിച്ചിട്ടുമില്ല. അദ്ദേഹം സത്യസന്ധമായി കാര്യങ്ങൾ അവതരിപ്പിച്ചു. അതുകൊണ്ടുതന്നെ അദ്ദേഹത്തെ ആളുകൾ ആരാധിച്ചു.

ഇക്കാലത്ത് ഇംഗ്ലണ്ടിലെ ഷേയ്ക്സ്പിയർ ക്ലബ്ബിലും അദ്ദേഹം പ്രഭാഷണം നടത്തി. ഇന്ത്യൻ സ്ത്രീകളെക്കുറിച്ച് പേർഷ്യൻ കലയെക്കുറിച്ചും സാർവലൗകിക മത ആദർശങ്ങളെക്കുറിച്ചും ആര്യൻ വംശത്തെക്കുറിച്ചും ഇന്ത്യയിലെ ബുദ്ധമതത്തെക്കുറിച്ചും മതപുരാണങ്ങളെക്കുറിച്ചും പ്രഹ്ലാദകഥയെക്കുറിച്ചും *രാമായണ*ത്തെക്കുറിച്ചും *മഹാഭാരത*ത്തെക്കുറിച്ചും അദ്ദേഹം സംസാരിച്ചു. അവിടെ അദ്ദേഹം പന്ത്രണ്ടോളം പ്രഭാഷണങ്ങൾ നടത്തി. എല്ലാവർക്കും അവിടെ പ്രഭാഷണങ്ങൾ കേൾക്കാൻ സൗകര്യമുണ്ടായിരുന്നു. എല്ലാദൈവങ്ങളെയും ഒരുപോലെ കാണാനും അവയെല്ലാംതന്നെ ഏകദൈവികതയുടെ പ്രതിരൂപങ്ങളാണെന്ന് മനസിലാക്കാനും അദ്ദേഹം ഉപദേശിച്ചു. ഒരമ്മ തന്റെ മകൻ ഏത് വസ്ത്രം ധരിച്ചുവന്നാലും അവനെ സ്വീകരിക്കുന്നു. ഏതെങ്കിലും അമ്മ അങ്ങനെ ചെയ്യാതിരിക്കുമ്പോൾ അവർ അവന്റെ അമ്മയല്ലെന്ന് ഞാൻ പറയും എന്ന് വിവേകാനന്ദൻ അവിടെ സ്പഷ്ടമാക്കി. അതായത് തന്റെ പ്രവാ

ചകരിൽ മാത്രമാണ് സത്യവും ദിവ്യത്വവും ഉള്ളത് എന്നൊരു മതം പറയുകയാണെങ്കിൽ അത് യഥാർഥ മതമല്ല എന്നായിരുന്നു അദ്ദേഹത്തിന്റെ വാദം. എല്ലാമനുഷ്യരും സ്വയം പ്രവാചകന്മാരായി മാറാനും ലോകത്തെ രക്ഷിക്കാനും അദ്ദേഹം ഉത്ബോധിപ്പിച്ചു.

17

പാരീസിൽ

അമേരിക്കൻ പര്യടനത്തിനുശേഷം വിവേകാനന്ദൻ ഫ്രാൻസിലേക്ക് തിരിച്ചു. അങ്ങനെ ചിക്കാഗോസമ്മേളനം മുതൽ വിവേകാനന്ദൻ മുപ്പത്തൊന്നുമാസം അമേരിക്കയിൽ ചെലവഴിച്ചു. ആയിരത്തിത്തൊള്ളായിരത്തിൽ അദ്ദേഹം ന്യൂയോർക്കിൽനിന്നും ഫ്രാൻസിലേക്ക് തിരിച്ചു. ജൂലൈ ഇരുപത്തിയാറിന് ന്യൂയോർക്കിൽനിന്നും തിരിച്ച സ്വാമി ആഗസ്റ്റ് മൂന്നിന് പാരീസിലെത്തി. അവിടെ അദ്ദേഹത്തെ സ്വീകരിക്കാൻ പഴയ കാല സുഹൃത്തുക്കളുണ്ടായിരുന്നു. എഴുത്തുകാരും അക്കാദമിക് ബുദ്ധിജീവികളും അക്കൂട്ടത്തിലുണ്ടായിരുന്നു. കവികൾ, ശാസ്ത്രജ്ഞന്മാർ, തത്വചിന്തകർ, നടീനടന്മാർ, ഗായകർ, ചിത്രകാരന്മാർ, ശിൽപ്പികൾ തുടങ്ങിയ ഒരു വൻവൃന്ദം പാരീസിൽ സ്വാമിക്ക് ഹൃദ്യമായ വരവേൽപ്പുനൽകി. ഇന്ത്യൻ സംസ്കാരത്തെക്കുറിച്ചും ദർശനത്തെക്കുറിച്ചും ഫ്രഞ്ചുകാർക്കിടയിൽ മതിപ്പുണ്ടാകുന്നത് ഇക്കാലത്ത് വിവേകാനന്ദൻ നടത്തിയ പ്രഭാഷണങ്ങൾ മുഖേനയാണ്. പ്രശസ്ത ഇന്ത്യൻ ശാസ്ത്രജ്ഞനായ ജഗദീഷ് ചന്ദ്രബോസും വിവേകാനന്ദന്റെ പ്രസംഗം കേൾക്കാൻ പാരീസിൽ ഉണ്ടായിരുന്നു. പാരീസിൽ നടന്ന ശാസ്ത്രകാരന്മാരുടെ സമ്മേളനത്തിൽ പങ്കെടുക്കാനെത്തിയതായിരുന്നു ഡോ. ജഗദീഷ് ചന്ദ്രബോസ്. സസ്യങ്ങൾക്കും വികാരങ്ങളുണ്ടെന്ന് തെളിയിച്ച ജഗദീഷിനെ ശാസ്ത്രലോകം ഇതിനകം അംഗീകരിച്ചുകഴിഞ്ഞിരുന്നു. പാരീസിൽ എത്തിയ വിവേകാനന്ദൻ തന്റെ നാട്ടുകാരനായ ശാസ്ത്രജ്ഞനുമായി പലതവണ കൂടിക്കാഴ്ച നടത്തി. ബംഗാളിന്റെ അഭിമാനമായിട്ടാണ് അദ്ദേഹത്തെ വിവേകാനന്ദൻ പരിഗണിച്ചത്. ആയിരത്തിത്തൊള്ളായിരം സെപ്തംബർ മൂന്നിന് പാരീസിൽ ഒരു പ്രധാനപ്പെട്ട സമ്മേളനം നടന്നിരുന്നു. മതങ്ങളുടെ ചരിത്രത്തെ സംബന്ധിച്ച സമ്മേളനമായിരുന്നു അത്. അതായത്

ലോകത്തിലെ വിവിധ മതങ്ങളുടെ ചരിത്രം വിശദീകരിക്കുന്ന സമ്മേളനം. ഈ സമ്മേളനത്തിലും വിവേകാനന്ദൻ പങ്കെടുത്തു.

ഫ്രാൻസിലെ ജീവിതം വിവേകാനന്ദനെ സംബന്ധിച്ചിടത്തോളം വളരെ ഗുണപ്രദമായിരുന്നു. ഇക്കാലത്ത് അദ്ദേഹം ഫ്രഞ്ചുഭാഷ പഠിക്കാൻ തുടങ്ങി. ഫ്രഞ്ചിൽ അനായാസം സംസാരിക്കാൻ അദ്ദേഹത്തിനു സാധിച്ചു. ഹിന്ദുമതത്തെക്കുറിച്ചും ഇന്ത്യൻ സംസ്കാരത്തെക്കുറിച്ചും അദ്ദേഹം ഫ്രഞ്ചുഭാഷയിൽ പ്രഭാഷണം നടത്തുകയും ചെയ്തു. ഫ്രാൻസിൽ കഴിയവെ വിവേകാനന്ദൻ നിവേദിതയ്ക്ക് കൂടുതൽ മാർഗനിർദേശങ്ങൾ നൽകി. അങ്ങനെ സിസ്റ്റർ നിവേദിത ജീവകാരുണ്യപ്രവർത്തനങ്ങളിൽ കൂടുതൽ സജീവമായി. അവർ നിരവധി പ്രഭാഷണങ്ങൾ നടത്തുകയുണ്ടായി. അതിൽനിന്നെല്ലാം ലഭിച്ച പണമുപയോഗിച്ചുകൊണ്ട് വിധവകൾക്കും കുട്ടികൾക്കും വേണ്ട നിരവധി സ്ഥാപനങ്ങൾ ഇന്ത്യയുടെ പലഭാഗത്തും ആരംഭിച്ചു. ഫ്രാൻസിൽ വെച്ച് ബുദ്ധമതത്തെക്കുറിച്ചും ഇന്ത്യൻ സംസ്കാരത്തിന് ബുദ്ധമതം നൽകിയ മഹത്തായ സംഭാവനകളെക്കുറിച്ചും അദ്ദേഹം പ്രഭാഷണങ്ങൾ നടത്തി. ഫ്രാൻസിൽ വെച്ച് അദ്ദേഹം നിരവധി ക്രിസ്ത്യൻ പുരോഹിതന്മാരുമായി കൂടിക്കാഴ്ചകൾ നടത്തി. വിവേകാനന്ദന്റെ സഹിഷ്ണുതാപരവും വിശാലവുമായ കാഴ്ചപ്പാടുകൾ ക്രിസ്ത്യൻ പുരോഹിതന്മാരെ അത്ഭുതപ്പെടുത്തി. ക്രിസ്തുമത ആശയങ്ങളിൽ വിവേകാനന്ദനുണ്ടായിരുന്ന അറിവ് അവരെ അമ്പരപ്പിക്കുന്നതായിരുന്നു.

പാരീസിൽ വെച്ച് വിവേകാനന്ദൻ കണ്ടുമുട്ടിയ ഒരു പ്രമുഖവ്യക്തിയുടെ പേര് ഇവിടെ പരാമർശിക്കേണ്ടിയിരിക്കുന്നു. എം ജ്യൂൾസ് ബോയിസ് (M Jules Bois) ആയിരുന്നു അത്. വിവേകാനന്ദൻ സംഭാഷണ വിദഗ്ധനായിരുന്ന ജൂൾസിനോടൊപ്പം നിരവധി ദിവസങ്ങൾ ചെലവഴിച്ചു. യുവാവായ ജൂൾസ് അന്നത്തെ ഫ്രാൻസിന്റെ ബൗദ്ധികവൃത്തങ്ങളിൽ വളരെയേറെ ചലനങ്ങൾ സൃഷ്ടിച്ച വ്യക്തിയായിരുന്നു. അദ്ദേഹം വേദാന്ത ചിന്തകളിൽ പ്രാവീണ്യംനേടിയ വ്യക്തിയായിരുന്നു. വിക്ടർ ഹ്യൂഗോ, ജർമൻ എഴുത്തുകാരനായ ഗോയിഥെ തുടങ്ങിയ പ്രശസ്ത വ്യക്തികളെ സ്വാധീനിച്ച വേദാന്ത ആശയങ്ങൾ ജൂൾസിനെയും അഗാധമായി സ്വാധീനിച്ചിരുന്നു. അതുപോലെതന്നെ ചരിത്രത്തിലും സംസ്കാരത്തിലും അദ്ദേഹം പ്രാവീണ്യം നേടിയിരുന്നു. ചിക്കാഗോ സമ്മേളനത്തിൽ വിവേകാനന്ദൻ പങ്കെടുത്തപ്പോൾ തന്നെ ജൂൾസ് അദ്ദേഹത്തെ കാണാൻ ആഗ്രഹിച്ചിരുന്നു. എന്നാൽ അന്നൊന്നും അതുനടന്നില്ല. ഇപ്പോൾ സ്വന്തംനാട്ടിൽ അതിഥിയായെത്തിയ വിവേകാനന്ദനെ സ്വീകരിക്കാനുള്ള അസുലഭമായ ഭാഗ്യം അദ്ദേഹത്തിന് കൈവന്നു. അതുപോലെതന്നെ പാരീസിൽ വെച്ച് വിവേകാനന്ദനെ കണ്ടുമുട്ടിയ ഒരു കലാകാരിയുടെ പേരും ഇവിടെ സ്മരണീയമാണ്. മാഡം സാറ ബെൺഹാർട്ട് ആയിരുന്നു അത്. ന്യൂയോർക്കിലെ ഏറ്റവും പ്രശസ്തയായ നടിയായിരുന്നു അവർ. ഇന്ത്യൻ സംസ്കാരത്തെക്കുറിച്ചും അവർക്ക് വലിയ മതി

പ്പുണ്ടായിരുന്നു. ഇന്ത്യൻ സംസ്കാരത്തെയും ചരിത്രത്തെയും പ്രതിപാദിക്കുന്ന ഒരു നാടകം അവർ ഇതിനകം അവതരിപ്പിച്ചിരുന്നു. ഇന്ത്യ സന്ദർശിക്കാൻ അവർ അതിയായി ആഗ്രഹിച്ചിരുന്നു. ഇന്ത്യയുടെ രമണീയമായ പ്രകൃതിയും അസൂയാവഹമായ പൗരാണികതയും അവരെ ഇന്ത്യയിലേക്ക് അടുപ്പിച്ചു. ഇന്ത്യ അവരുടെ സ്വപ്ന ഭൂമിയായിരുന്നു. ശ്യാമ സുരഭിലമായ ഇന്ത്യൻ വനാന്തരങ്ങളിൽ നായാടാനും സ്വച്ഛശീതളമായ സരോവരങ്ങളിൽ നീരാടാനും അവർ കൊതിച്ചു.

പാരീസിൽ വിവേകാനന്ദനുമായി ആത്മബന്ധം പുലർത്തിയ ഒരു വനിതയുടെ പേരുകൂടി പരാമർശിക്കേണ്ടതുണ്ട്. മിസ്. ജോസഫൈൻ ആയിരുന്നു അവർ. വിവേകാനന്ദനെ പാരീസിലെ അവിസ്മരണീയമായ പ്രദേശങ്ങളിലേക്ക് അനുഗമിച്ചത് ആ സ്ത്രീയായിരുന്നു. അവർ വിവേകാനന്ദനുമായി പല വിഷയങ്ങളെക്കുറിച്ചും സംസാരിച്ചു. വിവേകാനന്ദൻ അവരുടെ അതിഥിയായിരുന്നു. അവരുടെ തുറന്ന പെരുമാറ്റവും സ്നേഹവും വിവേകാനന്ദനെ അങ്ങേയറ്റം പ്രചോദിപ്പിക്കുന്നതായിരിക്കും. വിവേകാനന്ദനെ കാണുന്നതിനുമുമ്പുതന്നെ അവർ *ഭഗവത്ഗീത* വായിച്ചിരുന്നു. അവരുടെ ജീവിതത്തെ രൂപപ്പെടുത്തുന്നതിൽ *ഭഗവത്ഗീത* വലിയ പങ്കുവഹിച്ചിട്ടുണ്ട്. ക്രിസ്തുവിന്റെ പ്രതിപുരുഷനായിട്ടാണ് അവർ സ്വാമിയെ കണ്ടത്. ഇന്ത്യയിൽ ജനിച്ച മറ്റൊരു ക്രിസ്തുവായി ആ സ്ത്രീ വിവേകാനന്ദനെ ആരാധിച്ചു. അവർ ഇന്ത്യ സന്ദർശിച്ചിരുന്നു. അങ്ങനെ നിരവധി ദിവസങ്ങൾ അവർ സ്വാമിയോടൊപ്പം ചെലവഴിച്ചിരുന്നു. ബെലൂരിലെ ആശ്രമത്തിനടുത്താണ് അവർ താമസിച്ചത്.

പാരീസിലെ സന്ദർശനത്തിനുശേഷം വിവേകാനന്ദൻ കോൺസ്റ്റാന്റ്നോപ്പിളിലെത്തി. നിരവധി ഫ്രഞ്ച് സുഹൃത്തുക്കൾ അദ്ദേഹത്തോടൊപ്പമുണ്ടായിരുന്നു. കോൺസ്റ്റാന്റിനോപ്പിൾ കൂടാതെ വിയന്നയിലും അവർ സന്ദർശനം നടത്തി. എന്നാൽ ഫ്രാൻസിൽനിന്നും ലഭിച്ച ആഹ്ലാദം വിവേകാനന്ദന് മറ്റുയൂറോപ്യൻ രാജ്യങ്ങളിൽനിന്ന് ലഭിച്ചിരുന്നില്ല. യൂറോപ്പിനെ ഒരു ബൃഹത്തായ സൈനിക ക്യാമ്പായിട്ടാണ് വിവേകാനന്ദൻ കണ്ടത്. തുർക്കി, യൂറോപ്പിന്റെ രോഗിയാണെങ്കിൽ ആസ്ട്രിയ യൂറോപ്പിന്റെ രോഗിണിയാണെന്ന് അദ്ദേഹം ഒരിക്കൽ പറഞ്ഞിരുന്നു. പാശ്ചാത്യലോകം ഒരു അഗ്നിപർവതത്തിന്റെ വക്കിലാണെന്ന് അദ്ദേഹം അഭിപ്രായപ്പെട്ടിരുന്നു. വിയന്ന കൂടാതെ ഹങ്കറി, സെർബിയ, റൊമാനിയ, ബൾഗേറിയ എന്നിവിടങ്ങളിലും വിവേകാനന്ദൻ സന്ദർശനം നടത്തി. കോൺസ്റ്റാന്റിനോപ്പിളിലെ പത്തുദിവസത്തെ സന്ദർശനത്തിനുശേഷം വിവേകാനന്ദനും സുഹൃത്തുക്കളും ഏഥൻസിലേക്ക് തിരിച്ചു. ഗ്രീസിന്റെ തലസ്ഥാനമാണ് ഏഥൻസ്. പാശ്ചാത്യ സംസ്കാരത്തിന്റെ അടിത്തറയായി വർത്തിക്കുന്ന മഹത്തായ സംസ്കാരമാണ് ഗ്രീസിന്റേത്. തത്വചിന്തകന്മാരുടെയും കവികളുടെയും മഹാപ്രതിഭകളായ ഭരണാധികാരികളുടെയും നാടാണ് അത്. ഇന്ത്യൻ സംസ്കാരത്തെപ്പോലെ തന്നെ സഹസ്രാബ്ദങ്ങളുടെ ചരിത്രമുള്ള മഹത്തായ നാഗരികതയാണ് ഗ്രീക്ക് നാഗരികത. ഗ്രീക്ക് സംസ്കാ

രത്തെ യവന സംസ്കാരമെന്നും വിളിക്കും. പ്രാചീന കാലംമുതൽക്കു തന്നെ ഗ്രീസ് ഇന്ത്യയുമായി അടുത്തബന്ധം പുലർത്തിയിരുന്നു.

നിരവധി നഗരരാഷ്ട്രങ്ങൾ കൂടിച്ചേർന്നതാണ് ഗ്രീസ്. മധ്യധരണ്യാഴിയിലേക്കു തള്ളിനിൽക്കുന്ന ഈ രാജ്യം, നയന മനോഹരമായ ഒരു ഭൂവിഭാഗമാണ്. പാൽ നുരയുന്ന വെള്ളച്ചാട്ടങ്ങളും തുള്ളിത്തിമിർത്തൊഴുകുന്ന പുഴകളും കാട്ടാറുകളും പച്ചപ്പട്ടു പുതച്ച കാടും സ്വച്ഛസുന്ദരമായ കടൽത്തീരവും ഗ്രീസിന്റെ മനോഹാരിതയ്ക്കു മാറ്റുകൂട്ടുന്നു. കരളു കുളിർപ്പിക്കുന്ന ഈ പച്ചപ്പും പ്രശാന്തതയുമായിരിക്കാം ലോകോത്തരമായ സാഹിത്യസൃഷ്ടികൾക്കു ജന്മംനൽകാൻ ഗ്രീസിനെ പ്രചോദിപ്പിച്ചത്. ഗ്രീസ് പുരാവൃത്തങ്ങളുടെയും ഐതിഹ്യങ്ങളുടെയും നാടാണ്. ഹൃദയാവർജകവും ചിന്തോദ്ദീപകവുമായ യവനപുരാവൃത്തങ്ങൾ വിശ്വപ്രസിദ്ധമാണ്.

സംസ്കാരവും ചരിത്രവും പരസ്പരം ആശ്ലേഷിച്ചുനിൽക്കുന്ന ഗ്രീസിന്റെ ഹൃദയഭൂമികളിലൂടെ വിവേകാനന്ദനും ശിഷ്യരും നടന്നുനീങ്ങി. ഗ്രീസിന്റെ സുഖശീതളമായ കാലാവസ്ഥയും മനോഹാരിതയും വിവേകാനന്ദന് വളരെയധികം ഉന്മേഷദായകമായിരുന്നു. അവിടത്തെ ചരിത്രസ്മരണകൾ ത്രസിച്ചുനിൽക്കുന്ന കൊട്ടാരങ്ങളും ക്ഷേത്രങ്ങളും വിസ്മയാവഹമായിരുന്നു. വെണ്ണക്കല്ലിൽ കൊത്തിയ ക്ഷേത്രങ്ങൾ ഇന്ത്യൻ ക്ഷേത്രങ്ങളിൽനിന്നും വളരെ വ്യത്യസ്തമായിരുന്നു. അവർ സന്ദർശിച്ച പ്രസിദ്ധക്ഷേത്രങ്ങളിലൊന്നായിരുന്നു പാർത്ഥിനോൺ ക്ഷേത്രം. അതിനുശേഷം അവർ സിയൂസ് ദേവന്റെ ക്ഷേത്രം സന്ദർശിച്ചു. ഒളിമ്പസ് പർവതത്തിന്റെ മുകളിലാണ് സിയൂസ് ദേവന്റെ ആവാസം എന്ന് ഗ്രീക്ക് പുരാണം പറയുന്നു. സിയൂസിന്റെ പത്നിയാണ് ഹീരാദേവി. ഇന്ത്യയിലെ കൈലാസ നാഥനായ ശിവനും ശിവപത്നിയായ പാർവതിയുംപോലെ. മറ്റൊരു പ്രധാനപ്പെട്ട കാഴ്ചകൂടി വിവേകാനന്ദൻ കണ്ടു. ഡയണീഷ്യസ് തിയറ്റർ ആയിരുന്നു അത്. വീഞ്ഞിന്റെയും യുദ്ധത്തിന്റെയും ദേവതയായ ഡയണീഷ്യസിനെ പ്രീതിപ്പെടുത്താൻ വേണ്ടിയുള്ള അനുഷ്ഠാനങ്ങളിൽനിന്നാണ് ഗ്രീസിൽ നാടകം എന്ന കല രൂപം കൊണ്ടത്. അതുകൊണ്ട് നാടകത്തിന്റെ ദേവതയായി ഡയണീഷ്യസിനെ യവനർ ആരാധിക്കുന്നു.

ഗ്രീസിലെ സന്ദർശനത്തിനുശേഷം വിവേകാനന്ദന്റെ യാത്ര ആഫ്രിക്കൻ രാജ്യമായ ഈജിപ്തിലേക്കായിരുന്നു. നൈൽ നദിയുടെ വളക്കൂറുള്ള മണ്ണിൽ മൊട്ടിട്ട മഹത്തായ സംസ്കാരമാണ് ഈജിപ്ഷ്യൻ സംസ്കാരം. ഗ്രീക്ക് സംസ്കാരത്തെക്കാൾ പഴക്കമുണ്ട് ഈജിപ്ഷ്യൻ സംസ്കാരത്തിന്ന്. ഈജിപ്തിൽ വിവേകാനന്ദനെ എതിരേറ്റ മഹത്തായ പൗരാണിക സൗധമായിരുന്നു *കെയ്റോമ്യൂസിയം.* അതിന്റെ പ്രൗഢഗംഭീരമായ സ്തൂപങ്ങളും സ്തംഭങ്ങളും സൗന്ദര്യം തുളുമ്പുന്ന വാസ്തുശിൽപ്പവും വിവേകാനന്ദനെ അങ്ങേയറ്റം ആകർഷിച്ചു. പ്രാചീന ഈജിപ്തിൽ ഭരണം നടത്തിയ ഫറോമാരുടെ മൃതശരീരങ്ങൾ കേടുകൂടാതെ

സൂക്ഷിക്കപ്പെട്ടിരുന്നു. അത്തരം ശവകുടീരങ്ങളെയാണ് മമ്മികൾ എന്നു വിളിച്ചിരുന്നത്. ഈജിപ്തിന്റെ ചരിത്രപരവും സാംസ്കാരികവുമായ പാരമ്പര്യത്തെക്കുറിച്ച് വിവേകാനന്ദൻ മുമ്പുതന്നെ മനസിലാക്കിയിരുന്നു. എന്നാൽ നേരിട്ടുള്ള സന്ദർശനം അദ്ദേഹത്തെ സംബന്ധിച്ചിടത്തോളം വളരെയധികം വിലപ്പെട്ടതായിരുന്നു. ഈജിപ്തിലെ സന്ദർശനത്തിനു ശേഷം വിവേകാനന്ദനും സംഘവും ഇന്ത്യയിലേക്കുതിരിച്ചു. അങ്ങനെ ആയിരത്തിത്തൊള്ളായിരം ഡിസംബർ ആറിന് അവർ ഇന്ത്യയിലെത്തി.

ബെലൂർ മഠത്തിലെത്തിയ വിവേകാനന്ദനെയും സംഘത്തെയും ആശ്രമവാസികളും നാട്ടുകാരും വളരെ സന്തോഷത്തോടെ സ്വീകരിച്ചു. ഓരോ സന്ദർശനം കഴിയുന്തോറും വിവേകാനന്ദന്റെ സൗഹൃദവലയം വിസ്തൃതമാവുകയായിരുന്നു. അദ്ദേഹത്തെ സംബന്ധിച്ചിടത്തോളം യാത്രകളെന്നത് മനുഷ്യസംസ്കാരത്തിന്റെ ആത്മാവിലേക്കുള്ള തീർഥാടനങ്ങളായിരുന്നു. ജീവിതത്തിന്റെ സംഗീതം അദ്ദേഹം അറിഞ്ഞത് ഈ തീർത്ഥാടനങ്ങളിൽനിന്നാണ്. പാശ്ചാത്യർ ലോകത്തിന് നൽകിയ മഹത്തായ സംഭാവനകളെ അംഗീകരിക്കാനുള്ള ഹൃദയവിശാലത വിവേകാനന്ദനുണ്ടായിരുന്നു. അവർ വികസിപ്പിച്ച ജനാധിപത്യസമ്പ്രദായത്തെ അദ്ദേഹം അംഗീകരിച്ചു. എന്നാൽ സ്വാർഥതയും അധികാരമോഹവും യുദ്ധഭ്രാന്തും പാശ്ചാത്യ സംസ്കാരത്തിന്റെ മഹത്തായ നേട്ടങ്ങളെ നശിപ്പിക്കുന്ന മാരകരോഗങ്ങളായി അദ്ദേഹം കണ്ടു. സാമ്രാജ്യങ്ങൾ തമ്മിലുള്ള യുദ്ധങ്ങളുടെയും മത്സരങ്ങളുടെയും ചരിത്രംകൂടിയാണ് പാശ്ചാത്യചരിത്രം. എന്നാൽ അതിന്റെ ഉയർച്ചതാഴ്ചകളെക്കുറിച്ച് ചിന്തിച്ച് അസ്വസ്ഥനാവാൻ വിവേകാനന്ദൻ തയാറായിരുന്നില്ല. ലോകം മുഴുവൻ അപ്രത്യക്ഷമായാലും വിവേകാനന്ദന് അതൊരു പ്രശ്നമായിരുന്നില്ല. അദ്ദേഹം പ്രാധാന്യം കൊടുത്തത് മനുഷ്യരുടെ ആന്തരികമായ നന്മയ്ക്കും ആനന്ദത്തിനുമാണ്.

18

അവസാനത്തെ യാത്ര

പാരീസ് സഞ്ചാരത്തിനുശേഷം വിവേകാനന്ദൻ സ്വന്തംനാട്ടിലേക്ക് തിരിച്ചുവന്നു. ഓരോ യാത്രയ്ക്കുശേഷവും സ്വാമി ശാരീരികമായി ക്ഷീണിച്ചുവരികയായിരുന്നെങ്കിലും അസാധാരണമായ ഒരു ആനന്തരിക ശക്തി അദ്ദേഹത്തെ വീണ്ടുംവീണ്ടും യാത്രയ്ക്കുപ്രേരിപ്പിക്കുകയായിരുന്നു. ഈ അന്യാദൃശമായ ആന്തരിക ശക്തിയാണ് വിവേകാനന്ദന്റെ അപൂർവവ്യക്തിത്വത്തെ തേജസുറ്റതാക്കിയത്. ജീവിതത്തെ അത്യാവേശത്തോടെ സ്നേഹിക്കുകയും ലോകത്തെ മുഴുവൻ ആശ്ലേഷിക്കാൻ വെമ്പുകയും ചെയ്ത ഒരു ഉന്മാദിയുടെ മനസായിരുന്നു വിവേകാനന്ദന്റേത്. ഈ ആത്മീയമായ ഉന്മാദാവസ്ഥയാണ് വിവേകാനന്ദനെ മറ്റു സന്യാസിമാരിൽനിന്നും വേർതിരിക്കുന്നത്. പാരീസ് സന്ദർശനത്തിനു ശേഷം അദ്ദേഹം എഴുതി:

> ഉല്ലാസവതിയും തിരക്കുള്ളവളുമായ പാരീസ്, പുരാതന കോൺസ്റ്റന്റ്നോപ്പിൾ, വെട്ടിത്തിളങ്ങുന്ന കൊച്ച് ഏഥൻസ്, പിരമിഡുകളുടെ നാടായ കെയ്റോ, എല്ലാം ഞാൻ കടന്നുവന്നിരിക്കുന്നു. ഇപ്പോൾ ഗംഗയുടെ തീരത്തുള്ള മഠത്തിലെ എന്റെ മുറിയിലിരുന്ന് ഞാൻ എഴുതുകയാണ്. അതേ മഠത്തിൽ, അത് തികച്ചും സ്വച്ഛവും ശാന്തവുമാണ്. വിശാലമായ നദി തെളിഞ്ഞ സൂര്യപ്രകാശത്തിൽ നൃത്തം ചെയ്യുകയാണ്. നിശ്ശബ്ദതയെ ഭേദിക്കുന്നത് ബോട്ടുകളുടെ ശബ്ദം മാത്രം. ഇവിടെ ഇപ്പോൾ തണുത്തകാലാവസ്ഥയാണ്. എന്നാൽ ഉച്ചസമയത്ത് അന്തരീക്ഷം ഊഷ്മളമാവും. അങ്ങനെ എല്ലാദിവസവും പകൽനേരങ്ങളിൽ പ്രകാശമാനമാകും. ഇവിടെയെല്ലാം ഹരിതാഭവും സ്വർണ നിറമാർന്നതുമാ

ണ്. പച്ചപ്പ് വെൽവെറ്റ് തുണിപോലെ മണ്ണിനെ ആശ്ലേഷിക്കുന്നു. എന്നാൽ അന്തരീക്ഷം ഉന്മേഷദായകമാണ്. കുറച്ചുമാസങ്ങൾ ഇന്ത്യയിൽ വിശ്രമിക്കാൻ ഞാൻ ആഗ്രഹിക്കുന്നു. എന്നിട്ട് അടുത്ത ഗ്രീഷ്മത്തിൽ ഇംഗ്ലണ്ടിലേക്ക് പോകാനാണ് പദ്ധതി.

വിവേകാനന്ദൻ ഇന്ത്യയിലേക്ക് തിരക്കിട്ടുവരാൻ ഒരു പ്രധാന കാരണമുണ്ടായിരുന്നു. അദ്ദേഹത്തിന്റെ ശിഷ്യനായ സെവ്യർ രോഗാവസ്ഥയിലായിരുന്നു. ഗുരുതരമായ അസുഖം ബാധിച്ചുകിടക്കുന്ന അദ്ദേഹത്തെ പെട്ടെന്നുതന്നെ കാണാൻ വിവേകാനന്ദൻ ആഗ്രഹിച്ചു. അതുപോലെ തന്നെ വിവേകാനന്ദന്റെ ആരോഗ്യവും തകരാറിലായിരുന്നുവെന്ന് പറഞ്ഞുവല്ലോ. അദ്ദേഹത്തിന്റെ ഹൃദയത്തിന് ചിലതകരാറുകൾ തോന്നിയിരുന്നു. അങ്ങനെ വിശ്രമത്തിനുവേണ്ടിയാണ് ഇന്ത്യയിലേക്ക് കുതിച്ചത്. എന്നാൽ അദ്ദേഹത്തിന്റെ ശിഷ്യനായ സെവ്യർ ഇതിനകം മരിച്ചുകഴിഞ്ഞിരുന്നു. ശിഷ്യന്റെ മരണം സ്വാമിയുടെ ഹൃദയത്തെ വീണ്ടും ഉലച്ചു. ആശ്രമത്തിന്റെ അടുത്ത് നദീതീരത്ത് സെവ്യറുടെ സംസ്കാരം നടന്നു.

സെവ്യറുടെ മരണത്തിനുശേഷം വിവേകാനന്ദൻ മായാവതി സന്ദർശിക്കാൻ പരിപാടിയിട്ടു. ഹിമാലയത്തിലെ മനോഹരമായ പ്രദേശമാണ് മായാവതി. മഞ്ഞുമൂടിക്കിടക്കുന്ന പ്രദേശമാണത്. ഹിമാലയത്തിന്റെ ഗാംഭീര്യവും ഹൃദയഹാരിയായ സൗന്ദര്യവും വിവരണാതീതമാണ്. മായാവതിയിലേക്കുള്ള യാത്ര പക്ഷേ ദുഷ്കരമായിരുന്നു. മഞ്ഞും മഴയും കാറ്റും നിറഞ്ഞ വഴികളിലൂടെയാണ് വിവേകാനന്ദനും സന്യാസി സംഘവും സഞ്ചരിച്ചത്. അദ്ദേഹത്തിന്റെ ആരോഗ്യത്തെ സംബന്ധിച്ചിടത്തോളം അത്ര സുഖകരമായിരുന്നില്ല. എന്നാൽ എല്ലാ പ്രതികൂല സാഹചര്യങ്ങളെയും മറികടക്കാൻ വിവേകാനന്ദന് അസാധാരണമായ ഒരു കഴിവുണ്ടായിരുന്നു. തമാശകൾ പറഞ്ഞ് ശിഷ്യരെ പൊട്ടിച്ചിരിപ്പിക്കാനും അവരെ ആവേശഭരിതരാക്കാനും അദ്ദേഹത്തിന് കഴിഞ്ഞിരുന്നു. മഞ്ഞുവീഴ്ചയുടെ കാലമായിരുന്നു അത്. നിരന്തരമായ മഞ്ഞുവീഴ്ച സഞ്ചാരത്തെ കുഴക്കി. വഴിയിലുടനീളം മഞ്ഞിന്റെ പുകയായിരുന്നു. പന്ത്രണ്ട് ഇഞ്ച് കനമുള്ള മഞ്ഞുപാളികൾ കടന്നാണ് വിവേകാനന്ദൻ മായാവതിയിലെത്തുന്നത്. വൃക്ഷങ്ങളെല്ലാം മഞ്ഞിൽ പുതച്ചുനിൽക്കുന്ന കാഴ്ച ആഹ്ലാദകരമായിരുന്നു. മായാവതിയിലെ ഒരാശ്രമത്തിലാണ് വിവേകാനന്ദനും സംഘവും താമസിച്ചത്. ചെടികളും പൂക്കളുംകൊണ്ട് അലങ്കരിച്ചിരുന്ന മനോഹരമായ ആശ്രമമായിരുന്നു അത്. ആശ്രമത്തിലെ വിവേകാനന്ദനുവേണ്ടി തയാറാക്കിയ മുറി വളരെ വിശേഷപ്പെട്ടതായിരുന്നു. പൂക്കളും മനോഹരമായ ചെടികളുടെ ഇലകളുംകൊണ്ട് അലങ്കരിച്ചിരുന്നു അത്. മുറിക്കടുത്തായി ലൈബ്രറിയുമുണ്ടായിരുന്നു. 15 ദിവസം അദ്ദേഹം അവിടെക്കഴിഞ്ഞു. അദ്ദേഹത്തിന്റെ ആരോഗ്യനില വീണ്ടും വഷളാവുകയായിരുന്നു. 1900 ജനുവരി 18–വരെ വിവേകാനന്ദൻ മായാവതിയിൽ കഴിഞ്ഞു. അന്ന് അദ്ദേഹത്തിന് മുപ്പത്തേഴ് വയസ് പ്രായമായി

രുന്നു. കുതിരപ്പുറത്ത് മഞ്ഞുമലകൾ താണ്ടിയും കഥകൾ പറഞ്ഞുരസിച്ചും ദിവസങ്ങൾ കടന്നുപോയി.

സ്വാമി സ്വരൂപാനന്ദ, വീരജനന്ദ, വിമലാനന്ദ, സച്ചിദാനന്ദ, ബ്രഹ്മചാരി അമൃതാനന്ദ തുടങ്ങിയവർ വിവേകാനന്ദനോടൊപ്പമുണ്ടായിരുന്നു. പ്രഭാതത്തിൽ മഞ്ഞുമലകൾ കയറാൻ തന്റെ ആരോഗ്യം ക്ഷീണിച്ചിട്ടും വിവേകാനന്ദൻ തയാറായത് സന്യാസിസംഘത്തെ അത്ഭുതപ്പെടുത്തി. മായാവതിയുടെ സൗന്ദര്യം വിവേകാനന്ദനെ അത്രമേൽ കീഴ്പ്പെടുത്തിക്കഴിഞ്ഞിരുന്നു. മായാവതിയിലെ മനോഹരമായ ഒരു തടാകതീരം കണ്ടിട്ട് ഇനിയുള്ള കാലം മുഴുവൻ അവിടെയിരുന്ന് പൊതുപ്രവർത്തനം നടത്താൻ താൻ ആഗ്രഹിക്കുന്നതായി അദ്ദേഹം എഴുതിയിരുന്നു. വിവേകാനന്ദന്റെ ഒരു ജന്മദിനം കടന്നുപോയത് ഇക്കാലത്താണ്. ജനുവരി പതിമൂന്നിനായിരുന്നു അത്. വിവേകാനന്ദന്റെ ജന്മദിനം സന്യാസിമാർ പ്രൗഢമായിത്തന്നെ ആഘോഷിച്ചു. എന്നാൽ ഇക്കാലത്ത് വിവേകാനന്ദൻ മാനസികമായി ചിലഘട്ടങ്ങളിൽ അസ്വസ്ഥതകൾ പ്രകടിപ്പിച്ചിരുന്നു. ഒരിക്കൽ ഡിന്നറിന് അൽപ്പം വൈകിയപ്പോൾ അദ്ദേഹം അക്ഷമനായി. അദ്ദേഹം ആശ്രമത്തിലെ എല്ലാവരെയും ശകാരിച്ചു. അവസാനം അടുക്കളയിൽപ്പോയി അവിടെപാചകം ചെയ്തുകൊണ്ടിരുന്ന വീരജനന്ദയെയും വഴക്കുപറഞ്ഞു. കുറച്ചുസമയം കഴിഞ്ഞ് ഭക്ഷണം അടുത്തെത്തിയപ്പോൾ അതുകഴിക്കാൻ അദ്ദേഹം വിസമ്മതിച്ചു. എന്നാൽ കുറച്ചു സമയത്തിനുശേഷം ഒരു കുട്ടിയെപ്പോലെ അദ്ദേഹം സ്വാദോടെ അതുകഴിച്ചു. ഈ സംഭവം ഇവിടെ പരാമർശിക്കാൻ ഒരു കാരണമുണ്ട്. സന്യാസിമാരായ ആളുകൾ സാധാരണ മനുഷ്യരിൽനിന്നെല്ലാം തീർത്തും വ്യത്യസ്തരാണെന്നും അവർക്ക് വികാരങ്ങളൊന്നുമില്ലെന്നുമുള്ള ഒരു ധാരണ നിലനിൽക്കുന്നുണ്ട്. എത്രയോ അവസരങ്ങളിൽ വിവേകാനന്ദൻ ഇങ്ങനെ ക്ഷുഭിതനാവുകയും ആളുകളെ ശകാരിക്കുകയും ചെയ്തിട്ടുണ്ട്. എന്നാൽ ഇതൊന്നും തന്നെ അദ്ദേഹത്തിന്റെ മഹത്വത്തിന് മങ്ങലേൽപ്പിക്കുന്നില്ല. മറിച്ച് മാറ്റുകൂട്ടുകയാണ് ചെയ്യുന്നത്.

മായാവതിയിൽനിന്നും കൽക്കത്തയിലേക്കുള്ള യാത്രയ്ക്കിടയിൽ ഖെത്രിയിലെ രാജാവ് മരിച്ചവിവരം വിവേകാനന്ദൻ അറിഞ്ഞു. വിവേകാനന്ദനെ ഖെത്രിരാജാവ് എത്രത്തോളം സഹായിച്ചിരുന്നുവെന്നും മറ്റും മുമ്പുപരാമർശിച്ചിരുന്നുവല്ലോ. ആഗ്രയ്ക്കടുത്തുള്ള അക്ബറുടെ മ്യൂസിയത്തിനു മുകളിൽനിന്നും ഖെത്രിരാജാവ് വീഴുകയായിരുന്നു. 1901 ജനുവരി 18–നായിരുന്നു ഈ സംഭവം. എൺപത്താറടി ഉയരമുള്ള ടവറിൽനിന്നും നിലംപതിച്ച രാജാവ് തത്സമയം മരിച്ചു. ആ വാർത്ത വിവേകാനന്ദനെ സംബന്ധിച്ചിടത്തോളം ഏറെ ദുഃഖകരമായിരുന്നു.

ജനുവരി 24–ാം തീയതി പ്രഭാതത്തിൽ വിവേകാനന്ദനും സംഘവും കൽക്കത്തയിലെത്തി. കൽക്കത്തയിൽ എത്തിയ വിവേകാനന്ദൻ ബെലൂർമഠത്തിലേക്കാണ് പോയത്. അവിടെ ധാരാളം പുതിയ സന്യാസിമാർ ഇതിനകം അന്തേവാസികളായി കഴിഞ്ഞിരുന്നു. കൽക്കത്ത

യിൽനിന്നും കുറച്ചുമാസങ്ങൾക്കുശേഷം കിഴക്കൻ ബംഗാളിലേക്ക് അദ്ദേഹം ഒരു ഹ്രസ്വസന്ദർശനം നടത്തി. കിഴക്കൻ ബംഗാളിലെ ധാക്കയിൽ വിവേകാനന്ദന് ഗംഭീരമായ ഒരു സ്വീകരണം ലഭിച്ചു. ധാക്കയിൽനിന്നും ചിറ്റഗോങ്ങിലേക്കും അദ്ദേഹം സഞ്ചരിച്ചു. അതിനുശേഷം ആസാമിലെ ഗോഹത്തി സന്ദർശിച്ചു. അവിടെ അദ്ദേഹം മൂന്നുപ്രഭാഷണങ്ങൾ നടത്തി. ആ സമയത്ത് അദ്ദേഹത്തിന്റെ ആരോഗ്യനില വീണ്ടും വഷളാകാൻ തുടങ്ങി. അങ്ങനെ വിശ്രമത്തിനായി ഷില്ലോങ്ങിലേക്ക് തിരിച്ചു. വിശ്രമത്തിനുവേണ്ടിയാണ് അവിടെ എത്തിയതെങ്കിലും ആസാം സർക്കാർ നൽകിയ സ്വീകരണപരിപാടികളിൽ വിവേകാനന്ദൻ പ്രഭാഷണം നടത്തി. ഇതിന്റെയെല്ലാം ഫലമായി വിവേകാനന്ദന് തന്റെ രോഗങ്ങൾ മൂർച്ഛിക്കുകയായിരുന്നു. കടുത്ത ആസ്ത്മ അദ്ദേഹത്തെ തളർത്തിക്കഴിഞ്ഞിരുന്നു. എന്നിട്ടും ബ്രഹ്മപുത്രാ താഴ്‌വരയിലെ പ്രകൃതി രമണീയമായ പച്ചപ്പുകളിൽക്കൂടി വിവേകാനന്ദൻ സഞ്ചരിച്ചു. ഷില്ലോങ്ങിലെ ഗിരിനിരകൾ മനോഹരമായിരുന്നു. കിഴക്കൻ ബംഗാളിലെ ജനങ്ങൾ പശ്ചിമബംഗാളിലെ ജനങ്ങളെക്കാളും കരുത്തരും ഊർജസ്വലരുമാണെന്ന് വിവേകാനന്ദൻ അഭിപ്രായപ്പെട്ടിരുന്നു. കാരണം കിഴക്കൻ ബംഗാളികൾ പശ്ചിമബംഗാളികളെക്കാൾ കൂടുതൽ മാംസവും മത്സ്യങ്ങളും കഴിച്ചിരുന്നു. അതുപോലെതന്നെ അവർ അവരുടെ ആഹാരത്തിൽ കൂടുതൽ എണ്ണയും നെയ്യും ചേർത്തിരുന്നു. ഇത് വിവേകാനന്ദൻ പരാമർശിക്കുന്നുണ്ട്. എന്നാൽ എണ്ണയും നെയ്യും ഭക്ഷണത്തിൽ കൂടുതൽ ഉപയോഗിക്കുന്നതിനെ വിവേകാനന്ദൻ അനുകൂലിച്ചിരുന്നില്ല. കിഴക്കൻ ബംഗാളിലും ആസാമിലും വിവേകാനന്ദൻ നടത്തിയ സന്ദർശനം അദ്ദേഹത്തിന്റെ അവസാനത്തെ പൊതുപരിപാടിയായിരുന്നു. കാരണം അപ്പോഴേക്കും അദ്ദേഹത്തിന്റെ രോഗാവസ്ഥ മൂർച്ഛിച്ചിരുന്നു. എല്ലാവിധ സന്ദർശനങ്ങളും സന്യാസിമാർ അദ്ദേഹത്തിന് വിലക്കുകയായിരുന്നു. അങ്ങനെ അദ്ദേഹം പരിപൂർണമായ വിശ്രമജീവിതത്തിലേക്കുവന്നു.

വിവേകാനന്ദൻ തന്റെ അവസാനയാത്രയ്ക്ക് ഒരുങ്ങുകയായിരുന്നു. ഹ്രസ്വമായ ഒരു ജീവിതം. പക്ഷേ, അസാധാരണവും ദീർഘവുമായ അനുഭവങ്ങൾകൊണ്ട് സമ്പന്നം. അതായിരുന്നു വിവേകാനന്ദന്റെ ജീവിതം. ഇത്ര ചെറിയ പ്രായത്തിൽ ലോകത്തിൽ മുഴുവൻ തന്റെ അസാധാരണമായ വ്യക്തിത്വത്തിന്റെ പ്രഭകൊണ്ട് വിസ്മയിപ്പിച്ച ആളുകൾ വളരെ കുറവാണ്. കൽക്കത്തെയിലെ തന്റെ ആശ്രമത്തിന്റെ മുകളിലിരുന്ന് വിവേകാനന്ദൻ കാളീക്ഷേത്രത്തിന്റെ ഗോപുരങ്ങളിലേക്ക് വിസ്മയഭാവത്തോടെ നോക്കുകയാണ്. ദക്ഷിണേശ്വരിലെ വനവൃക്ഷങ്ങൾ പോലെ വളർന്നുപടർന്ന ഓർമകൾ അദ്ദേഹത്തെ വരിഞ്ഞുമുറുക്കുകയാണ്. ചിലപ്പോൾ അഗാധമായ ധ്യാനത്തിലേക്ക് മറ്റുചിലപ്പോൾ വിഷാദഭരിതമായ ഭാവങ്ങളിലേക്ക് ചിലപ്പോൾ ഉന്മാദശോഭകലർന്ന ആനന്ദത്തിലേക്ക്. ബാഹ്യലോകത്തിന് ആരാണ് വിവേകാനന്ദൻ? പ്രശസ്തനായ പ്രബോധകൻ, അധ്യാപകൻ, സന്യാസി, എന്നാൽ സഹോദര സന്യാസിമാർക്ക്

അദ്ദേഹം ഇവമാത്രമായിരുന്നില്ല. നേതാവും സുഹൃത്തും ഗുരുവും ശ്രീരാമകൃഷ്ണ പരമഹംസരുടെ പുത്രനും എല്ലാമായിരുന്നു. ശ്രീരാമ കൃഷ്ണ ക്ഷേത്രത്തിലും മഠത്തിനുമിടയിലുള്ള ഒരു വലിയ മാവിന്റെ ചുവട്ടിൽ വിവേകാനന്ദൻ ഇക്കാലത്ത് ധ്യാനം ചെയ്യുമായിരുന്നു. മഠത്തിന്റെ ചുറ്റുപാടുകൾ വിവേകാനന്ദന് പ്രിയങ്കരമായിരുന്നു. വളരെ രാവിലെതന്നെ വിവേകാനന്ദൻ എഴുന്നേൽക്കും. ആശ്രമത്തിലെ ആടു കളെ പരിചരിക്കും. നായക്കുട്ടികൾക്ക് ആഹാരം കൊടുക്കും. പിന്നീട് വ്യായാമം ചെയ്യും. ആശ്രമചുറ്റുപാടിലെ ഒരു പ്ലാവും ഒരു മാവും വിവേ കാനന്ദന് ഏറെ പ്രിയങ്കരമായിരുന്നു. അതിന്റെ ചുവട്ടിലിരുന്ന് വിവേകാ നന്ദൻ എഴുത്തുകുത്തുകൾ നടത്തിയിട്ടുണ്ട്. അവിടുത്തെ മാവിൻ ചുവ ട്ടിൽനിന്ന് അദ്ദേഹം ധാരാളം മാമ്പഴം കഴിക്കുമായിരുന്നു. അദ്ദേഹത്തിന് മാമ്പഴവും ചക്കപ്പഴവും വളരെ ഇഷ്ടമായിരുന്നു. ആഘോഷ അവസര ങ്ങളിൽ വിവേകാനന്ദൻ തന്റെ ശിഷ്യന്മാരോടൊപ്പം പാടുമായിരുന്നു. അദ്ദേഹം നന്നായി സംഗീതോപകരണങ്ങൾ വായിച്ചിരുന്നു. ഒരിക്കലും അദ്ദേഹം ഒരു സന്യാസിയുടെ ഗൗരവഭാവത്തിൽ ഇരുന്നിട്ടില്ല. തമാശ കൾ പറഞ്ഞും ചിരിച്ചും ചിരിപ്പിച്ചും കളിയാക്കിയും ശകാരിച്ചും ഗുണ ദോഷിച്ചും അദ്ദേഹം സന്യാസിമാർക്ക് ചുറ്റും ഒരാകർഷണ വലയം സൃഷ്ടിച്ചിരുന്നു. അസാധാരണമായ ഒരു കാന്തശക്തി ആ വ്യക്തിത്വ ത്തിനുണ്ടായിരുന്നു. അതിലേക്ക് ആകൃഷ്ടരായി ആയിരക്കണക്കിന് സന്യാസിമാർ വന്നു. സാധാരണക്കാർ വന്നു. അദ്ദേഹത്തെ സ്നേഹിച്ചും ആരാധിച്ചും കഴിഞ്ഞ ആയിരക്കണക്കിനാളുകൾ പലഭൂഖണ്ഡങ്ങളിൽ ഉണ്ടായിരുന്നു.

ആശ്രമത്തിലെ എല്ലാകാര്യങ്ങളിലും അദ്ദേഹം ശ്രദ്ധാലുവായിരുന്നു. ആശ്രമനിയമങ്ങൾ അദ്ദേഹം കർശനമായി പിൻതുടരുമായിരുന്നു. പൂന്തോട്ടസംരക്ഷണം, ആഹാരം പാകം ചെയ്യൽ, ആശ്രമത്തിലെ കന്നു കാലി സംരക്ഷണം എന്നിവയിലെല്ലാം അദ്ദേഹത്തിന്റെ കണ്ണുണ്ടായിരു ന്നു. എന്തിന് ശുദ്ധജലം ലഭിക്കാൻവേണ്ടി ആശ്രമത്തിൽ കിണർകുഴി ക്കാൻപോലും അദ്ദേഹം മുൻകൈ എടുത്തിരുന്നു.

എന്നാൽ 1901–ആകുമ്പോഴേക്കും അദ്ദേഹത്തിന്റെ രോഗനില പരിധി ലംഘിക്കാൻ തുടങ്ങി. നടക്കാൻ കഴിയാത്തവിധത്തിൽ കാലുകൾക്ക് തടി പ്പുവന്നു. ശരീരം ആകെ ദുർബലമാകാൻ തുടങ്ങി. മൃദുവായ ഒരു സ്പർ ശംപോലും അദ്ദേഹത്തിന്റെ ശരീരത്തെ വേദനിപ്പിച്ചു. അദ്ദേഹത്തിന് അവ സാനകാലം ഉറക്കം നഷ്ടപ്പെടുകയായിരുന്നു. പക്ഷേ, തന്നെ കാണാ നെത്തുന്നവരെ ആവേശത്തോടെ സ്വീകരിക്കാൻ അദ്ദേഹത്തിന് ഇതൊ ന്നും തടസമായിരുന്നില്ല. അദ്ദേഹം ആശ്രമത്തിലെ മതപരമായ ചടങ്ങു കളിലും മറ്റുപ്രവർത്തനങ്ങളിലും സജീവമായിത്തന്നെ പങ്കുകൊണ്ടു. ഇതിനെത്തുടർന്ന് അദ്ദേഹത്തിന്റെ രോഗനില പിന്നെയും വഷളായി. എല്ലാവിധ പ്രവർത്തനങ്ങൾക്കും വീണ്ടും വിലക്കുകൾ വന്നു. 1901 ഡിസം ബർ 23–ന് ഇന്ത്യൻ നാഷണൽ കോൺഗ്രസിന്റെ സമ്മേളനം കൽക്ക

ത്തയിൽ ആരംഭിച്ചു. അക്കാലത്ത് നിരവധി കോൺഗ്രസ് പ്രതിനിധികൾ ആശ്രമത്തിൽവന്ന് വിവേകാനന്ദനെ സന്ദർശിച്ചു. ആധുനിക ഇന്ത്യയുടെ ദേശീയ സന്യാസിയായി അവർ വിവേകാനന്ദനെ വിശേഷിപ്പിച്ചു. അന്ന് വിവേകാനന്ദൻ അവരോട് ഹിന്ദിയിൽ സംസാരിച്ചത് അവരിൽ വലിയ മതിപ്പുളവാക്കി. കൽക്കത്തയിൽ ഒരു വേദിക് ഇൻസ്റ്റിറ്റ്യൂഷൻ സ്ഥാപിക്കണമെന്ന ആശയം അദ്ദേഹം മുന്നോട്ടുവെച്ചു. ബെലൂർ മഠം സന്ദർശിച്ച പ്രമുഖരിൽ എടുത്തുപറയേണ്ട പേരുകളാണ് മഹാത്മാഗാന്ധിയും, ബാലഗംഗാധര തിലകനും. ബെലൂർമഠ സന്ദർശനത്തെക്കുറിച്ച് മഹാത്മാഗാന്ധി തന്റെ ആത്മകഥയിൽ ഇങ്ങനെ എഴുതുന്നു:

> ബ്രഹ്മസമാജത്തെപ്പറ്റി ധാരാളം കണ്ടുകഴിഞ്ഞ സ്ഥിതിക്ക് വിവേകാനന്ദനെ കാണാതെ സംതൃപ്തിനേടുക എന്നത് അസാധ്യമാണ്. അതുകൊണ്ട് വലിയ ആവേശത്തോടെ കാൽനടയായിത്തന്നെ ഞാൻ ബെലൂർമഠത്തിലേക്കുപോയി. മഠത്തിന്റെ ഏകാന്തമായ ദൃശ്യം എനിക്ക് ഇഷ്ടമായി. വിവേകാനന്ദൻ കൽക്കത്തയിലെ തന്റെ ഭവനത്തിൽ കിടപ്പിലാണെന്നും കാണാൻ കഴിയില്ലെന്നും വിവരം ലഭിച്ചത് എന്നെസംബന്ധിച്ചിടത്തോളം വളരെ നിരാശാജനകമായിരുന്നു.

ഗാന്ധിജി സിസ്റ്റർ നിവേദിതയെ കൽക്കത്തയിൽ വെച്ച് സന്ദർശിച്ചിരുന്നു. ബെലൂർമഠം സന്ദർശനത്തെക്കുറിച്ച് ബാലഗംഗാധര തിലകൻ ഇങ്ങനെ എഴുതുന്നു:

> ഒരിക്കൽ.... കൽക്കത്തയിലെ കോൺഗ്രസ് സമ്മേളനകാലത്ത് ഏതാനും സുഹൃത്തുക്കളുടെകൂടെ രാമകൃഷ്ണമിഷന്റെ ബെലൂർ മഠത്തിൽ ഞാൻ പോയി. അവിടെ വെച്ച് സ്വാമിവിവേകാനന്ദൻ ഞങ്ങളെ ഹൃദ്യമായി സ്വീകരിച്ചു. ഞങ്ങൾ ചായകഴിച്ചു. സംഭാഷണത്തിനിടയിൽ തമാശരൂപേണ അദ്ദേഹം പറഞ്ഞത് ഞാനോർക്കുന്നു. ഞാൻ ലൗകിക ജീവിതം ഉപേക്ഷിച്ച് അദ്ദേഹത്തിന്റെ ബംഗാളിലെ പ്രവർത്തനം ഏറ്റെടുക്കുകയാണെങ്കിൽ അതേ പ്രവർത്തനം തന്നെ മഹാരാഷ്ട്രയിൽ ചെയ്യാൻ അദ്ദേഹം തയാറാണ്........

1901–ൽ ധാരാളം സാന്താൾ തൊഴിലാളികൾ ബെലൂർമഠത്തിന്റെ ചുറ്റുപാടുകൾ നന്നാക്കുവാൻ വേണ്ടിവന്നു. ആ ഗോത്രവർഗവിഭാഗങ്ങളുമായി അദ്ദേഹം തുറന്നുസംസാരിച്ചത് ഇവിടെ സ്മരണീയമാണ്. അവരുമായുള്ള അടുപ്പം അദ്ദേഹത്തെ സംബന്ധിച്ചിടത്തോളം മനസിനുവളരെ ആശ്വാസകരമായിരുന്നു. അപ്പോൾ കുറേ സമ്പന്നർ സ്വാമിയെകാണാൻ വന്നപ്പോൾ അദ്ദേഹം പറഞ്ഞത് തനിക്ക് സമയമില്ലെന്നാണ്. സാന്താളികളുമായുള്ള ബന്ധം തനിക്ക് അത്രമാത്രം ആഹ്ലാദകരമാ

ണെന്ന് അദ്ദേഹം തുറന്നടിച്ചു. സാന്താളികളുമായുള്ള അദ്ദേഹത്തിന്റെ അനുഭവങ്ങൾ വളരെ വിശേഷപ്പെട്ടതായിരുന്നു. സാന്താളികളെ സംബന്ധിച്ചിടത്തോളം ആശ്രമത്തിലെ ഉപ്പുകലർന്ന ഭക്ഷണം കഴിച്ചാൽ അവർക്ക് അവരുടെ ജാതി നഷ്ടപ്പെടും. വിവേകാനന്ദൻ ഒരിക്കൽ അവരെ സദ്യക്കു ക്ഷണിച്ചപ്പോൾ പറഞ്ഞതാണിത്. എന്നാൽ ആഹാരം പാചകം ചെയ്തതിനുശേഷം ഉപ്പുചേർത്തുകഴിക്കാൻ അവർ തയ്യാറായി. പൂരി, മധുരപലഹാരങ്ങൾ തുടങ്ങിയ വിഭവങ്ങൾ സ്വാമി അവർക്കായി ഒരുക്കി. സദ്യ അവരെ സംബന്ധിച്ചിടത്തോളം വളരെ ആസ്വാദ്യകരമായിരുന്നു. സാന്താളികളുടെ ഹൃദയവിശുദ്ധിയും നിഷ്കളങ്കതയും വിവേകാനന്ദനെ ആഴത്തിൽ സ്പർശിച്ചു. അവരെ ഊട്ടുകവഴി ദൈവത്തെയാണ് താൻ ആഹ്ലാദിപ്പിച്ചതെന്ന് അദ്ദേഹം പറയുകയുണ്ടായി. അവരുടെ സങ്കടങ്ങളും ദുരിതങ്ങളും ശമിപ്പിക്കാൻ കഴിഞ്ഞില്ലെങ്കിൽ സന്യാസി വസ്ത്രത്തിന് യാതൊരുവിലയുമില്ലെന്ന് അദ്ദേഹം പറഞ്ഞു. മറ്റുള്ളവർക്കുവേണ്ടി നന്മ ചെയ്യുക എന്നുള്ളതാണ് സന്യാസിത്വം എന്ന് വിവേകാനന്ദൻ അഭിപ്രായപ്പെട്ടു. സന്യാസിമാർ പാവങ്ങളെ സഹായിക്കണം. ആളുകൾ പട്ടിണി കിടക്കുമ്പോൾ സന്യാസിമാർ തങ്ങളുടെ ആശ്രമം വിറ്റ് ആ പണം പാവപ്പെട്ടവർക്ക് കൊടുക്കണം. എന്നിട്ട് മരച്ചുവട്ടിൽ താമസിക്കണം ഇതായിരുന്നു വിവേകാനന്ദന്റെ അഭിപ്രായം. ശാസ്ത്രങ്ങളെല്ലാം പഠിച്ചുവെന്നും എല്ലാ ആത്മീയ നിഷ്ഠകളും സ്വായത്തമാക്കിയെന്നും വ്യക്തിഗതമായ മോക്ഷം പ്രാപിച്ചുവെന്നുമുള്ള തങ്ങളുടെ അഭിമാനം വലിച്ചെറിഞ്ഞ് ഗ്രാമഗ്രാമാന്തരങ്ങളിൽപ്പോയി പാവപ്പെട്ടവരെ സേവിക്കാൻ സന്യാസിമാർ ആത്മസമർപ്പണം ചെയ്യണം ഇതായിരുന്നു വിവേകാനന്ദന്റെ മതം. എന്നാൽ പാവങ്ങളെക്കുറിച്ചും അശരണരെക്കുറിച്ചും ചിന്തിക്കാൻ ഇന്ത്യയിൽ ആരും തയാറാകുന്നില്ലെന്ന് വിവേകാനന്ദൻ വിലപിച്ചിരുന്നു. പാവങ്ങൾ രാഷ്ട്രത്തിന്റെ നട്ടെല്ലാണെന്നും അവരുടെ അധ്വാനമാണ് തങ്ങൾക്ക് ആഹാരം തരുന്നതെന്നും അദ്ദേഹം പറഞ്ഞു. ഹിന്ദുക്കളുടെ കാരുണ്യമില്ലായ്മയാൽ മദ്രാസ് പ്രദേശത്തെ ആയിരക്കണക്കിന് പറയർ ക്രിസ്ത്യാനികളാവുന്നതിനെക്കുറിച്ച് വിവേകാനന്ദൻ പറയുന്നുണ്ട്. അരവയർ നിറയാൻവേണ്ടി അവർ ക്രിസ്തുമതത്തിലേക്ക് മത പരിവർത്തനം ചെയ്യുന്നു. ഈ രാജ്യത്തിൽ ധർമബോധം ഉണ്ടായിരുന്നെങ്കിൽ അങ്ങനെ സംഭവിക്കുകയില്ലായിരുന്നുവെന്നാണ് അദ്ദേഹം പറഞ്ഞത്. ധർമബോധത്തിനുപകരം ഇന്ത്യയിൽ നിലനിൽക്കുന്നത് തൊട്ടുകൂടായ്മയാണ്. ഇത്തരം അധമമായ അചാരങ്ങളെയെല്ലാം ചവിട്ടിപ്പുറത്താക്കണമെന്ന് അദ്ദേഹം പറഞ്ഞു. മർദിതരെയും പാവങ്ങളെയും വീണുപോയവരെയും അടിച്ചമർത്തപ്പെട്ടവരെയും മോചിപ്പിക്കാനുള്ള ഉൽക്കടമായ അഭിലാഷം അതിന്റെ മൂർധന്യതയിൽ എത്തുകയായിരുന്നു അവസാനകാലത്ത് വിവേകാനന്ദനിൽ. 1902 ആകുമ്പോഴേക്കും വിവേകാനന്ദന്റെ ആരോഗ്യനില ഗുരുതരാവസ്ഥയിലെത്തിയിരുന്നു. അദ്ദേഹം ഏതാണ്ട് കിടപ്പിൽത്തന്നെയായിരുന്നു. എന്നിട്ടും അദ്ദേഹം ബുദ്ധഗയയിലും വാരണാ

ഇന്ത്യാഗേറ്റിനു സമീപമുള്ള സ്വാമി വിവേകാനന്ദന്റെ പ്രതിമ

സിയിലും സന്ദർശനം നടത്തിയെന്നത് അത്ഭുതകരമാണ്.

വാരണാസിയിൽ വെച്ച് വിവേകാനന്ദന്റെ രോഗം മൂർച്ഛിക്കാൻ തുടങ്ങി. അങ്ങനെ മാർച്ച് 8 ാം തീയതി അദ്ദേഹം ബെലൂർ മഠത്തിലേക്കുതിരിച്ചുവന്നു. അവിടെ അദ്ദേഹം കിടപ്പിൽതന്നെയായി. അദ്ദേഹത്തെകാണാൻവേണ്ടി ആയിരക്കണക്കിനാളുകൾ മഠത്തിലെത്തി. നിരവധിയാളു

കൾ വിദേശങ്ങളിൽനിന്നും വിവേകാനന്ദന്റെ രോഗവിവരമറിഞ്ഞ് ഇന്ത്യയിലേക്ക് പ്രവഹിക്കാൻ തുടങ്ങി. അദ്ദേഹത്തിന്റെ കരളിന് ശക്തമായ വേദനയുണ്ടായതായി പറയപ്പെടുന്നു. അവസാനകാലത്ത് സിസ്റ്റർ നിവേദിത അദ്ദേഹത്തോടൊപ്പമുണ്ടായിരുന്നു. ജൂൺമാസമാവുമ്പോഴേക്കും വിവേകാനന്ദന്റെ ആരോഗ്യം ഏതാണ്ട് ക്ഷയിച്ചുകഴിഞ്ഞതായും അന്ത്യത്തിന്റെ സൂചനകൾ പ്രകടമായതായും സിസ്റ്റർ നിവേദിത അനുസ്മരിക്കുന്നു.

> ജൂൺ കഴിഞ്ഞപ്പോഴേക്കും തന്റെ അന്ത്യം അടുത്തുവരുന്നതായി വിവേകാനന്ദൻ മനസിലാക്കിയിരുന്നു. “ഞാൻ മരണത്തിനുവേണ്ടി തയാറെടുക്കുകയാണ്” എന്ന് വിവേകാനന്ദൻ അദ്ദേഹത്തോടൊപ്പമുള്ള ഒരാളോട് പറഞ്ഞു. “ഒരു വലിയ തപസ്യയും ധ്യാനവും തനിക്കുമേൽ വന്നിരിക്കുന്നു, ഞാൻ മരണത്തിനുവേണ്ടി തയാറെടുക്കുകയാണ്.”
>
> എന്നാൽ വിവേകാനന്ദൻ ഞങ്ങളെ വിട്ടുപിരിയുമെന്ന് സങ്കൽപ്പിക്കാത്ത ഞങ്ങൾ മൂന്നുനാല് വർഷങ്ങൾക്കുശേഷം ഒരു കാര്യം മനസ്സിലാക്കിയിരുന്നു അദ്ദേഹത്തിന്റെ അന്ത്യം അടുത്തിരിക്കുന്നു.

അന്ത്യകാലമാവുമ്പോഴേക്കും അദ്ദേഹം പൂർണമായ ധ്യാനാവസ്ഥയിലായിരുന്നു. സന്ദർശകരെയും സന്യാസികളെയും പുറത്തുനിർത്തി അദ്ദേഹം തന്റെ മുറിക്കുള്ളിൽ ധ്യാനനിരതനായി കിടന്നു. കുറച്ചുനേരം കഴിഞ്ഞ് ശിഷ്യരെ അടുത്തുവിളിച്ച് അദ്ദേഹത്തിന്റെ ശിരസിന് വീശിക്കൊടുക്കാൻ ആവശ്യപ്പെട്ടു. ശിഷ്യർ കരുതിയത് അദ്ദേഹം ഉറങ്ങുകയാണെന്നാണ്. എന്നാൽ ഒരു മണിക്കൂറിനുശേഷം അദ്ദേഹത്തിന്റെ കൈ ചെറുതായൊന്നു വിറച്ചു. പിന്നെ ദീർഘമായി നിശ്വസിച്ചു. അദ്ദേഹം സമാധിപ്രാപിച്ചുവെന്ന് ശിഷ്യർ കരുതി. അവർ താഴേക്കിറങ്ങിവന്ന് മറ്റു സന്യാസികളെ വിളിച്ചു. അവർ വിവേകാനന്ദനെ സ്പർശിച്ചുനോക്കി. ആ ശരീരത്തിലെ നാഡികൾ പ്രവർത്തിക്കുന്നുണ്ടായില്ല. അന്നുരാത്രി ഒരു ഡോക്ടർവന്നു അദ്ദേഹത്തിന്റെ മരണം ഉറപ്പിച്ചു. ആ ശരീരം എന്നെന്നേക്കുമായി നിശ്ചേതനമായി കഴിഞ്ഞിരുന്നു. പിറ്റേന്ന് പ്രഭാതത്തിൽ അദ്ദേഹത്തിന്റെ കണ്ണുകളിൽ രക്തം കണ്ടിരുന്നു. വായിൽനിന്നും നാസാദ്വാരങ്ങളിൽനിന്നും ചെറുതായി രക്തം പ്രവഹിക്കുന്നുണ്ടായിരുന്നു. ശിരസിലെ രക്തഞരമ്പുകൾ തകർന്നതാണ് അതിനുകാരണമെന്ന് ഡോക്ടർമാർ അഭിപ്രായപ്പെട്ടു. വിവേകാനന്ദന്റെ മഹാസമാധിക്കുശേഷം ധാരാളം ഡോക്ടർമാർ അദ്ദേഹത്തിന്റെ ജീവൻ തിരിച്ചെടുക്കാൻവേണ്ടി ശ്രമങ്ങൾ നടത്തിയിരുന്നു. അവർ അവരുടെ എല്ലാ കഴിവുകളും ഉപയോഗിച്ചുനോക്കി. എന്നാൽ എല്ലാം വൃഥാവിലാവുകയായിരുന്നു. വിവേകാനന്ദന്റെ സമാധി വാർത്ത ബെലൂർമഠത്തെയും സന്യാസികളെയും അക്ഷരാർഥത്തിൽ ഞെട്ടിപ്പിച്ചു. നാടിന്റെ നാനാഭാഗത്തുനിന്നും ആളുകൾ ബെലൂർമഠത്തിലേക്കൊഴുകി. വണ്ടികളിലും ബോട്ടുകളിലും ധാരാ

ളമാളുകൾ അവിടെ എത്തിച്ചേർന്നു. ആയിരക്കണക്കിന് ആളുകളെ തന്റെ അസാധാരണമായ ബുദ്ധിശക്തികൊണ്ടും പ്രഭാഷണവൈദഗ്ധ്യം കൊണ്ടും സ്തംഭിപ്പിക്കുകയും വിസ്മയിപ്പിക്കുകയും ആവേശഭരിതരാക്കുകയും ഉൽബുദ്ധരാക്കുകയും ചെയ്ത ഇന്ത്യകണ്ട എക്കാലത്തെയും മഹാനായ മനുഷ്യന്റെ ശരീരം നിശ്ചലമായി കിടക്കുന്നത് ആയിരങ്ങളെ കണ്ണീരണിയിച്ചു. ദുഃഖിതരായ മനുഷ്യരുടെ ഹൃദയങ്ങളിൽ സാന്ത്വനം പകരുകയും തന്റെ അപാരമായ ജ്ഞാനംകൊണ്ട് കീഴടക്കുകയും പൊട്ടിച്ചിരിപ്പിക്കുകയും വിനോദിപ്പിക്കുകയും ചെയ്ത സ്വാമിവിവേകാനന്ദന്റെ ജീവിതം ഇവിടെ അവസാനിക്കുന്നു. അദ്ദേഹം മരിച്ചുവെന്ന് വിശ്വസിക്കാൻ ആളുകൾക്ക് കഴിയുമായിരുന്നില്ല. ഇന്ത്യ ഒട്ടുക്കും ലോകമൊട്ടുക്കും ദുഃഖകരമായ ഈ വാർത്ത പരന്നു. ടെലഫോൺ കോളുകൾ, ടെലഗ്രാഫുകൾ, കത്തുകൾ, അനുശോചനങ്ങൾ.... വിവേകാനന്ദന്റെ വേർപാട് ഇന്ത്യയെ സംബന്ധിച്ചിടത്തോളം ഏറ്റവും വലിയ ഒരു നഷ്ടമായിരുന്നു. ആയിരക്കണക്കിന് വർഷങ്ങളായി കണ്ണീരിലൂടെയും രക്തത്തിലൂടെയും വലിച്ചിഴക്കപ്പെട്ട ലോകമെങ്ങുമുള്ള മർദ്ദിതരും പീഡിതരുമായ ജനങ്ങൾക്കുവേണ്ടി അവരുടെ വിമോചനത്തിനുവേണ്ടി ഉജ്ജ്വലമായി സ്പന്ദിച്ച ആ വലിയ ഹൃദയം അതിന്റെ സ്പന്ദനം നിർത്തി. എന്നാൽ അദ്ദേഹം ഉണർത്തിവിട്ട ആശയങ്ങളുടെയും ആദർശങ്ങളുടെയും സ്പന്ദനം നിലച്ചില്ല. ശ്രീരാമകൃഷ്ണ മിഷന്റെയും വിദേശത്തും സ്വദേശത്തുമുള്ള നിരവധി സംഘടനകളിലൂടെയും വിവേകാനന്ദന്റെ പല ഗ്രന്ഥങ്ങളിലൂടെയും വിവേകാനന്ദനെക്കുറിച്ചുള്ള രചനകളിലൂടെയും അത് ഇന്നും സജീവമായി സ്പന്ദിച്ചുകൊണ്ടിരിക്കുകയാണ്.

അനുബന്ധം

സഹായകഗ്രന്ഥങ്ങൾ

1. The Life of Swami Vivekananda By His Eastern and Western Disciples.
2. The Complete Works of Swami Vivekananda.
3. Letters of Sister Nivedita.
4. Rolland, Romain. *The Life of Swami Vivekenanda and the Universal Gospel.*
5. Sharma, Beni Shankar. *Swami Vivekananda--- A Forgotten Chapter of His Life.*
6. Sister Nivedita, *The Master as I Saw Him.*
7. *സ്വാമി വിവേകാന്ദൻ* - എൻ വി പി ഉണ്ണിത്തിരി
8. *സ്വാമിവിവേകാനന്ദൻ സമകാല സൂര്യമുഖങ്ങളിലൂടെ*-ഇരവിനെല്ലൂർ ഗോപിനാഥ്.
9. *ഭാരതീയ ചിന്ത* കെ ദാമോദരൻ
10. *Asia and Western Dominance* - K M Panikkar
11. *The Awakening of Europe* - Philip Volf
12. *The Discovery of India*- Jawaharlal Nehru
13. *My Experiments with Truth* - Mahatma Gandhi
14. Sister *Nivedidas Lectures and Writings*
15. Nikhilananda, Swami *Vivekananda A Biography*
16. Estern and Western Admirers. *Reminiscences of Swami Vivekananda.*

www.ingramcontent.com/pod-product-compliance
Lightning Source LLC
LaVergne TN
LVHW040752051026
849519LV00007BA/2529
* 9 7 8 9 3 8 5 0 1 8 1 7 6 *

علاقائی اردو ادب میں

حمد کی روایت

مرتبہ:

محمد امین الدین

Ilaqaayi Urdu Adab mein Hamd ki Rivaayat

by: Mohammad Ameenuddin

Edition: May '2024

Publisher :

Taemeer Publications LLC (Michigan, USA / Hyderabad, India)

ISBN 978-93-5872-324-3

9 789358 723243

کتاب : **علاقائی اردو ادب میں حمد کی روایت**

مصنف : **محمد امین الدین**

پروف ریڈنگ / تدوین : اعجاز عبید

صنف : تحقیق و تنقید

ناشر : تعمیر پبلی کیشنز (حیدرآباد، انڈیا)

سالِ اشاعت : سنہ ۲۰۲۴ء

صفحات : ۱۲۲

سرورق ڈیزائن : تعمیر ویب ڈیزائن

فہرست

ڈاکٹر شرف الدین ساحل

ناگپور میں حمد و مناجات کی روایت

حمد و مناجات کا تعلق مذہبی جذبات و احساسات سے ہے۔ جس شاعر کے دل میں یہ جذبہ و احساس جاگزیں ہوتا ہے وہی اللہ کی حمد و ثنا کرتا ہے۔ اس کے سامنے دست سوال دراز کر کے دعا مانگتا ہے۔ اسی کے آگے اپنی پریشان حالی کا تذکرہ کر کے اس سے رحم و کرم کی درخواست کرتا ہے۔ یہ ایک روشن حقیقت ہے کہ ہمارے بیشتر شعرا کے دل اس جذبے سے لبریز رہے ہیں۔ یہی وجہ ہے کہ ہماری شاعری میں حمد و مناجات کا بڑا ذخیرہ موجود ہے۔ ہر دور کے خدا شناس شعرا نے دل کی گہرائیوں سے حمد و مناجات کہی ہیں۔ انھوں نے ان میں خدا کی توحید کو بڑی خوبی سے ظاہر کیا ہے اور اس کے حضور دونوں ہاتھ پھیلا کر اپنے دل کی بات عاجزی و انکساری سے کہی ہے۔ اس صف میں ناگپور کے شعرا بھی شامل ہیں۔

ناگپور کے پہلے شاعر لالہ پیم چند ہیں جنھوں نے فردوسی کے شاہنامے کا پانچ سال کی مشقت کے بعد ۱۲۰۷ھ (۱۷۹۲ء) میں اردو میں منظوم ترجمہ مکمل کیا تھا۔ اس کتاب کا ایک قلمی نسخہ سنٹرل لائبریری، حیدرآباد میں محفوظ ہے۔ انھوں نے کتاب کی ابتدا جن حمدیہ اشعار سے کی ہے وہ بہت معنی خیز ہیں۔ یہ خدا کی توحید اور اس کی قدرت کاملہ کو خوبصورتی سے واضح کرتے ہیں۔ چند شعر دیکھئے:

خدا تجھ کو شاہی سزاوار ہے
صفت کو تری کچھ نہ آکار ہے
ترا نام روشن زباں پر دھرے
تو باہر و بھیتر اجالا کرے
جو صادق ترے نام پر ہے مدام
تو ہے اس کنے رات دن، صبح و شام
مقرر ہے درپن کا خاصہ تجھے
جو جس طور دیکھے اسے تیوں سجھے
تو نے جگ دکھایا، بے تو نا دکھے
جیوں آنکھوں سے سب دکھ، نہ انکھی دکھے
تو ہے مشک نافہ، مثل تن منے
ہرن جھول کر کھوجتی بن منے
کرے تو مدد تو ہے آساں سبھی
دہی کو متھے پر نکلتا ہے گھی

بے شک اللہ ہی مالک الملک اور وحدہ لاشریک ہے۔ جو دل کی گہرائیوں سے اس پر یقین کامل رکھتا ہے وہ رات دن اور صبح و شام اس کے قریب ہوتا ہے۔ اسی کی مدد سے ہر کام آسان ہوتا ہے۔ اس حمد و ستائش کے بعد پیم چند نے اپنی ذات پر اللہ تعالیٰ کی مہربانیوں کا ذکر کیا ہے۔ شکم مادر میں پرورش پانے سے لے کر ایام پیری تک کا تذکرہ کیا ہے۔ اس کے بعد اس کی صناعی کو اس طرح نمایاں کیا ہے:

یہ دریا کو تو اپنی قدرت سے کر

زمیں کو بچھایا ہے پانی اُپر
بنا کر رکھا اس پہ قدرت کا بھار
سما کو کیا بے ستوں استوار
چراغاں اسی میں لگایا تُہیں
چندر اور سورج بنایا تُہیں

پیم چند اسی طرح خدا کی حمد و ثنا بیان کرتے چلے گئے ہیں۔ ان کی حمد صاف ستھری اور حقائق پر مبنی ہے۔ ان کے معاصرین میں ایک شاعر عاصی بھی تھے جو ناگپور کے راجہ بہرام شاہ کے دربار سے تعلق رکھتے تھے۔ ان کی ایک ضخیم مثنوی صفات الانبیا کا قلمی نسخہ احم دآباد کی درگاہ حضرت پیر محمد شاہ کے کتب خانے میں محفوظ ہے۔ یہ ۱۲۱۲ھ (۱۷۹۷ء) میں مکمل ہوئی ہے۔ عاصی نے بھی اس کی ابتدا حمد الٰہی سے کی ہے اور اس کے تحت بیس اشعار کہے ہیں۔ وہ کہتے ہیں کہ اللہ کی صفات کو بیان کرنا ممکن نہیں ہے۔ وہی ہر چیز کا صانع ہے۔ وہی جن وانس کا خالق ہے۔ اسی نے سورج، چاند اور ستارے بنائے۔ عرش، کرسی، جنت اور دوزخ بنائی اور دن کو رات پر غالب کیا۔ اس کے بعد وہ اپنے عجز کا اس طرح اعتراف کرتے ہیں:

سب درختوں کی بناویں گر قلم
وصف پورا ہو سکے نہ یک رقم
جب کریں تعریف ربِ ذوالجلال
ہوتی تا دریا میں یک قطرہ مثال

اور آخر میں خدا سے یہ درخواست بھی کرتے ہیں:

شاعری کرنے کا مجھ کو دے کے ذوق

رکھ مرے دل میں تری الفت کا شوق
بخش دے سارے گنہ میرے رحیم
فضل کر دکھلا صراط المستقیم
دل سے تجھ در کی نگہبانی کروں
عاجزی سوں خاک پیشانی کروں
بس یہی عاصی کو ہے تجھ سے امید
کر سیاہ نامہ مرا دھو کر سفید

لالہ ہیم چند اور عاصی فکری اعتبار سے اٹھارویں صدی عیسوی سے تعلق رکھتے ہیں۔ انیسویں صدی میں ناگپور میں جو شعرا تھے ان میں مولانا غلام رسول غمگین، فیض محمد فیض، سید عباس علی شہرت اور سید محمد عبد العلی عادل نمایاں حیثیت رکھتے ہیں۔ یہ بنیادی طور پر فارسی کے شاعر تھے لیکن ان میں عادل نے اردو میں بھی اپنی جولانی طبع کے خوب جوہر دکھائے ہیں اور اس میں ایک دیوان اور دو مجموعہ کلام: خزائن الاشعار اور جیش المضامین اپنی یادگار چھوڑے ہیں۔ راقم الحروف نے ان سب کی مدد سے تقریباً دو سو صفحات پر مشتمل عادل کا ایک کلیات ترتیب دیا ہے جو شائع ہو چکا ہے۔ عادل نے اپنے دیوان کی ابتدا حمد باری تعالیٰ سے کی ہے۔ جو مضمون آفرینی اور معنی آفرینی سے پر ہے۔ وہ اپنے عجز کا اعتراف کرنے کے بعد کہتے ہیں کہ خدا نے حسینانِ بوستاں کو پند و نصیحت کرنے کے لیے بلبل کو منبر گل پر خطیب کا منصب عطا کیا ہے۔ وہی گناہوں کا بخشنے والا اور راستے کی دشواریوں کو آسان کرنے والا ہے۔ دیکھئے:

کیا مجھ سے وصف ہووے جناب رقیب کا
برہاں ہے اس پہ عجز خود اس کے حبیب کا

بلبل کو بہرِ پندِ حسینانِ بوستاں
بخشا ہے رتبہ منبرِ گل پر خطیب کا
ہے پا فتادگوں کو کرم اس کا دستگیر
غفار ہی وہی گنہ پر معیب کا
آجائے اس کا قلزم رحمت جو جوش پر
مخطی کو ہو حصول مراتب مصیب کا
ہے نغمہ سنج حمد میں اس کی ہی ہر سحر
بے وجہ گل پہ شور نہیں عندلیب کا

عادل نے اس حمد میں چند مناجاتی اشعار بھی کہے ہیں جن میں خدا کے حضور میں یہ التماس کی ہے:

بارِ گنہ سے میرا الٰہی جھکا ہے سر
جز تیرے سر فراز نہ مجھ سے کبیب کا
شیطان کھینچتا ہے مجھے سوئے سیّأت
اور یونہی حال ہے میرے نفسِ رغیب کا
توفیقِ نیک ہمرہ دل میرے رکھ مدام
لازم ہے جیسے طفل پہ رہنا ادیب کا
آہ پگاہی سے مرے باطن کو دے جگا
اس فوج کو وہ گویا ہے نعرہ نقیب کا
مجھ روسیہ کے شعر مبیض پہ رحم کر
ایامِ شاب گزرے اب عالم ہے شیب کا

نقشِ دوئی سے لوحۂ خاطر کو صاف رکھ
عادلؔ کو عشق دے تو رسولِ حبیب کا

عادل نے اپنے مجموعہ کلام خزائن الاشعار کے منظوم دیباچہ میں بھی حمد و مناجات لکھی ہے جو مثنوی کے فارم میں ہے۔ اس میں بلا کی روانی، گہرائی اور گیرائی ہے۔ خدا کی قدرت، حکمت اور صناعی کو ظاہر کرنے کے لیے جو مثالیں دی گئی ہیں وہ جامع اور دل کو متاثر کرنے والی ہیں۔ چند شعر:

لائق حمد ذاتِ داور ہے
جس کی توصیف میں زباں تر ہے
بادشاہی جملہ کون و مکاں
ہے اسی ذات پاک کو شایاں
فیضیاب اس سے جزو تا کل ہے
حسن گل ہے، تو عشق بلبل ہے
اس کو گنجِ ادا و ناز دیا
اس کو سرمایۂ نیاز دیا
فیض سے اس کے بہرور ہے تمام
کیا گدا، کیا امیر اوج مقام
یم کو بخشی جو آبروئے بہیں
تو صدف کو دیا ہے درِّ ثمیں
چرخ کو رتبہ رتبہ اوج دیا
ارض کو بحر بحر موج دیا

اس کو زینت دیا ستاروں سے
اس کو محبوب گل عذاروں سے
سب پہ انساں کو اس نے فضل دیا
اشرف الخلق نام اس کا کیا
ظاہرا صورتِ صغیر ہے یہ
باطنا عالم کبیر ہے یہ

اس کے بعد مناجات ہے۔ اس میں وہی مضامین ہیں جو پہلی مناجات میں ہیں۔ عادل کی یہ دونوں حمد و مناجات ان کے تبحر علمی کو نمایاں کرتی ہے۔ عادل کے بعد حاجی الٰہی بخش کی مناجاتیں توجہ کے دامن کو الجھاتی ہیں۔ موصوف نے پچاس سال سے زائد جامع مسجد ناگپور میں امامت کا فریضہ انجام دیا اور ۲۴ دسمبر ۱۹۵۳ء کو ۱۰۳ سال کی عمر پا کر رحلت فرمائی۔ اپنے وقت کے مشہور فقیہ اور جید عالم تھے۔ ہمیں ان کی جو مناجاتیں ان کی غیر مطبوعہ کتابوں میں ملی ہیں انھیں وہ اکثر فرض نماز کے بعد دعا میں پڑھا کرتے تھے۔ ان میں جو ایمانی حرارت و کیفیت ہے وہ دلوں کو متاثر کرنے والی ہے۔ دیکھئے وہ خدا کے سامنے کس اخلاص سے ہاتھ پھیلا کر التجا کر رہے ہیں:

یاالٰہی، یاکریم ویارحیم
التجا کرتا ہوں تجھ سے یا علیم
یاالٰہی ہاتھ میں کر کے دراز
یہ دعا کرتا ہو تجھ سے کارساز
یاالٰہی دل مرا ناشاد ہے
شاد کر اس کو یہی فریاد ہے

یاالٰہی سر پہ ہے بارِ خطا
بخش دے تو واسطے خیر الورا
یاالٰہی دے شعورِ بندگی
ذکر میں تیرے بسر ہو زندگی
یاالٰہی موت جب آئے قریب
کلمۂ طیب زباں کو ہو نصیب
یاالٰہی جب کہ ہو محشر بپا
رکھ مجھے زیرِ لوائے مصطفیؐ
یاالٰہی جب کہ میزاں پر مرا
نامۂ اعمال ہو مجھ کو بچا
یاالٰہی تیرا دیدارِ حسیں
واں کرا ہے یہ تمنا دل نشیں
یاالٰہی تو ہے رحمن و رحیم
بخش دے میرے گناہوں کو کریم
یاالٰہی بخش دے استاد کو
والدہ، والد، مرے اجداد کو
ہے یہی حاجی کی تجھ سے التجا
اپنی رحمت سے تو کر جنت عطا

ایک مومن کا جو ایمان اور اس کے دل میں جو تمنائیں ہوتی ہیں وہ اس مناجات کے لفظ لفظ سے ٹپک رہی ہے۔ بارِ خطا سے گھبرا کر جس انداز سے دعا مانگی جاتی ہے وہ اس کے

ہر شعر سے ظاہر ہے۔ ایک اور مناجات کے یہ چار شعر دیکھئے اپنے گناہوں کا اعتراف کر کے کس عاجزی سے کہہ رہے ہیں:

بندہ یہ خاکسار ہے اور ننگ و خوار ہے
غافل ہے بندگی سے خطا بے شمار ہے
بخشش کی آرزو ہے اسے بخش دے کریم
اس فیصلے کا تجھ کو فقط اختیار ہے
فضل و کرم سے اس کے گناہوں کو ڈھانپ دے
اور بخش دے اسے کہ یہ تقصیر وار ہے
سن لے مرے کریم یہ حاجیؔ کی التجا
اپنی خطا پہ عرصے سے یہ بے قرار ہے

یہی حسرت، تڑپ، بے چینی اور آرزو ان کی اس مناجات میں بھی ہے:

یا ربّنا، یا ربّنا، ستار تو، غفار تو
رحمن ہے، رحیم ہے، پروردگار ہے
چاہے جسے عزت تو دے، چاہے جسے تو ذلت
چاہے بہشت دے اسے جو لائقِ فی النّار ہے
امت محمد مصطفیٰ کی بخش دے، تو بخش دے
یا ربّنا، یا ربّنا، یہ عرض تجھ دربار ہے
یہ ہے گناہوں میں گھرا، کرتا ہے تجھ سے التجا
حاجی کو بھی تو بخش دے، رحمت تری بسیار ہے

خدا کو اول، آخر، ظاہر، باطن، قادر، عادل، رحمن، رحیم، جبار، رزاق، خالق اور

رب العالمین وغیرہ تسلیم کرنا ہی اصل ایمان ہے۔ وہی حاجت روا، مشکل کشا، عالم الغیب والشھادہ اور مالک الملک ہے۔ وہ سب کی سنتا ہے۔ زمین پر چلنے والی چیونٹی کے پیروں کی آواز سے بھی باخبر ہے۔ وہی ہے جو پتھر میں رہنے والے کیڑوں کو بھی رزق عطا کرتا ہے لہٰذا دست سوال اسی کے آگے دراز ہونا چاہئے۔ اسی سے التجا و التماس کرنا چاہئے۔ یہ بزرگ شعرا اس حقیقت سے پوری طرح باخبر تھے اس لیے ان کی حمد و مناجات میں اعتماد و یقین کا لہجہ ملتا ہے۔ ان میں وہ سوز دروں بھی ہے جو محبت الٰہی سے پیدا ہوتا ہے اور صراط مستقیم پر گامزن کرتا ہے۔

بیسویں صدی کے بزرگ اور استاد شعرا میں مولانا ناطق، نواب غازی، حمید ناگپوری، حکیم واقف برہانپوری اور طرفہ قریشی اہمیت کے حامل ہیں۔ ان میں ناطق نے اپنے دیوان اور حمید نے اپنے مجموعہ کلام حرف خاموش میں اپنے عجز کا اس طرح اعتراف کیا ہے:

اعتراف نارسائی ہے مقام آگاہ کا
حمد باری لکھنے والے نام لے اللہ کا
---ناطقؔ

تری حمد و ثنا لفظ و بیاں میں آ نہیں سکتی
کمالِ عجز ہے یارب جو ساکت ہے زباں میری
---حمیدؔ

طرفہ قریشی کے مجموعۂ کلام: پہلی کرن، نصف النہار، فانوسِ حرم اور شہید اکبر حمد و مناجات سے خالی ہیں۔ نواب غازی کی دعائیہ نظموں کا ایک مختصر سا کتابچہ نوائے نیم شب شائع ہوا ہے۔ اس میں جو دعائیں شامل ہیں وہ فانی و لافانی دنیا کے فرق اور زندگی و موت

کی حقیقت کو واضح کرتی ہیں۔ ایک دعائیہ نظم ترانۂ حق کے یہ تین بند دیکھئے:

ایمان صافی، داروئے شافی
دم ساز وافی، شبلی نہ حافی
اللہ کافی، ہر شے اضافی

کیا زر کا رونا، آخر یہ ہونا
مٹی میں سونا، کنکر بچھونا
اللہ کافی، ہر شے اضافی

درویش غازی، کیا خانہ سازی
دنیا مجازی، دو دن کی بازی
اللہ کافی، ہر شے اضافی

نواب غازی کی ایک مناجات جسے اکثر مکتبوں کے طلبہ پڑھتے رہے ہیں بہت مقبول ہے اس کے تین شعر ملاحظہ کیجئے:

پھر شان مسلماں کو اے خالق اکبر دے
پھر تختِ سلیماں دے، پھر بختِ سکندر دے
پھر مردِ مسلماں کو بو بکر و عبیدہ کر
بھٹکی ہوئی امت کو پھر حبِّ پیمبر دے
آوازِ دلِ پر خوں تا عرش پہنچ جائے
غازی کی دعاؤں کو جبریل کا شہپر دے

اب حمد رب کائنات دیکھئے۔ اس میں نواب غازی نے خدا کی خدائی کی عکاسی عالمانہ انداز سے کی ہے۔ خدا پاسبان زماں و مکاں، مالک دو جہاں، وحدہ لاشریک، حکمران کائنات

اور خالق انس و جاں ہے۔ اس یقین کامل سے شاعر کا دل معمور ہے اور وہ خدا کی حمد و ثنا کے ساتھ ساتھ اس سے التجا بھی کر رہا ہے:

اے خدا پاسبانِ زمان و مکاں، مالکِ دو جہاں، وحدہ لاشریک
ارض تا کہکشاں، آسماں آسماں، ایک تو حکمراں، وحدہ لاشریک
قبضۂ سلطنت، فرش سے عرش تک، سطوت و مقدرت از سما تا سمک
تو ہی لاریب و شک، فاطر نہ فلک، خالق انس و جاں وحدہ لاشریک
کس قدر عام فیضانِ انعام ہے، محفل جام آشام خوش کام ہے
اژدہام امم صبح تا شام ہے، ساقی تشنہ گاں وحدہ لاشریک
صوفی و برہمن، پارسا پاک تن، عندلیبِ چمن، قمریِ بانگ زن
برگ و بارِ سمن، ذاکر ذوالمنن، لذتِ ہر زباں، وحدہ لاشریک
ناوک افگن کمانِ فلک بر ملا، صف بصف ہر طرف لشکر کربلا
فضل سے، عدل سے، ٹال دے ہر بلا، داورِ مہرباں وحدہ لاشریک
دشمنانِ قوی ہوں کمیں در کمیں، دشنۂ بغض و کیں آستیں آستیں
اے معینِ متیں غم نہیں غم نہیں، مامنِ دوستاں، وحدہ لاشریک
کجکلاہ عجم، لعبتِ محتشم، ننگِ آدم سرِ خم بپائے صنم
غازیِ کم خدم، کیوں جھکے پیشِ جم، قبلۂ عاشقاں وحدہ لاشریک

حکیم واقف حکمت کے فن میں بھی ماہر تھے۔ وہ کامیابی سے مطب چلاتے تھے۔ اپنے اسی پیشے کی رعایت سے انھوں نے جو حمد کہی ہے وہ ایک نئے اسلوب کی غمازی کرتی ہے:

عالم میں اے خدا ہے تو ہی عام کا حکیم

تیرے سوا نہیں کوئی بیدام کا حکیم
دی تو نے مہر و ماہ کو حکمت کی روشنی
اک صبح کا حکیم ہے، اک شام کا حکیم
میری طرف علاج ہے، تیری طرف شفا
میں نام کا حکیم ہوں، تو کام کا حکیم
ملتی ہے تجھ سے نبض کی تشخیص میں مدد
محتاج ہے ہر اک ترے الہام کا حکیم
تشخیص دے، شفا بھی دے، واقف ہے مجھ سے تو
یارب بنا بھی دے مجھے کچھ کام کا حکیم

ان کے بعد جن شعرا کی حمد مطبوعہ شکل میں ملتی ہے ان میں محمد حسن ندیم، منشاء الرحمن منشاء، مولانا اکبر علی اکبر، جلیل ساز، فرید تنویر، شارق جمال اور خضر کے اسمائے گرامی قابل احترام ہیں۔ ندیم کے مجموعۂ کلام قوسِ سخن میں چار حمد اور چار حمدیہ قطعات ہیں۔ اس سلسلے میں ان کا یہ عقیدہ و ایمان ہے:

سدا جو آنکھ، تری حمد پاک سے تر ہے
وہ تیرے فضل سے ایمان کا سمندر ہے
نہ ہو زبان کو جنبش کبھی جو حمد کے ساتھ
صدف میں رہ کے وہ گویا حقیر پتھر ہے

ندیم نے اپنی حمد و ثنا میں خدا کی قدرت کاملہ کو واضح کرنے کے لیے جس زورِ فکر کا سہارا لیا ہے وہ حقائق پر مبنی ہیں۔ اس کا اندازہ ان اشعار سے لگایا جا سکتا ہے:

سراپا عیب ہوں میں لائق ثنا تو ہے

خود اپنی حمد مقدس کا منتہیٰ تو ہے
ازل سے تابہ ابد اپنی کبریائی کی
صدائے کن سے حقیقت سنا رہا تو ہے
زبانِ بحر پہ تسبیح حباب کی رکھ دی
طواف کرتے بگولے اڑا رہا تو ہے
جلال مہر و جمال مہ و نجوم کے ساتھ
مزاجِ خلد و جہنم بتا رہا تو ہے
زبان جہل کہاں اور حمد پاک کہاں
ندیم آپنی حقیقت بھی جانتا تو ہے

ڈاکٹر منشاء کے یہاں جو حمد و مناجات ملتی ہیں وہ فکری لحاظ سے بالکل سہل اور عام فہم ہیں۔ ان میں شاعرانہ فنکاری معدوم ہے۔ مثلاً:

تو مختار کون و مکاں ہے الٰہی
تو ہی مالک دو جہاں ہے الٰہی
تری حمد آخر بیاں ہو تو کیسے
ہماری زباں ناتواں ہے الٰہی
بظاہر تجھے ہم نے دیکھا نہیں ہے
تو آنکھوں سے یوں تو نہاں ہے الٰہی
زمیں آسماں کی ہر اک شے سے لیکن
ترا حسن قدرت عیاں ہے الٰہی

مولانا اکبر علی اکبر کے مجموعۂ نعت "نعت النبیؐ" میں دو حمد و ثنا (غزل کے فارم میں)

اور مجموعۂ منقبت "زمزمۂ مدحت" میں ایک حمدیہ مسدس شامل ہے۔ اپنے حمدیہ کلام کو مولانا اکبر نے علمیت و ذکاوت سے مزین کیا ہے۔ حمدیہ مسدس کا یہ بند دیکھئے:

وہ خواہ عرض ہو، یا جوہر
مرجان ہو، یا لعل و گوہر
ہر برگ و ثمر، ہر شاخ و شجر
ہر غنچہ و گل، ہر شام و سحر
پڑھتے ہیں سبھی تیرا کلمہ
سبحان اللہ، سبحان اللہ

یہ حمدیہ اشعار بھی اس حقیقت کے شاہد ہیں۔ دیکھئے فلسفہ و منطق سے کس طرح فائدہ اٹھایا ہے:

یکتا ہے، کوئی ضد ہے نہ ند، خلق و امر میں
طاعت کا اپنی اس لیے حقدار ہے خدا
جوہر ہے، نہ عرض ہے، نہ ہے جسم اور نہ شے
عقلاً حلول اس لیے دشوار ہے خدا
بے حاسہ کے کرتا ہے ادراک رنگ و بو
ہر رفع صوت سمع کا اقرار ہے خدا

جلیل ساز کے مجموعہ کلام نگاہ میں جو حمد ہے وہ فکری لحاظ سے منفرد رنگ میں ڈوبی ہوئی ہے۔ انھوں نے جو سوالات قائم کیے ہیں وہی خدا کے وجود کو ثابت کرتے ہیں۔ ملاحظہ کیجئے:

مفہوم کو الفاظ سے جوڑا کس نے؟

دھرتی کی کہانی کو جھنجھوڑا کس نے؟
آکاش پہ ناہید کے نغمے جاگے
ظلمات کے سناٹے کو توڑا کس نے؟
ذہنوں میں جما تھا جو لہو برسوں سے
حدت کو فزوں کر کے نچوڑا کس نے؟
اے ساز گہر تھا جو صدف میں پنہاں
گہرائی میں جا کر اسے توڑا کس نے؟

شارق جمال کے مجموعۂ کلام عکس بر عکس اور نقش در نقش میں ایک ایک حمد ہے۔ ان میں خدا کی تعریف و توصیف شاعر نے اپنی ذات کے حوالے سے نئے انداز سے کی گئی ہے:

لیے ہوئے ہر اک آہنگ ساز کا تو ہے
جو گونجتی ہے تخیل میں وہ صدا تو ہے
الگ نہیں تو مرے جسم سے کسی بھی طرح
رگوں میں خون کے ہمراہ دوڑتا تو ہے
شعور ذہن میں پیکر بنائے کیسے ترا
نہ خاک کا ہے ترا تن، نہ کانچ کا تو ہے
سوچئے مجھ سے کب جدا وہ ہے
مجھ میں اب بھی چھپا ہوا وہ ہے
اب بھی شامل ہے میرے نغموں میں
ہے زباں میری اور صدا وہ ہے

ایک پل بھی جدا نہیں ہوتا
دیکھئے سامنے کھڑا وہ ہے

فرید تنویر کی جو مطبوعہ حمد ملی ہے وہ مخمس کی صورت میں ہے۔ اس میں زمین وآسماں، گلستاں وصحرا، فرش وعرش، علم وحکمت، عقل ودانش، ماہ وخورشید، شجر وحجر، توریت وزبور اور انجیل وقرآن کے حوالے سے خدا کی قدرت وحکمت کو ظاہر کیا گیا ہے۔ ایک بند دیکھئے:

یہ شجر، یہ حجر، یہ گل بوٹے
ماہ وخورشید، نور کے چشمے
تیری صنعت ہے، کام ہے تیرا
ہر طرف جلوہ عام ہے تیرا
سب سے اعلا مقام ہے تیرا

خضر ناگپوری کے مجموعۂ کلام راز حیات میں جو حمد ہے اس میں بھی اسی قسم کے جذبات واحساسات ملتے ہیں۔ وہ گنگناتی ہوا، مسکراتی فضا، جگمگاتی ضیا اور دل لبھاتی ادا میں جلوۂ قدرت کی تلاش کرتے ہیں۔ وہ کہتے ہیں کہ ماہ وانجم میں اسی کی چمک، لعل ویاقوت میں اسی کی دمک، شاخ نازک میں اسی کی لچک اور غنچہ وگل میں اسی کی مہک ہے۔ یہی نہیں بلکہ وہ خدا کی قدرت کو یوں بھی نمایاں کرتے ہیں:

آئینہ خانۂ حیات میں تو
لمحہ لمحہ مشاہدات میں تو
سچ تو یہ ہے کہ کائنات میں تو
پھر بھی تنہا ہے اپنی ذات میں تو

یعنی کوئی نہیں ہے تیرے سوا
اے زہے لا الہٰ الا اللہ

عرفان قنوجی کے مجموعہ کلام سرحدِ عرفاں، لطیف ی اور کے مجموعۂ کلام گریۂ سنگ، امیر اللہ عنبر خلیقی کے مجموعۂ کلام احساس کا سفر، رحمت اللہ راشد کے مجموعہ کلام مخزنِ نور و شجرِ نور اور کلیم یزدانی کے مجموعۂ کلام جہدِ مسلسل کا آغاز بھی حمد سے ہوا ہے۔ ان شعرا کے یہ چند شعر دیکھئے:

خالقِ کونین ربِ ذوالجلال
تو خدائے لم یزل ہے لایزال
قبضۂ قدرت میں ہے سب کچھ ترے
قادرِ مطلق ہے تو بے قیل و قال
(عرفان قنوجی)

ہرچند نہیں آتا ہے آنکھوں سے نظر تو
انسانوں کی شہ رگ سے ہے نزدیک مگر تو
معراجِ شہنشاہ دوعالم سے ہے ثابت
لمحوں میں سمو سکتا ہے صدیوں کا سفر تو
(لطیف یاور)

یہ کائنات کی وسعت، یہ رفعتِ کونین
سبھی بنائے ہوئے کارخانے تیرے ہیں
ذلیل کریا جسے چاہے آبرو دیدے
یہ انتظامِ عروج و زوال تیرا ہے

(امیر اللہ عنبر خلیقی)

نہیں ہے راز کسی کا بھی تجھ سے پوشیدہ
ہر ایک شخص کے حالات جانتا تو ہے
نہیں کوئی اور ترے سوا تری شان جلّ جلالہ
تو ہی ابتدا تو ہی انتہا تری شان جلِ جلالہ

(کلیم یزدانی)

ناگپور میں جدید لب و لہجے کے جو شعرا ہوئے ہیں ان میں شاہد کبیر، پروفیسر یونس، شریف احمد شریف، ظفر کلیم اور شکیب غوثی کے کلام کے مجموعے زیور طبع سے آراستہ ہو چکے ہیں۔ ان سب میں مناجات شامل ہے۔ شاہد کبیر نے رب العزت کی بارگاہ میں ادب واحترام سے یہ دعا مانگی ہے:

کیے ہیں اتنے جہاں ایک اور کرم کر دے
مرے خدا تو مری خواہشوں کو کم کر دے
میں ہر کسی کا طبیعت سے احترام کروں
مری نظر میں مجھے اتنا محترم کر دے
شکست میرا مقدر رہے تو مجھے یارب
مری شکست کے اسباب ہی بہم کر دے
ستم رقم سے سوا، غم بیان سے باہر
زبان کاٹ دے، ان ہاتھوں کو قلم کر دے

شاہد نے انتقال سے ایک دن پہلے جو چار مصرعے کہے ہیں ان میں خدا کی حمد و ثنا کا منفرد انداز ملتا ہے:

ایک اللہ ثباتی ہے
باقی سب لمحاتی ہے
ڈال پہ بیٹھی ہر چڑیا
حمد اسی کی گاتی ہے

پروفیسر یونس عاجزی وانکساری سے اپنی مناجات میں یہ التماس کرتے ہیں:

کوئی تعویذ بھیج، ہیکل بھیج
روح کی مشکلات کا حل بھیج
اُف زمیں کے تنازعے یارب
آسمانوں سے قولِ فیصل بھیج
میں نے کاٹی ہے جبر کی اک عمر
کوئی تو اختیار کا پل بھیج
میری آنکھوں میں سرخ آنسو ہیں
اپنی رحمت کا سبز آنچل بھیج

شریف احمد شریف کا لہجہ باغیانہ ہے۔ وہ بڑی بے باکی سے خدا سے اس طرح شکایت کرتے ہیں:

بتا کہ تجھ سے مناجات کیوں کرے کوئی
رہے خموش جو تو، بات کیوں کرے کوئی
ہمارے حال کی جب ہے تجھے خبر داتا
تجھی سے شکوۂ حالات کیوں کرے کوئی
تجھے یہ ضد کہ غریبوں کو کچھ نہیں دے گا

تو پھر دراز یہاں ہات کیوں کرے کوئی

ظفر کلیم اپنے گناہوں کا اعتراف کر کے یوں دستِ سوال دراز کرتے ہیں:

خدا تو مقدس، گنہگار میں
تری ذات بے عیب ہے، خوار میں
تری رحمتوں کا تجھے واسطہ
تری بخششوں کا طلب گار میں
مرا ہر نفس تیرا ممنون ہے
تری دین کا، فردا اقرار میں
شہنشاہ سارے جہانوں کا تو
اے معبود تیرا نمک خوار میں

شکیب غوثی کی مناجاتیں بڑی پر تاثیر ہیں۔ ان کی سوچ کا کینواس وسیع ہے۔ ان کا لہجہ نرم، شائستہ اور مہذب ہے۔ ثبوت میں یہ چند شعر حاضر ہیں:

چل رہا ہوں خود کو اندھا جان کر
یا خدا روشن کوئی امکان کر
سب کو یکساں ہے ترا دست سخا
ہم گنہگاروں کا بھی نروان کر
سخت ہے بے سمت راہوں کا سفر
تو ہماری منزلیں آسان کر
سوکھے پیڑوں کو دوبارہ کر ہرا
دیدۂ مایوس کو حیران کر

پھر زمینوں پر من و سلویٰ اتار
خشک میدانوں کو دستر خوان کر
سفر تمام بھی ہو ابتدائے روشن دے
مسافر شب غم ہوں دعائے روشن دے
بہت نہیں کہ چمک جائے کوئی اک لمحہ
نواح عمر میں تھوڑی سی جائے روشن دے
کھڑا ہے چاروں طرف ایک لشکر جرار
مقابلہ ہے بلا کا عصائے روشن دے

شکیب غوثی عہد حاضر کے جواں فکر شاعر ہیں۔ انھی کی فکر پر حمد و مناجات میں ناگپور کے شعرا کا فکری سفر تمام ہوتا ہے۔

***

ڈاکٹر اشفاق احمد

ضلع آکولہ کی حمدیہ و مناجاتی شاعری

علاقہ برار کی سرزمین بہت ہی زرخیز اور مردم خیز واقع ہوئی ہے یہاں بیسویں صدی کے اوائل ہی سے علمی، تہذیبی، سماجی و ادبی تحریکوں کا آغاز ہو چکا تھا خطہ برار کے بزرگان دین، علماو صلحا، ادبا و شعرا اور سیاسی رہنماؤں نے اپنی خداداد صلاحیتوں کی بنا پر زندگی کے ہر شعبے میں کارہائے نمایاں انجام دیئے ہیں اور ملک و قوم کی خدمت کے ساتھ ساتھ علاقہ برار کا بھی نام روشن کیا ہے۔ اردو زبان و ادب کے فروغ میں جہاں ماہرین تعلیم و تعلیمی اداروں کا اہم رول رہا ہے وہیں یہاں کے ادبا و شعرا نے بھی اردو زبان و ادب کی ترویج و اشاعت میں اہم کردار ادا کیا ہے۔ یہاں پروفیسر منظور حسین شور، گل شیر خاں ببر، حضرت شائق کھام گاونوی، بسمل ناندوروی، حکیم شیخ محبوب جراح، عبدالرحمن خاں، حضرت عبدالرؤف شاہ عاصی، حضرت حبیب الرحمن صدیقی، منشی حیات مظہر، حسام الدین کاکوروی، ارمان بالاپوری، بشیر احمد شہید ملکاپوری، اثر بالاپوری، رشید کیفی، شارق نیازی، مصور کارنجوی، صابر براری، مشکل افکاری، ماسٹر حمزہ خاں جذبی ناندوروی، غلام یٰسین، عبدالکریم شائق، حافظ محمد ولایت اللہ خاں حافظ، قیصر بدنیروی، حفیظ اللہ خاں بدر، بسم اللہ بیرنگ، مردان علی خاں نشاط اور قدرت ناظم جیسے بزرگ اور کہنہ مشق شعرا ہوئے ہیں جنھوں نے اپنے جوہر طبع کی تابانیوں سے برار کی فضائے شعر و

ادب کو روشن اور تابناک بنایا اور ان میں بعض شعرا ایسے بھی گزرے ہیں جو صاحب دیوان بھی تھے۔

علاقہ برار کا ایک ضلع اکولہ بھی ہے جو اردو آبادی کے اعتبار سے گنجان شہر ہے یہاں تعلیمی اداروں کا بھی ایک جال سا پھیلا ہوا ہے ضلع اکولہ کی بھی شعری و ادبی روایات بڑی قدیم ہیں یہاں کے شعرا و ادبا بھی اردو زبان و ادب کے فروغ اور نشر و اشاعت میں سرگرم عمل رہتے ہیں۔ موجودہ شعرا میں حضرت راز بالاپوری، محبوب راہی، فصیح اللہ نقیب، غنی اعجاز، مصطفی جمیل بالاپوری، منظور ندیم، قاضی رؤف انجم، جہانگیر خاں جوہر، رفیق شاکر، ضمیر ساجد، انوار نشتر، نور احمد نور پاتوروی، افسوس اکولوی، حسین احمد واصف، شفق آکوٹوی، عظیم وقار، خان حسنین عاقب، رفیق سراجی، انیس انور، رفیق عثمان، قدیر ایاز اور حمید خاں اثر وغیرہ ہیں جنھوں نے آسمان ادب میں ستارے ٹانکے ہیں شعرائے اکولہ نے جہاں متنوع اصناف میں خامہ فرسائی فرمائی ہے وہیں حمدیہ نظمیں و مناجات بھی تخلیق کر کے اللہ تعالیٰ کی شان کبریائی بیان کی ہے یہاں چند شعرائے ضلع اکولہ کی حمدیہ اور مناجاتی شاعری کا سرسری جائزہ پیش کرنے کی سعادت حاصل کر رہا ہوں۔

شاہد انصاری (مرحوم): اصل نام عبدالرؤف شاہد انصاری، مومن پورہ، اکولہ کے بزرگ اور کہنہ مشق شاعر تھے۔ آپ کی دو کتابیں اردو رسم الخط میں اور تین کتابیں دیوناگری رسم الخط میں شائع ہو چکی ہیں۔ آپ کی نعتوں کا ایک مجموعہ طیبات بھی شائع ہو کر عاشقان رسولؐ میں مقبول ہو چکا ہے موصوف کو اہل بیت رضوان اللہ تعالیٰ علیہم اجمعین سے خاص شغف رہا آپ نے رب کریم کی بارگاہ میں اپنے خیالات شعری پیکر میں اس طرح رقم کئے ہیں:

خداوند دو عالم لائق حمد و ثنا تو ہے
اس عالم کا خدا تو ہے اس عالم کا خدا تو ہے
گلوں کے رنگ و بو میں تو ہے موجوں کی ادا تو ہے
ستاروں کی چمک تو چاند سورج کی ضیا تو ہے
خدائے لم یزل ہر ایک کا حاجت روا تو ہے
سہارا بے کسوں کا غمزدوں کا آسرا تو ہے
تیرے بندے کہاں جائیں کہیں کیا ہاتھ پھیلائیں
ہماری مشکلیں آسان کر مشکل کشا تو ہے

غلام حسین راز بالاپوری: غلام حسین راز علاقہ ودربھ کے بزرگ اور کہنہ مشق استاد شاعر ہیں آپ کے تین شعری مجموعے: متاع احساس، دامن شب اور جام سفال منظر عام پر آ چکے ہیں۔ بارہا آل انڈیا مشاعروں میں شرکت کر چکے ہیں۔ اب عمر کی ۸۲ ویں منزل میں ہیں۔ آپ کے کلام میں روایت پسندی کے ساتھ ساتھ جدت طرازی بھی پائی جاتی ہے۔ آپ نے بھی بطور سعادت و برکت حمدیں کہی ہیں۔ الحمد للہ آپ کو حج بیت اللہ کی سعادت نصیب ہو چکی ہے۔ اس موقع پر کہے گئے چند حمدیہ اشعار ملاحظہ فرمائیں:

میں تجھ سے ہدایت کی دولت کی طلب لے کر
نادان ہوں آیا ہوں عزت کی طلب لے کر
ہے کتنی امنگوں سے سرگرم سفر یارب
آئینہ دل میرا حسرت کی طلب لے کر
اخلاص کا مارا ہوں دل کھینچ کے لایا ہے
آیا نہیں میں آقا شہرت کی طلب لے کر

مولیٰ ترا اک بندہ کوتاہ نظر دل تنگ
پہنچا ہے تیرے در تک وسعت کی طلب لے کر
راہوں کی فضاؤں کو دے اذن مسیحائی
بیمار اک آتا ہے صحت کی طلب لے کر

غنی اعجاز: غنی اعجاز اکولہ کے بزرگ اور کہنہ مشق شاعر ہیں اصلاً غزل گو ہیں آپ مشاعروں کے اسٹیج اور رسائل دونوں کی زینت بنتے ہیں۔ آپ کے دو شعری مجموعے: دشت آرزو اور گرد سفر شائع ہو کر داد و تحسین حاصل کر چکے ہیں۔ معروف شاعر و پرنسپل فصیح اللہ نقیب نے اپنی تصنیف ایک شخص ایک شاعر غنی اعجاز شائع کر کے موصوف کے فکر و فن اور شخصیت کے مختلف پہلوؤں کو اجاگر کیا ہے۔ حضرت غنی اعجاز نے اللہ رب العزت کی عطا کردہ عنایات کو بڑے ہی دل پذیر انداز میں بیان کیا ہے:

شمس و بدر و ہلال سب تیرے
یہ جلال و جمال سب تیرے
ہو رہی ہے زمین تہ و بالا
یہ عروج و زوال سب تیرے
تو نے بخشا ہے جذبۂ تحقیق
ہیں جواب و سوال سب تیرے
ایک پل بھی نہیں میرا اپنا
روز و شب ماہ و سال سب تیرے
میرا ہر شعر ہے تیرا اعجاز
یہ ہنر یہ کمال سب تیرے

ڈاکٹر محبوب راہی (بارسی ٹاکلی):ڈاکٹر محبوب راہی مشہور و معروف شاعر ہیں۔ متنوع اصناف میں طبع آزمائی کرتے ہیں۔ غلام نبی آزاد کالج میں بحیثیت پرنسپل سبکدوش ہو چکے ہیں آپ کو کئی انعامات و اعزازات سے بھی نوازا جا چکا ہے۔ ثبات، تردید، بازیافت، پیش رفت آپ کی غزلوں کے مجموعے ہیں بچوں کے لئے گل بوٹے اور رنگارنگ نظموں کے مجموعے پیش کر چکے ہیں۔ میری آواز مکے اور مدینے اور سرمایۂ نجات نعتوں کے مجموعے ہیں۔ مظفر حنفی حیات و شخصیت موصوف کا تحقیقی کارنامہ ہے۔ سرمایہ نجات میں نعتوں کے علاوہ ۲۰ حمدیں اور اتنی مناجات شامل ہیں۔ ان کے علاوہ آپ کے حمدیہ دوہے، حمدیہ رباعیات اور دعائیہ اشعار بھی اسی مجموعے میں پڑھنے کو ملتے ہیں۔ آپ کی تخلیقات کثرت سے ہندوستان کے مختلف رسائل و جرائد میں شائع ہوتی رہتی ہیں۔ آپ کو نظم کے ساتھ نثر نگاری پر بھی عبور حاصل ہے۔ موصوف علاقہ ودربھ کے واحد شاعر ہیں جن کی حمدیں و مناجات آئے دن مختلف رسائل میں شائع ہوتی ہیں۔

موصوف نے جو حمدیں کہی ہیں ان میں سے چند کے متفرق اشعار حاضر کر رہا ہوں:

ہر دن ہے تیرا ہر رات تیری
بخشی ہوئی ہر سوغات تیری

خدایا تو ہی خالق بحر و بر ہے
خدایا تو ہی مالک خشک و تر ہے

شہر میں گاؤں میں دھوپ میں چھاؤں میں
تیرے چرچے تیری گفتگو چار سو

روشنی تیری ترے جلوے افق تا بہ افق
گفتگو تیری ترے چرچے افق تا بہ افق

ایک ہی رشتہ ہے بس خالق و مخلوق کے بیچ
تو سبھی کا ہے سبھی تیرے افق تا بہ افق

ستاروں میں گلوں میں کہکشاں میں
تو ہی جلوہ بہ جلوہ عکس در عکس

وجہ غم باعث طرب تو ہے
سب کے ہونے کا اک سبب تو ہے

ہو لبوں پہ صرف نام اللہ کا
ذکر ہو ہر صبح و شام اللہ کا

اے جہاں بھر کے پالنے والے
جان مٹی میں ڈالنے والے

تازگی ہے تیری بہاروں میں
تیرے جلوے حسین قطاروں میں

موصوف کی مناجات کے چند متفرق اشعار پیش خدمت ہے:

ساری محفلوں کو کن کہہ کے بنانے والے
اے خدا تیرے ہیں محتاج زمانے والے

نگاہ لطف و کرم ہو مجھ پر خدائے برتر خدائے برتر
کہ میں سراپا گناہ پیکر خدائے برتر خدائے برتر

شمع ایماں کی ہر اک دل میں جلا دے مولا
کفر و بدعت کے اندھیروں کو مٹانے والے

خدا تیرے در پہ آتے ہیں ہم

تمنائیں کچھ ساتھ لاتے ہیں ہم

میں ظلمتوں میں بھٹک رہا ہوں میرے خدا مجھ کو نور دیدے

بصیرت زندگی عطا کر کچھ عاقبت کا شعور دیدے

حمدیہ رباعیات میں سے ایک رباعی ملاحظہ فرمائیں:

احسان بھی کس درجہ ہیں ہم پر تیرے

محتاج ہیں ہر اک قدم پہ تیرے

ہر پل ہے تیرا تابع فرماں یارب

ہم جیتے ہیں بس رحم و کرم پر تیرے

محبوب راہی کے حمدیہ دوہے کا یہ انداز بھی دیکھئے:

داتاؤں کے داتا سارے جگ کے پالن ہار

ذات تو تیری ایک ہے لیکن روپ ہزار

جیون کیا ہے جیون داتا کے ہاتھوں کا کھیل

موت کہ جیسے اسٹیشن پہ رک جاتی ہو ریل

منظور ندیم (بالاپور): منظور ندیم جدید لب ولہجہ کے معروف شاعر ہیں۔ آپ کا کلام معیاری ادبی رسائل میں مسلسل شائع ہوتا رہتا ہے ادبی محفلوں اور مشاعروں میں بھی مدعو کئے جاتے ہیں۔ ان دنوں ناگپور میں ایڈیشنل سیشن جج کی حیثیت سے اپنی خدمات انجام دے رہے ہیں۔ اپنی تمام تر مصروفیات کے باوجود ناگپور کی ادبی محفلوں میں شرکت فرماتے ہیں اور اپنے کلام سے نوازتے ہیں آپ نے ماہ رمضان کے موقع پر ایک حمدیہ نظم التجا کے عنوان سے تحریر کی تھی اسی کے چند اشعار یہاں پیش کئے جا رہے ہیں:

خیال و فکر کو اونچا مقام دے اللہ

قلم کو میرے نیا اہتمام دے اللہ
دل و نگاہ کو پاکیزگی عطا کر دے
زبان کو شوق درود و سلام دے اللہ
میرے بھی نام لکھی جائے صبح مکہ کی
کبھی مجھے بھی مدینہ کی شام دے اللہ
گداز قلب جو حاصل ہے ماہ رمضاں میں
بقاء نصیب کر اس کو دوام دے اللہ
بڑے دکھوں سے ہے دوچار مسلماں امت
تو اس کو عید کی خوشیاں تمام دے اللہ

رفیق شاکر: اصل نام مرزا رفیق تخلص شاکر، محکمہ تعلیم سے بحیثیت آفیسر وظیفہ یاب ہوئے۔ طنز و مزاح نگار ہیں۔ سیکنڈ ہینڈ، بنئے کا دھنیا اور جھنجھٹ کی شادی طنزیہ و مزاحیہ مضامین پر مشتمل مجموعے منظر عام پر آچکے ہیں۔ برار کے ادب پر خصوصی نظر رکھتے ہیں۔ اس ضمن میں تذکرہ شعرائے بلڈانہ تصنیف بھی شائع ہو چکی ہے۔ شاعری بھی کرتے ہیں مگر اسے بڑی سنجیدگی سے برتتے ہیں۔ آپ نے حمدیہ اشعار بھی کہے ہیں۔ درج ذیل اشعار سورۃ فاتحہ کے ترجمے کی ترجمانی کرتے ہیں:

ابتدا تیرے نام سے ہے کریم
تو خدا ہے بڑا غفور الرحیم
روز محشر کا مالک و مختار
ہم گناہ گار اور تو غفار
رات دن تیری ہی عبادت ہے

مانگتے ہیں تجھی سے ہر اک شئے
سیدھا راستہ ہمیں دکھا یارب
کج روی سے ہمیں بچا یارب
جس پہ نازل تیرا غضب ہوگا
ایسے رستے سے تو بچا یارب

فصیح اللہ نقیب: فصیح اللہ نقیب عثمان آزاد جونیئر کالج میں درس و تدریس کے مقدس پیشے سے منسلک تھے بعد ازاں اس کالج میں پرنسپل کے عہدے سے سبکدوش ہوئے ہیں۔ معروف شاعر ہیں اور نظامت کے فرائض بھی بڑی حسن و خوبی کے ساتھ نبھاتے ہیں۔ آپ کی غزلیں موقر جرائد میں شائع ہوتی رہتی ہیں۔ آپ کا شعری مجموعہ "سیپیاں" منظر عام پر آچکا ہے۔ اس کے علاوہ ایک شخص ایک شاعر غنی اعجاز اور شخص و عکس تصانیف بھی منظر عام پر آچکی ہیں۔ فصیح اللہ نقیب نے اپنی حمد میں خالق کائنات سے اپنی عقیدت و محبت کا اظہار کچھ اس طرح کیا ہے:

تیری تلاش ہر سو ہر سو تیرے نظارے
ہر دل ہے تیرا مسکن ہر لب تجھے پکارے
تو ماں کی ممتا بھی تو باپ کی دعا بھی
تو جسم کا عصا بھی تو جاں کا مدعا بھی
تیری عنایتیں ہیں رشتے جہاں کے سارے
تیری تلاش ہر سو ہر سو تیرے نظارے
دنیا بھی تو سنوارے عقبیٰ بھی تو سنوارے
تیری تلاش ہر سو ہر سو تیرے نظارے

انوار نشتر: انوار نشتر قریشی شعر و شاعری کا صاف ستھرا ذوق رکھتے ہیں۔ ادبی تقریبات میں بڑھ چڑھ کر حصہ لیتے ہیں۔ گاہے بہ گاہے نظامت بھی کر لیتے ہیں۔ مشاعروں میں اپنا کلام ترنم سے سناتے ہیں۔ موصوف کا ایک شعری مجموعہ "زنجیر بجالی جائے" منظر عام پر آچکا ہے۔ آپ نے اللہ رب العزت کی عظمت اور اس کی شان کبریائی کو یوں بیان کیا ہے:

کیا ہو بیاں کسی سے تیری صفات ربی
ادراک سے پرے ہے جب تیری ذات ربی
سب کچھ زوال پیکر ہر چیز کو فنا ہے
ایک تیری ذات کو ہے زیبا ثبات ربی
تو ہے علیم یارب تو ہے نصیر بے شک
تیری نگاہ میں ہے شش جہات ربی
انسان کی عقل میں کیا قدرت تیری سمائے
ایک لفظ کن کا حاصل یہ کائنات ربی

جہانگیر خان جوہر (پاتور): شہر پاتور کے کہنہ مشق اور معروف شاعر صدر مدرس کے عہدے سے سبکدوش ہو چکے ہیں۔ آپ کا مجموعہ غزلیات و منظومات "حسن تخیل" کے عنوان سے شائع ہو چکا ہے۔ اصلاً غزل کے شاعر ہیں اور کلاسیکی انداز میں شعر کہتے ہیں۔ بلاشبہ اللہ تعالیٰ کی حمد و ثنا بیان کرنا اور اس کے احسانات کا ذکر کرنا ایک انسان کے بس کی بات نہیں ہماری زبان اور قلم اس کے کمال صنعت گری اور کرشمات بے مثال کو بیان کرنے سے قاصر ہیں جہانگیر خاں جوہر اسی خیال کی ترجمانی اپنے اشعار میں اس طرح کرتے ہیں:

تیری حمد و ثنا کرنے سے ہے سارا جہاں قاصر
جہاں کیا چیز ہے بلکہ ہے یہ کون و مکان قاصر
ازل سے آج تک بھی ذات کا عرفان کرنے سے
خرد قاصر، جنون قاصر یقین قاصر گماں قاصر
عروج علم و فن دانش کدے بے بس ہے عالم کے
سمندر کوہ کیا شجر و حجر ہیں ناتواں قاصر
ہوائیں کیا فضائیں کیا کہ موجودات عالم میں
علوم ارض بے بس میں حدود کہکشاں قاصر

اقبال خلش: اقبال حسین تخلص خلش، مجموعہ اثاثہ (غزلیات) اشاعت پذیر ہو کر (مقبول خاص و عام ہو چکا ہے۔ غزل کے شاعر ہیں اور ترنم سے پڑھتے ہیں۔ ہندوستان کی مختلف ریاستوں میں منعقدہ آل انڈیا مشاعروں میں مدعو کئے جاتے ہیں۔ مختلف رسائل میں بھی گاہے بہ گاہے آپ کا کلام شائع ہوتا ہے۔ آپ کی زبان سادہ سلیس اور انداز بیاں بڑا موثر ہوتا ہے۔ آپ نے بھی مٹھی بھر حمدیں تخلیق کی ہیں جن کے چند متفرق اشعار ملاحظہ فرمائیں:

جب آنکھ دی ہے نگاہ دینا خدائے برتر
تمیز خیر و گناہ دینا خدائے برتر
منافقت کا چلن یہاں عام ہو چلا ہے
خلوص دل بے پناہ دینا خدائے برتر
کلی میں گل میں خوشبو میں میرا معبود رہتا ہے
جہاں محسوس کرتا ہوں وہیں موجود رہتا ہے

خدا سے سرکشی کا مرتکب ابلیس کہلائے
جسے اللہ رد کردے سدا مردود رہتا ہے
بس اتنا کرم اتنی عنایت مرے مولا
مقبول ہو میری عبادت میرے مولا
توفیق ہو بچوں کو مرے حسن عمل کی
بیکار نہ جائے میری محنت مرے مولا

مصطفیٰ جمیل بالاپوری: غلام مصطفی تخلص جمیل، تاریخی شہر بالاپور میں درس و تدریس کے پیشے سے وابستہ رہے بعد ازاں بحیثیت صدر مدرس وظیفہ یاب ہوئے عرصہ دراز سے اردو اخبارات و رسائل میں آپ کا کلام باقاعدگی سے شائع ہوتا رہا ہے۔ مشاعروں میں بھی مدعو کئے جاتے ہیں۔ آپ کو مختلف انعامات واعزازات سے نوازا جاچکا ہے۔ آپ مہاراشٹر اسٹیٹ اردو اکادمی کے بھی رکن رہ چکے ہیں۔ مختلف اصناف سخن میں طبع آزمائی فرماتے ہیں۔ آپ نے حمدیہ اشعار میں خالق دوجہاں کی تعریف وتوصیف کا ذکر کچھ اس طرح کیا ہے:

میرے اشعار میں چھپا تو ہے
میری غزلوں میں بولتا تو ہے
خوف طوفاں مجھے بھلا کیوں ہو
میری کشتی کا ناخدا تو ہے
صورتیں دونوں ایک جیسی ہیں
چہرہ میرا ہے آئینہ تو ہے
خود کو تجھ سے جدا کروں کیسے

میری رگ رگ میں بس گیا تو ہے

قاضی رؤف انجم (بارسی ٹاکلی): نام عبد الرؤف خاں تخلص انجم محکمہ تعلیمات سے منسلک رہ کر نگراں نائب افسر کے عہدے سے وظیفہ یاب ہوئے ہیں۔ ایک کامیاب اور معتبر معروف شاعر ہیں۔ آپ کا قلم بڑا جاندار ہے۔ ہندوستان کے مختلف رسائل میں آپ کا کلام شائع ہوتا ہے آپ کی شاعری میں جہاں روایت کی پاسداری ملتی ہے وہیں جدید لب ولہجہ کا رنگ بھی پایا جاتا ہے۔ آپ نے بھی چند حمد یہ نظمیں کہی ہیں ایک طویل حمد کے چند اشعار ملاحظہ فرمائیں:

سارے جہاں کے داتا
کون ومکاں کے آقا
حور وملک کے والی
جن وبشر کے مولا
پروردگار سب کے
سب کے خدا تعالیٰ
دنیا بنائی تو نے
دنیا سجائی تو نے
تو نے کھلائے گلشن
ندیاں بہائی تو نے
دانا حکیم تو ہے
رب کریم تو ہے

نور احمد نور (پاتوری): نور احمد نور قادر الکلام شاعر ہیں۔ آپ کا مجموعہ کلام "امانت"

کے عنوان سے شائع ہو چکا ہے۔ صدر مدرس کے عہدے پر فائز ہیں۔ علاوہ ازیں نورانی پرنٹنگ پریس اکولہ کے مالک ہیں۔ آپ کی شاعری میں اسلامی شعار کا پرتو نظر آتا ہے۔ خالق دوجہاں کی تعریف و توصیف میں موصوف کے خیالات کی رفعت ملاحظہ فرمائیں:

رقم کیسے کروں تعریف کے کلمات یااللہ
زباں پر عیاں ہے تیری ہر ہر بات یااللہ
صداقت نظم عالم سے ہے ظاہر تیرے ہونے کی
شہادت دے رہے ہیں مہر و مہ دن رات یااللہ
تیری تسبیح کے دانے میں بکھرے شبنمی قطرے
ہواؤں میں تیرے پیغام کے ذرات یااللہ
کرم عفو و عنایت مہربانی اور غفاری
کئی ماؤں کا جس میں پیار تو وہ ذات یااللہ

عبد الصمد قیصر: اصل نام عبد الصمد خان تخلص قیصر، ابتدائی تعلیم نگر پریشد اردو پرائمری اسکول گھاٹنجی ضلع ایوت محل، اعلیٰ تعلیم کے لئے مارس کالج ناگپور میں داخلہ لیا۔ جولائی ۱۹۷۰ء سے ۱۹۹۷ء تک عثمان آزاد ہائی اسکول اکولہ میں مدرس رہے بعد ازاں مولانا ابوالکلام آزاد ہائی اسکول ناگپور میں بحیثیت مدرس تقرر ہوا اور یہیں سے ۳ مارچ ۲۰۰۳ء کو وظیفہ یاب ہوئے۔ یوں تو آپ کا ذریعہ تعلیم مراٹھی رہا لیکن اردو فارسی زبانوں پر بھی دسترس حاصل ہے۔ غزلیں اردو مراٹھی دونوں زبانوں میں کہتے ہیں۔ پانچویں جماعت میں بال جبرئیل پڑھی تب ہی سے شاعری کا شوق ہوا بعد کو اکولہ کی ادبی ماحول، ماہانہ نشستیں، پروفیسر منشاء الرحمن خان منشاء اور پروفیسر سید رفیع الدین صاحبان کی رہنمائی علاوہ ازیں ڈاکٹر شیخ زینت اللہ جاوید، عبد الرحیم نشتر، انوار نشتر، فصیح اللہ نقیب اور

انیس الدین انور کی صحبتوں نے انھیں شاعر بنا دیا۔ موصوف ناگپور امراوتی میں منعقد ہونے والی ادبی محفلوں میں اپنے کلام سے نوازتے ہیں۔ آپ کو پاکستان میں یوم آزادی کے مشاعرہ میں مہمان شاعر کی حیثیت سے کلام پڑھنے کا شرف حاصل ہو چکا ہے۔ آپ نے حمد کے چند اشعار میں رب کائنات کی صفات و کمالات کا ذکر کچھ اس طرح کیا ہے:

اے بحر و بر کے مالک عوارض و سماں کے مالک
ہے تیری ذات اقدس حمد و ثنا کے لائق
کل کائنات تیری سب میں صفات تیری
فانی جہاں کی ہر شئے باقی ہے ذات تیری
انسان کو بنایا جینے کا گر سکھایا
جنت کی منزلوں کا رستہ ہمیں دکھایا
دکھ درد بھی دیا ہے یوں امتحان لیا ہے
اعمال کی بناء پر سب کو صلہ دیا ہے

عبد الحمید خاں اثرؔ: الحاج عبد الحمید خاں اثر اکولہ کے بزرگ شعرا میں شمار کئے جاتے ہیں۔ آپ کا ایک شعری مجموعہ "اشک و تبسم" شائع ہو کر داد و تحسین حاصل کر چکا ہے۔ موصوف ۱۹۵۵ء سے ہی درس و تدریس کے مبارک پیشے سے منسلک ہو گئے تھے۔ ضلع پریشد میں ہونے کی وجہ سے آکولہ ضلع کے مختلف تعلیمی اداروں میں تدریسی خدمات انجام دیں اور ۱۹۹۵ء میں چالیس سالہ تدریسی تجربہ حاصل کر کے ضلع پریشد اردو جونیئر کالج سے بحیثیت پرنسپل وظیفہ یاب ہوئے۔ علاقہ ودربھ کی ٹیچرس برادری کا ایک بڑا حلقہ آپ کی شخصیت سے متعارف ہے۔

اثر صاحب کے دادا اور والد محترم بھی اسی پیشے سے وابستہ رہے اب موصوف کے

بچے بھی کار تدریس انجام دے رہے ہیں۔ آپ نے میٹرک کے بعد ملازمت کرتے ہوئے اپنی تعلیمی سرگرمیوں کو بھی جاری رکھا اور خانگی طور پر بی اے، ایم اے اردو، ایم اے فارسی اور بی ایڈ کی ڈگریاں حاصل کیں۔ آپ نے اپنی زندگی میں بڑی تکالیف کا سامنا کیا ہے۔ مختلف مسائل سے دوچار ہوئے لیکن ہمت نہ ہاری اور اپنی ذاتی محنتوں اور مسلسل کوششوں کی بنا پر زندگی کے ہر مرحلہ پر کامیابی حاصل کی۔ بلاشبہ تعلیم کے حصول کے لئے محنتیں، ملازمت اور گھریلو ذمہ داریوں کو نبھاتے ہوئے اپنی ادبی خدمات کو جاری رکھنا یہ سب ایک سرگرم فعال و متحرک شخص ہی کر سکتا ہے۔ موصوف نے بھی بطور سعادت و برکت چند حمدیہ نظمیں کہی ہیں۔ چند اشعار ملاحظہ فرمائیں:

عالم عالم ظہور تیرا ہے
ذرے ذرے میں نور تیرا ہے
کر حفاظت کہ خاک کر دے تو
جلوہ تیرا ہے طور تیرا ہے
خوبیاں سب تری عطا کردہ
عقل تیری شعور تیرا ہے
غنچہ و گل میں ہے تیری خوشبو
چاند تاروں میں نور تیرا ہے
لطف تیرا ہے سب دماغوں پر
سب دلوں میں سرور تیرا ہے
یاالٰہی اثرؔ کی بخشش کر
نام رب غفور تیرا ہے

اشفاق کارنجوی (پاڑے گاؤں): اصل نام اشفاق احمد قریشی ہے۔ لیکن اشفاق کارنجوی کے نام سے ادبی دنیا میں معروف ہیں۔ آپ غلام نبی آزاد اردو ہائی اسکول، باڑے گاؤں میں مدرس ہیں۔ آپ نے ۱۹۹۴ء میں شاعری کا آغاز کیا۔ غزل آپ کی پسندیدہ صنف ہے۔ مگر حمد، نعت، نظم و گیت میں بھی طبع آزمائی فرماتے ہیں۔ ماہنامہ "گونج"، "اردو میلہ"، "قرطاس"، "بزم اطفال" اور "نئی دنیا" وغیرہ رسائل میں آپ کی تخلیقات میری نظر سے گزری ہیں۔ نومبر ۲۰۰۰ء میں موصوف کا نعتیہ کلام کا مجموعہ "کاغذ کا مقدر" شائع ہو چکا ہے۔ آپ نے جو حمدیہ نظمیں کہی ہیں ان کے چند متفرق اشعار ملاحظہ فرمائیں:

یہ جہاں تیرا ہے وہ جہاں تیرا ہے
یہ زمیں تیری ہے آسماں تیرا ہے
ہر مکاں لامکاں تجھی سے ہے
ہر زمیں آسماں تجھی سے ہے
ذرے ذرے میں نور ہر پل ہے
قطرے قطرے میں تیری ہلچل ہے
ڈھیل دینا بھی تنگ کرنا بھی
تیری قدرت کا ایک پہلو ہے
اپنے بندوں کو آزمانا بھی
تیری حکمت کا ایک پہلو ہے
ساری مخلوق کا تو خالق ہے
تیری تخلیق ہے محمدؐ بھی

تیری تخلیق سنگ اسود ہے
تیرے دم سے ہے مسجد اقصیٰ

***

شاغل ادیب (ایم اے)

حیدرآباد میں حمدیہ و مناجاتی شاعری بیسویں صدی کے دوسرے نصف میں

اردو شعر و ادب کی ابتدا کے لئے شہر حیدرآباد کو ایک تاریخی و بنیادی حیثیت حاصل ہے۔ اس کے بانی محمد قلی قطب نے (جو اردو کے پہلے صاحب دیوان شاعر تھے) بارگاہ خداوندی میں دعا کی تھی:

مرا شہر لوگاں سوں معمور کر
رکھیا جوں تو دریا میں من یا سمیع

اللہ تبارک و تعالیٰ نے محمد قلی کی دعا قبول کر لی اور اس نے حیدرآباد کو صرف لوگوں سے ہی نہیں بلکہ ان میں قطب شاہ معانی کی طرح شاعر بھی پیدا کئے۔ حیدرآباد فرخندہ بنیاد میں محمد قلی قطب شاہ سے آج تک ان گنت شاعر پیدا ہوئے۔ آج حیدرآباد کے قیام کو چار صدیوں سے زیادہ عرصہ گزر گیا اور یہاں ہر صدی میں شاعروں کو تعداد میں کثرت میں رہی ہے۔ یہاں جب ہم بیسویں صدی دوسرے نصف یعنی (۲۰۰۰ء۔ ۱۹۵۱ء) میں اردو شاعری کا جائزہ لیتے ہیں تو ہمیں اس عرصہ میں بھی شاعروں کو تعداد میں کوئی کمی نہیں ملتی۔ آیئے ہم حیدرآباد میں اس دور کی حمدیہ و مناجاتی شاعری کا جائزہ لینے سے پہلے حمد و مناجات کے مفہوم و معنیٰ پر ایک نظر ڈالیں۔

حمد کے لغوی معنی اللہ تعالیٰ کی تعریف و توصیف ہے اور مناجات کے معنی ہیں اللہ تعالیٰ کی تعریف کرتے ہوئے دعا مانگنا۔ دنیا و عقبیٰ کی ہر حمد و ثنا، ہر تعریف و توصیف بس اسی ایک مالک کون و مکاں، اسی ایک خالق دو جہاں اور اس ایک آقائے انس و جاں کے لئے مختص ہے۔ ہر حمد کی ابتدا بھی وہی ذات پاک لاشریک لہ ہے اور ہر تعریف و توصیف کی انتہا بحق وہی خدائے جل جلالہ ہے۔ لہٰذا جس شعر میں جس کلام میں اللہ تبارک و تعالیٰ کی برتری و توصیف شامل ہو وہ حمد کہلاتا ہے اور جس شعر میں جس کلام میں اللہ تبارک و تعالیٰ کی برتری و عظمت کے ساتھ دعائیہ انداز ہوتا ہے وہ مناجات کہلاتا ہے۔ مگر حمد کی نعمت اور مناجات کی رحمت ہر شاعر کے حصے میں نہیں آئی۔ اس لئے حیدر آباد میں بیسویں صدی کے دوسرے نصف میں پائے جانے والے بیشتر ترقی پسند شعرا کے یہاں نہ ہی کوئی حمد ملتی ہے اور نہ ہی کوئی مناجات۔ اسی طرح جدیدیوں کے ہاں بھی حمدیہ و مناجاتی کلام کم ہی ملتا ہے۔ علاوہ ازیں حیدر آباد میں اس نصف میں موجود چند اساتذہ کے ہاں بھی نعتیں اور منقبتیں تو ملتی ہیں لیکن حمدیں و مناجاتیں نہیں ملتیں۔

حیدر آباد میں بیسویں صدی کے دوسرے نصف میں جن شعرائے کرام کے ہاں حمدیں مناجاتیں ملتی ہیں ان کے اسمائے گرامی یوں ہیں۔ امجد حسین امجد، شاذ تمکنت، صفی اورنگ آبادی، طالب رزاقی، ڈاکٹر علی احمد جلیلی، خواجہ شوق، رحمن جامی، صلاح الدین نیر، رئیس اختر، ڈاکٹر عقیل ہاشمی، داؤد نقیب، ڈاکٹر محمد علی اثر، مظفر الدین خان صاحب، ابوالفضل سید محمد، نصیر الدین بسمل، ڈاکٹر غیاث عارف، وقار خلیل، اثر غوری، علی الدین نوید، رؤف خیر، محسن جلگانوی، شاغل ادیب، ریاست علی تاج، ڈاکٹر راہی، مومن خان شوق، جوہر ہاشمی، یوسف یکتا، دلاور حزیں، مسرور عابدی، قوی سیت، خورشید جنیدی، اطیب اعجاز، انجم عارفی، شوکت علی درد، رشید جلیلی، مسعود جاوید ہاشمی، معلم

عبیدی، معین فیاضی، صادق نوید، منوہر لعل بہار، بے ہوش نگری، ڈاکٹر طیب پاشا قادری، رحمت سکندر آبادی، عزیز الدین رضواں، عزم رحمانی، ستار صدیقی، عباس متقی، شمیم نصرتی، فرید سحر، شکیل مظہر، اسحاق ملک، یوسف الدین یوسف، باسط نقوی، بصیر افضل اور شاعرات میں م محترمہ تہنیت النساء زور، اشرف رفیع، زبیدہ تحسین اور بانو طاہرہ سعید کے ہاں بھی حمدیں و مناجاتیں ملتی ہیں۔ آیئے ان میں سے چند شعرائے کرام کے سوانحی کوائف و منتخب اشعار ملاحظہ فرمایئے گا:

امجد حسین امجد (۱۹۶۵ء۔۱۸۸۸ء): امجد حسین امجد حیدر آباد کے ایک عظیم صوفی شاعر تھے۔ آپ صنعت رباعی کی جانب شدت سے متوجہ رہے اور اپنی رباعی گوئی میں کمال و مہارت کے سبب شہنشاہ رباعی کہلائے۔ اہل نقد و نظر نے انہیں سعدیِ دکنی اور سرحد ثانی کے خطابات سے بھی نوازا۔ دو حمدیہ رباعیات ملاحظہ فرمایئے:

واجب ہی کو ہے دوام باقی فانی
قیوم کو ہے قیام، باقی فانی
کہنے کو زمین و آسمان سب کچھ ہے
باقی ہے اسی کا نام باقی فانی

*

ہر ذرہ پہ فضل کبریا ہوتا ہے
اک چشم زدن میں کیا سے کیا ہوتا ہے
اصنام دبی زباں سے یہ کہتے ہیں
وہ چاہے تو پتھر بھی خدا ہوتا ہے

شاذ تمکنت: آپ بیسویں صدی کے چھٹے دہے میں حیدرآباد میں نظم کے اہم شاعر رہے ہیں۔ آپ نمائندہ ترقی پسند شعرا مخدوم محی الدین، سلیمان اریب، وحید اختر، قمر ساحری اور پروفیسر مغنی تبسم کے ہم عصر رہے ہیں۔ آپ کی ایک مناجات جسے پدم شری عزیز احمد وارثی نے گایا ہے، واقعی جادو اثر ہے۔ چند بند ملاحظہ ہوں:

اک حرف تمنا ہوں، بڑی دیر سے چپ ہوں۔۔۔ کب تک مرے مولا
اے دل کے مکیں دیکھ یہ دل ٹوٹ نہ جائے
داتا مرے ہاتھوں سے کہیں چھوٹ نہ جائے
میں آس کا بندہ ہوں۔ بڑی دیر سے چپ ہوں۔۔۔ کب تک مرے مولا
یہ اشک کہاں جائیں گے دامن مجھے دے دے
اے باد بہاری مرا گلشن مجھے دے دے
میں راندۂ صحرا ہوں۔ بڑی دیر سے چپ ہوں۔۔۔ کب تک مرے مولا
اے کاشف اسرار نہانی ترے صدقے
اب شاذ کو دے حکم روانی ترے صدقے
ٹھہرا ہوا دریا ہوں۔ بڑی دیر سے چپ ہوں۔۔۔ کب تک مرے مولا
(ریاض شام)

صفی اورنگ آبادی (پ: ۱۸۱۱ء۔ م: ۱۹۵۱ء): غزل کے نمائندہ استاد شاعر تھے۔ زبان کی سادگی، لفظیات کے کمال اور محاوروں کے استعمال میں ان کا جواب نہیں تھا۔ شاگردوں کا ایک وسیع حلقہ رکھتے تھے۔ ان کی حمد کا ایک شعر دیکھئے گا:

تو وہ ہے جو ہر ایک کی بگڑی سنوار دے
میری مراد بھی مرے پروردگار دے

طالب رزاقی: طالب رزاقی ۱۹۲۰ء میں حیدرآباد میں پیدا ہوئے۔ آپ ایک پختہ مشق و قادر الکلام شاعر تھے۔ آپ کے ترنم سے سامعین پر وجد کی کیفیت طاری ہوتی تھی۔ آپ مولانا عبد الماجد دریابادی کے بھتیجے تھے۔ آپ کی شاعری کا مجموعہ "نوائے طالب" آندھرا پردیش اردو اکاڈمی نے آپ کی وفات کے بعد ۱۹۷۹ء میں شائع کیا ہے۔

آپ کی حمد کے دو شعر ملاحظہ ہوں:

گلستان دو عالم کی بہار جانفزا تو ہے
ترا کیا پوچھنا صورت گر ارض و سما تو ہے
مری منزل ہے تیری جستجو کی انتہا یارب
طلب کی راہ میں طالب کا واحد رہنما تو ہے

ڈاکٹر علی احمد جلیلی (پ:۲۲!جون ۱۹۲۱ء۔ م:۱۲!اپریل ۲۰۰۵ء): فصاحت جنگ جلیل استاد شاہ کے روشن چشم و چراغ تھے۔ نظم و نثر دونوں میں کمال رکھتے تھے۔ ہمیشہ درس و تدریس سے جڑے رہے اور وظیفہ کے بعد اپنے والد مرحوم ہی پر تحقیقی مقالہ لکھ کر جامعہ عثمانیہ سے ڈاکٹریٹ کی ڈگری حاصل کی۔ آپ کی تصانیف نظم و نثر کی تعداد پندرہ ہے۔ جنھیں بیشتر پردیشوں کی اردو اکادمیوں اور سرکاری اداروں نے انعامات سے نوازا ہے۔ ان کی حمد کے چند شعر دیکھئے گا:

مدح خواں جس کے نوری و خاکی
جس کے حور و ملک تمنائی
یاد جس کی سکون ہے دل کا
جس سے آباد میری تنہائی
جس سے قربت سلام و رحمت ہے

جس سے دوری تمام رسوائی
ہے وظیفہ مرا ثنا اس کی
وہ جو رکھتا ہے شان یکتائی
(ذکر حبیب)

خواجہ شوق: خواجہ شوق ۱۸ جولائی ۱۹۲۵ء کو پیدا ہوئے۔ تکمیل تعلیم کے بعد بہ سلسلہ ملازمت نظام اسٹیشن سے جڑے رہے اور بعد ازاں روزنامہ رہنمائے دکن کے ادبی صفحہ کے ایڈیٹر بن گئے۔ حیدر آباد میں شعرا کے کلام کے ساتھ تصاویر کی اشاعت کی پہل آپ ہی نے کی تھی۔ صفی اورنگ آبادی کے شاگرد ارشد رہے ہیں۔ تصانیف دو ہیں۔ چشم نگراں (شعری مجموعہ) اور صل علیٰ (نعتیہ، منقبتوں اور سلاموں کا مجموعہ)۔ اگست ۲۰۰۰ء میں آندھرا پردیش اردو اکادمی نے ایک لاکھ روپیوں کے مخدوم ادبی ایوارڈ سے سرفراز فرمایا۔ موصوف کے چند شعر ملاحظہ ہوں:

شہود کس کو کہیں اور نجیب کس کو کہیں
یہاں تو سب ہیں بہم لا الہ الا اللہ
زبان بن نہیں سکتی نظر کی کیفیت
تجلیات حرم لا الہ الا اللہ
جلے جو دامن دل شوق شعلہ غم سے
کہو بہ دیدہ نم لا الہ الا اللہ
(چشم نگراں)

رحمن جامی: آپ کہنہ مشق استاد شاعر ہیں۔ ۱۹۳۴ء میں محبوب نگر میں پیدا ہوئے۔ تکمیل تعلیم کے بعد حیدر آباد منتقل ہو گئے اور یہیں مستقل طور پر قیام پذیر ہیں۔ آپ

غزل، نظم، حمد، نعت، ہائیکو، سانیٹ، ماہیے اور شاعری کی بیشتر قدیم و جدید اصناف میں طبع آزمائی کا کمال رکھتے ہیں۔ پہلا شعری مجموعہ "جام انا" ہے۔ ادھر ادھر خطاط اور دیگر کئی مجموعے ایک ساتھ شائع ہو کر منظر عام پر آئے ہیں۔ آپ کا کلام اردو کے ان گنت اعلیٰ و معیاری رسائل کی زینت بنتا ہے۔ ان کی مناجات سے چند شعر سنئے گا:

گناہ گار ہوں دوزخ میں مجھ کو ڈال نہ دے
مرے کریم سزا، میرے حسب حال نہ دے
جہاں کے آگے نہ کر مجھ کو اور شرمندہ
براہوں میں تو بہت، تو مری مثال نہ دے
کھڑا ہے تیرے کرم کی امید میں جامیؔ
ترے کرم کی قسم اب تو اس کو ٹال نہ دے

(خطاط)

صلاح الدین نیر: آپ اردو دنیا میں کسی تعارف کے محتاج نہیں۔ آپ ایک فعال، سرگرم و متحرک شاعر و ادیب ہیں۔ آپ کی تصانیف نظم و نثر کی تعداد تیس سے زائد ہے۔ آپ گذشتہ دس سالوں سے ماہنامہ خوشبو کا سفر کے توسط سے ادبی صحافت سے جڑے ہوئے ہیں۔ آپ کی بیشتر تصانیف نظم و نثر تو ان گنت اکاڈمی ایوارڈز سے نوازی ہی جاچکی ہیں لیکن آپ کے کمال اداریہ نگاری و ادبی صحافت کی مہارت کا اعتراف ارباب شمال نے بھی کیا ہے۔ چند سال پہلے آپ کو صنم کمیونیکیشن، نئی دہلی نے سرسید صحافتی ایوارڈ سے نوازا تھا اور ابھی چند ماہ پہلے حکومت آندھر پردیش نے ریاستی ادبی ایوارڈ سے سرفراز فرمایا ہے۔ ان کی شعری مطبوعات میں غزلوں اور نظموں کے مجموعوں کے ساتھ ایک مجموعہ ان کی حمدوں، نعتوں اور منقبتوں پر بھی مشتمل ملتا ہے۔ جس کا نام "میں کب

سے مدینے کی طرف دیکھ رہا ہوں" ہے۔ لیجئے اس مجموعے سے جناب نیر کے چند اشعار ملاحظہ فرمائیے:

قدم قدم پہ کیوں ہے میرا امتحاں یارب
زمین ہوں تو بنا مجھ کو آسماں یارب
جہاں کہیں بھی ہو، اپنی پناہ میں رکھنا
بھٹکتا رہتا ہے انساں کہاں کہاں یارب
یہ روشنی مرے پرکھوں کا اک تسلسل ہے
اسی طرح رہے آباد یہ مکاں یارب

ڈاکٹر محمد علی اثر: آپ اردو کے ممتاز شاعر و معتبر ادیب ہی نہیں بلکہ ایک موقر نقاد و بلند پایہ محقق بھی ہیں۔ آپ بہ اعتبار ملازمت شعبہ درس و تدریس سے جڑے ہوئے ہیں اور فی الحال ویمنس کالج جامعہ عثمانیہ کوٹھی میں پروفیسر کی خدمات انجام دے رہے ہیں۔ آپ کی تصانیف نظم و نثر کی تعداد تیس سے زائد ہے۔ آپ کی حمدوں و نعتوں کا ایک مجموعہ "انوار خط روشن" چند سال پہلے شائع ہو کر بے حد پذیرائی حاصل کر چکا ہے۔ لیجئے "انوار خط روشن" ہی کی ایک حمد سے چند اشعار دیکھئے گا:

زمیں سے تا بہ فلک ہیں عنایتیں کیا کیا
محیط کون و مکاں پر ہیں نعمتیں کیا کیا
شجر حجر بھی ہیں محو ثنائے رب کریم
دکھا رہا ہے وہ آئینہ صورتیں کیا کیا
اثر اسی سے منور ہیں جسم و جاں میرے
بصیرتیں بھی ہیں کیا کیا، بصارتیں کیا کیا

نصیرالدین بسمل: آپ علامہ قدر عریض کے شاگردوں میں شامل ہیں۔ گذشتہ چالیس پینتالیس سالوں سے طبع آزمائی کر رہے ہیں۔ آپ کی مطبوعات میں نعتوں کا مجموعہ "پلکوں کی دستک" منقبتوں کا مجموعہ "آواز کے بوسے"، غزلوں کا مجموعہ "کشکول میں سورج"، رباعیات و قطعات کا مجموعہ "بوند بوند سمندر" اور حمدوں، نعتوں اور منقبتوں کا مجموعہ "اجالوں کا سفر" شامل ہیں۔ لیجئے "اجالوں کا سفر" سے ان کی حمد کے چند اشعار ملاحظہ فرمایئے:

تو اول بھی تو آخر بھی تو ظاہر بھی تو باطن بھی
پایہ نہ کسی نے پایا ترا سبحان اللہ سبحان اللہ
تو خالق ہے تو رازق ہے تو صلحا ہے تو ماویٰ ہے
جو کچھ بھی کہوں ہے تجھ کو روا، سبحان اللہ سبحان اللہ
تو یکتا ہے تو تنہا ہے تو زندہ ہے تو گویا ہے
تو دانا ہے تو ہے بینا سبحان اللہ سبحان اللہ

ڈاکٹر غیاث الدین عارف: آپ حضرت نذیر علی عدیل مرحوم کے شاگرد رشید ہیں اور انہی کے وسیلے سے آپ کا سلسلہ شاعری دبستان صفی اورنگ آبادی سے جا ملتا ہے۔ آپ نے غزلیں بھی کہی ہیں لیکن ان کی مذہبی شاعری کا سرمایہ ان کی سنجیدہ و ادبی شاعری سے بہت زیادہ ہے۔ ان مطبوعات میں شعری مجموعہ "آبشار خیال" کے ساتھ حمدوں و نعتوں کے دو مجموعے "فیضان رسولؐ" اور "سبز اجالا" شامل ہیں۔ لیجئے ان کی حمد کے چند شعر ملاحظہ فرمایئے گا:

نظر تیری قطرے پہ ہو گر خدایا
تو بن جائے وہ اک سمندر خدایا

ہے گر کوئی تیرا گدا اگر خدایا
مقدر کا وہ ہے سکندر خدایا

اثر غوری: آپ جدید لب و لہجہ کے جانے پہچانے شاعر ہیں۔ حیدرآباد کے مشاعروں میں اپنی خاص شناخت رکھتے ہیں۔ شعری مجموعہ "بوند بوند روشنی" (۱۹۸۳ء) کے بعد دوسرا شعری مجموعہ "لہو لہو سائبان" اس سال ماہ جون میں شائع ہو کر منظر عام پر آیا ہے۔ لیجئے اس شعری مجموعے سے اثر غوری صاحب کی حمد کے چند شعر ملاحظہ فرمائیے:

عرش اعظم پہ ضوفشاں تو ہے
کیا بتاؤں کہاں کہاں تو ہے
مجھ میں کعبہ بھی ہے مدینہ بھی
ذات میں میری بیکراں تو ہے

علی الدین نوید (پ:۱۹۴۴ء۔ م:۲۰۰۴ء): آپ جدیدیت کے نمائندہ شاعر تھے اور جدیدیت سے وابستہ ادبی انجمن "حلف" کے بنیادی رکن بھی۔ انھوں نے بچپن میں پولیس ایکشن میں اپنے والدہ، چچا اور دیگر افراد خاندان کا قتل اپنی معصوم آنکھوں سے دیکھا تھا۔ اس اندوہناک حادثے کا ان کے دل و دماغ پر ایسا اثر ہوا کہ تاحیات ان کے شعور میں یہ حادثہ ایک زخمی پرندے کی طرح پھڑ پھڑاتا رہا نوید مرحوم نے اپنے ذاتی و انفرادی کرب کو بڑے فنکارانہ انداز میں اپنی شاعری میں پیش کیا ہے۔ ان کے دو شعری مجموعے "صدف تمام ریت ریت" اور "دھواں دھواں چراغ" شائع ہو کر بے حد مقبولیت حاصل کر چکے ہیں۔ لیجئے ان کے موخر الذکر مجموعے سے ان کی مناجات کے چند شعر سنئے گا:

مری رگ رگ میں اپنا نور بھر دے

میں پتھر ہوں مجھے آئینہ کر دے
قلم جب ہاتھ میں تو نے دیا ہے
تو کاغذ پر بھی چلنے کا ہنر دے
نوید جانفزا پھر سے سنا دے
مرے مولا مدینے کا سفر دے

رؤف خیر: آپ اردو کے شعری و ادبی حلقوں میں اپنی ایک خاص شناخت رکھتے ہیں۔ نظم و نثر دونوں کی جانب متوجہ ہیں۔ ان کی تخلیقات نظم و نثر تمام اعلیٰ و معیاری ادبی رسائل و جرائد میں پابندی سے چھپتی ہیں۔ آپ حمد، نعت، غزل، نظم، ماہیے، ہائیکو، یک مصرعی نظمیں اور دیگر کئی اصناف شعری میں اچھی اور سچی طبع آزمائی کرتے ہیں۔ آپ تنقید و تحقیق میں بھی دلچسپی رکھتے ہیں۔ آپ کی تصانیف نظم و نثر میں چار شعری مجموعے "اقرا"، "ایلاف"، "شہداب" اور "سخن ملتوی"، "علامہ اقبال کے لالہ طور کا منظوم اردو ترجمہ"، تحقیقی مقالہ "حیدرآباد کی خانقاہیں" اور تنقیدی مضامین کا مجموعہ "قنطار" شامل ہیں۔ لیجئے ان کے شعری مجموعہ "سخن ملتوی" سے ان کی حمد کے چند شعر ملاحظہ فرمائیے:

سننے کا ہے کس کو کہاں اختیار سن
تیرے سوائے کون ہے پروردگار سن
سیکھا نہیں ہے میں نے کسی کو پکارنا
تجھ کو پکارتا ہوں تو میری پکار سن

محسن جلگانوی: آپ ایک فعال، سرگرم و متحرک اہل قلم ہیں۔ حیدرآباد کے جدید شعرا میں اپنی ایک الگ پہچان رکھتے ہیں۔ آپ جدیدیت کے تمام تر لوازمات و تقاضات کو اپنے فکر پاروں کا حصہ ضرور بناتے ہیں لیکن انہیں لا معنویت کا شکار ہونے سے بچاتے بھی

ہیں۔ آپ نے سکندرآباد میں جب ریلوے جوائن کی تو اس وقت معمولی میٹرکیولیٹ تھے لیکن اپنی دفتری و گھریلو ذمہ داریوں کو سنبھالتے ہوئے جامعہ عثمانیہ سے گریجویشن کیا اور بعد ازاں ایم اے کی تکمیل کے بعد حیدرآباد یونیورسٹی حیدرآباد سے ایم فل اور پی ایچ ڈی کی اعلیٰ ڈگریاں بھی حاصل کیں۔ اعلیٰ تعلیم کی تحصیل کے لئے آپ کو ریلوے کی ملازمت کو خیرباد کہنا پڑا۔ اب پی ایچ ڈی کی تکمیل کے بعد آپ روزنامہ اعتماد سے منسوب ہو گئے ہیں اور اس کا ادبی صفحہ "اوراق ادب" نہایت ہی عرق ریزی و دقت نظری سے ترتیب دے رہے ہیں۔ جسے بے حد پسند کیا جا رہا ہے۔ محسن جلگانوی کی تصانیف و تالیفات میں تین شعری مجموعے "انصاف"، "تھوڑا سا آسمان زمین پر" اور "آنکھ سچ بولتی ہے"، ایک تالیف "پس مرگ" اور ایک تحقیقی تصنیف "سکندر آباد کی ادبی دستاویز" شامل ہیں۔ ان کی حمد کے یہ شعر دیکھئے گا:

نادانستہ منصوبوں کا خالق میں
دانستہ تقدیر بنانے والا تو
خود کو شہ آفاق سمجھنے والا میں
مجھ کو مری اوقات بتانے والا تو
میری ذات کی قیمت مٹی سے بدتر
میرے نام میں وقعت لانے والا تو

مسرور عابدی: آپ گذشتہ چالیس سالوں سے شعر و ادب سے جڑے ہوئے ہیں۔ تعلیم کے اعتبار سے آپ سائنس کے گریجویٹ ہیں۔ لیکن شعر و ادب سے گہرے لگاؤ نے انہیں شعری تخلیق افروزیوں کی جانب موڑ لیا۔ ابتدا میں جانشین صفی اورنگ آبادی حضرت نذیر علی عدیل سے شرف تلمذ حاصل رہا بعد ازاں پروفیسر عنوان چشتی سے بھی

منسوب رہے۔ جس کی تفصیل پروفیسر عنوان چشتی کی کتاب اصلاح نامہ (جلد اول، مطبوعہ: ۱۹۹۷ء) میں بھی درج ہے۔ مسرور صاحب خود ایک استاد شاعر ہو گئے ہیں۔ لیجئے ان کے تازہ ترین شعری مجموعہ "دل برابر روشنی" سے ان کی حمد کے دو شعر سنئے گا:

آگ کو پھول بنانے کی جو تدبیریں ہیں
وہ فقط ایک ترے حکم کی تاثیریں ہیں
صورت نور مری روح کی دیواروں پر
تری تعریف میں لکھی ہوئی تحریریں ہیں

بے ہوش محبوب نگری: آپ حمد و نعت کے کہنہ مشق بزرگ شاعر ہیں۔ آپ نے اپنی ساری زندگی مذہبی شاعری کے لئے وقف کر دی۔ آپ کو مولانا معزالدین ملتانی سے شرف تلمذ حاصل رہا۔ آپ کی شعری کامیابیوں میں آپ کے سحر آگیں ترنم کا بھی بڑا دخل رہاہے۔ ان کی حمد کے دو شعر ملاحظہ کیجئے گا:

تو دلیل رحمت بیکراں تری شان جل جلالہ
تو ثبوت حق کی ہے ایں و آں تری شان جل جلالہ
تری حمد اور مری زباں تری شان جل جلالہ
ہے عطائے نطق کا امتحاں، تری شان جل جلالہ

خورشید جنیدی (پ: ۱۹۲۴ء۔ م: ۱۹۹۰ء): آپ حیدرآباد کے استاد شاعر تھے۔ فرزندان جامعہ عثمانیہ میں نمایاں مقام رکھتے تھے۔ ان کے رفقائے جامعہ میں مخدوم محی الدین، سکندر علی وجد، میکش حیدر آبادی اور امیر احمد خسرو کے اسمائے گرامی قابل ذکر ہیں۔ آپ کو اپنے دور کے اساتذہ حضرات علی منظور، علامہ نجم آفندی اور حضرت امجد حسین امجد سے فیض رحمت و شرف مشاورت حاصل رہا ہے۔ آپ کا دیوان "آتش

گفتار" ۱۹۸۲ء میں شائع ہو کر بے حد مقبول ہوا ہے۔ لیجئے اس دیوان سے ان کی حمد کے چند شعر ملاحظہ فرمائیے:

بنام گنج مخفی تو عدم ہے
ازل تیرا ظہور محترم ہے
ترے جلوؤں کا پرتو قصہ طور
ترا دیدار معراج اتم ہے
جہاں تک ہے گداز دل کی رونق
وہاں تک وسعت دیر و حرم ہے

منوہر لعل بہار: آپ ۳۱ مئی ۱۹۱۳ء کو حسینی علم حیدر آباد میں پیدا ہوئے۔ مدرسہ چار محل و سٹی کالج میں تعلیم کی تکمیل کے محکمہ زراعت حکومت آصفیہ سے منسوب ہوئے اور منتظم نظامت زراعت کے عہدہ پر وظیفہ یاب ہوئے۔ حضرت فصاحت جنگ جلیل سے شرف تلمذ حاصل رہا۔ اس طرح ان کا سلسلہ سخن حضرت امیر مینائی سے جاملتا ہے۔ آپ بنیادی طور پر غزل کے شاعر تھے۔ لیکن حمد و نعت و منقبت سے بھی شغف رکھتے تھے۔ حضرت صوفی اعظم کے سالانہ نعتیہ مشاعرہ کی نظامت کا اعزاز تاحیات آپ ہی کو حاصل رہا۔ آپ کے شعری ورثہ میں چھ مجموعے "بہارستان"، "تکرار تمنا"، "افکار نورانی"، "فردوس بہار"، "لہریں" اور "سخن در سخن" شامل ہیں۔ مجموعی خدمات کے لیے آندھرا پردیش اردو اکاڈمی نے ایوارڈ سے بھی سرفراز فرمایا تھا۔ حمد کے چند شعر ملاحظہ ہوں:

اے دو جہاں کے مالک، خالق ہے نام تیرا
ثانی ترا نہ ہمسر ہے وہ مقام تیرا

ہندو ہوں یا مسلماں، سکھ ہوں یا کہ ہوں مسیحی
الفاظ گو جدا ہوں لیتے ہیں نام تیرا
اک روز ہو شگفتہ اس کا چمن بھی یارب
جو ہے بہار غم میں ادنیٰ غلام تیرا

بیگم تہنیت النسا زور (پ:۱۹۰۰ء۔ م:۱۹۵۲ء): آپ ایک اعلیٰ تعلیم یافتہ خاندان کی بیٹی تھیں اور ممتاز ماہر دکنیات ڈاکٹر سید محی الدین قادری زور کی شریک حیات تھیں۔ آپ اپنے شوہر کی ہم سفر حیات ہی نہیں رہیں بلکہ ان کے علمی و ادبی سفر میں بھی ان کا قدم قدم پر ساتھ دیا۔ آج حیدر آباد میں جہاں ادارۂ ادبیات کی عمارت کھڑی ہے جہاں عظیم الشان ایوان اردو ایستادہ ہے وہ زمین بیگم تہنیت النساء زور کی ذاتی ملکیت تھی جو انھوں نے بطور عطیہ زور صاحب کو دی تھی۔ بیگم تہنیت النسا زور تا دم آخر نعت، حمد اور منقبت ہی لکھتی رہیں۔ ان کی نعتوں کے تین مجموعے "ذکر و فکر"، "صبر و شکر" اور "تسلیم و رضا"۔ جن میں نعتوں کے علاوہ حمد، سلام اور منقبت بھی شامل ہیں۔ لیجئے ان کے تیسرے مجموعہ نعت "تسلیم و رضا" سے ان کی حمد کے چند اشعار ملاحظہ فرمایئے:

عرش پر دیکھ رہا ہے ترا جلوہ کوئی
بر سر طور ہے مصروفِ تقاضا کوئی
تیرے دینے کے ہیں انداز نرالے سب سے
تو جو دیتا ہے تو ہوتا نہیں چرچا کوئی
کوئی پالیتا ہے تجھ کو یہیں شہ رگ کے قریب
اور ڈھونڈ رہے سر عرش معلیٰ کوئی

میرے اس مضمون کی فہرست میں (جو میں نے اس کی ابتدا میں دی ہے) چون

شعرا اور چار شاعرات کے اسمائے گرامی شامل ہیں۔ لیکن ان سب کے سوانحی کوائف پیش کرنے کئے جائیں تو مضمون طول پکڑ لے گا۔ اس لئے معذرت کے ساتھ میں باقی شعرا شاعرات کے صرف منتخب اشعار ہی پیش کرنے پر اکتفا کروں گا۔ البتہ اشعار کے اختتام پر ان کے ماخذ کا حوالہ ضرور شامل رہے گا۔ لیجئے ذیل میں باقی شعرا و شاعرات کی حمدوں اور مناجاتوں کے اشعار ملاحظہ فرمایئے:

رئیس اختر:

ہے فیض مسلسل ترا پیغام خدایا
قرآن ہے خود اک کرم عام خدایا
الفاظ تیری حمد کو لاؤں میں کہاں سے
ہے سوچ یہی بس سحر و شام خدایا

(روح دل)

ڈاکٹر عقیل ہاشمی:

سمیع "بصیر" قدیر" عظیم"
تو ارفع و اعلیٰ و اکبر خدایا
تری عظمتیں رفعتیں کیا بیاں ہوں
قلم ناتواں نطق کمتر خدایا

(بیاض نور)

داؤد نصیب:

رب مطلق ہے کبریا تو ہے

صرف اک قابل ثنا تو ہے
ہو کے تو آشکار عالم میں
ذرہ ذرہ میں بھی چھپا تو ہے

(راستہ)

مظفر الدین خاں صاحب:

(رباعی)

یارب مرے عصیاں کی سیاہی توبہ
اعمال کا یہ رنگ تباہی توبہ
تو بخش دے صدقے میں محمدؐ کے مجھے
توبہ ہے گناہوں کی الٰہی توبہ

(سخن در سخن)

ابو الفضل سید محمود:

الٰہی کام لے ظلمت میں مجھ سے ماہ و انجم کا
مرے اس داغ دل کو شمع راہ گمرہاں کر دے
دل فطرت شناس و دیدۂ خود بیں عطا فرما
مجھے بھی واقف راز جہان کن فکاں کر دے

(دعائے نیم شبی)

وقار خلیل:

نوائے بربط ناہید و نغمہ زہرہ
حدیث کن فیکون، حسن ایں و آں تجھ سے

خطا معاف کہ مقطع میں سر جھکاتا ہوں
وقار سجدہ ہے تو اور آستاں تجھ سے
(شاعری)

ریاست علی تاج:

اے خدائے لم یزل خالق کرو بیاں
تیرے آگے سرنگوں ہر رفعت کون و مکاں
عزت و ناموس کا میری فقط حافظ ہے تو
"دولت ایماں" کا مری صرف تو ہے پاسباں
(نقوش حیات)

ڈاکٹر راہی:

مرا ہر اک نفس وقف سبحان اللہ بحمدی ہے
مری ہر سانس میں ہے آپ کی حمد و ثنا یارب
ترے بندے ہیں تجھ سے ہی طلب کرتے رہیں گے ہم
ہمارا کون ہے تیرے سوا حاجت روا یارب
(دھنک)

مومن خان شوق:

غموں کی دھوپ میں دل کو قرار دے یارب
خزاں کی رت میں بھی ابر بہار دے یارب
تری ہی حمد کریں اور سیدھی راہ چلیں
ہماری زیست کو ایسا نکھار دے یارب

(یہ موسم گل)

جوہر ہاشمی:

ابتدا ہے اور نہ کوئی انتہا تیرے بغیر
کچھ نہیں ہے مالک ارض و سما تیرے بغیر
فضل ہے تیرا یہ جوہر ہاشمی کی زندگی
سانس تلک وہ لے نہیں سکتا خدا تیرے بغیر

(نگار سحر)

یوسف یکتا:

دین و دنیا میں سرخرو کر دے
اے مرے دو جہان کے مالک
تو ہی حمد و ثنا کے ہے لائق
اے زمین و آسماں کے مالک

(غنچۂ عطر بیز)

دل اور حزیں:

ہر اک منزل پہ تو ہی بے سہاروں کا سہارا ہے
تو بے شک حق تعالیٰ ہے تو بے شک حق تعالیٰ ہے
تری رحمت میں بڑھ کر لے لیا آغوش رحمت میں
مصیبت میں تڑپ کر اے خدا جس نے پکارا ہے

(شہر خیال)

قوی سیف:

ہمارا ذوق نظر لا الہ الا اللہ
ہمارا حسن بیاں لا الہ الا اللہ
تمام روح و بدن تر ہیں تیری خوشبو سے
مشام نطق و دہاں لا الہ الا اللہ
(اک چٹکی آگ)

اطیب اعجاز:
ذکر یہ صبح و شام کس کا ہے
ذرہ ذرہ پہ نام کس کا ہے
آپ اپنے پہ ہے یقیں اطیبؔ
عقل کل میں وہ نام کس کا ہے
(لمس کی خوشبو)

انجم عارفی:
آنکھوں کو میری نور بصیرت دے دے
گمراہ ہوں میں مجھ کو ہدایت دے دے
کونین کی دولت کی نہیں مجھ کو ہوس
یارب مجھے سرکار کی الفت دے دے
(انجم زار)

شوکت علی درد:
تو ہی ماوا تو ہی ملجا تو ہی مولا تو ہی آقا
سوا تیرے نہیں کوئی ہمارا آسرا یارب

بشر کا ذکر کیا پیغمبروں تک نے کہا یارب
کس سے ہو سکے گی کیا تری حمد و ثنا یارب

(متاعِ درد)

رشید جلیلی:

دل سے سب غم نکال دے یارب
چھاؤں رحمت کی ڈال دے یارب
اپنے پیارے نبیؐ کے صدقے میں
ہر بلا سر سے ٹال دے یارب

(آرزو کے چراغ)

مسعود جاوید ہاشمی:

رکھا تھا ذات کے پردے میں کل نہاں مجھ کو
تو قسط قسط میں کرتا رہا عیاں مجھ کو
ہزار ذروں کی پیوند کاریاں کر کے
ترا کرم کہ بنایا ہے اک جہاں مجھ کو

(دسترس)

معلم عبیدی:

نکلنا ہے جو گرفت لا الہ باطل سے
تو پڑھیئے آٹھوں پہر لا الہ الا اللہ
ہمارا مقصد ہستی سپردگی اپنی
بہار زادِ سفر لا الہ الا اللہ

(پرواز نظر)

معین فیاضی:

یارب تو اپنی راہ میں یوں کر فنا مجھے
مل جائے اس فنا ہی میں راہ بقا مجھے

(سحر سے پہلے)

صادق نوید:

ماورائے خرد ہیں ترے کام سب
تیرے قبضے میں ہے نظم کون و مکاں
اے خدا سب کو معبود واحد ہے تو
کوئی تجھ سا نہیں، سب کا تو پاسباں

(خدوخال)

باسط نقوی:

دن نکلتا رات سے مٹی سے اگنا بیج کا
ہے حیات و موت کا کتنا عجب یہ فلسفہ
بے سہارا یہ فلک ہے کتنی صدیوں سے کھڑا
تیری دانائی و حکمت تو ہی جانے اے خدا
سب عیاں تیرے نشاں ہیں
اور تو ہے بے نشاں

(تازہ ہوا کا جھونکا)

ڈاکٹر طیب پاشا قادری:

جب سے رواں دواں ہے زمانے کا کارواں
خلقت کے سر پہ ہے تری رحمت کا سائباں
سب ہیں ترے ظہور کی زندہ نشانیاں
دریا پہاڑ کھیت بیابان و گلستاں

رحمت سکندر آبادی:

گناہوں کے دریا میں ڈوبا ہے لیکن
یہ ہے تیرا بندہ ترے سامنے ہے
یہ سر کیا بھلا اس کی قیمت ہی کیا ہے
مرا دل خمیدہ ترے سامنے ہے
(سوغات رحمت)

عزیزالدین رضواں:

زمین روح پر دیکھو رقم اللہ ہی اللہ ہے
زبان دم پہ یارو دم بہ دم اللہ ہی اللہ ہے
زمیں کیا آسماں کیا عرش کیا جنت و دوزخ کیا
قسم اللہ کی لوح و قلم اللہ ہی اللہ ہے
(نظارۂ نور)

عزم رحمانی:

تیرے تابع چاند سورج، تیرے تابع رات دن
تو ہے رب العالمیں تو نے بنائی کائنات
بارگاہ ایزدی میں عزم پہنچوں تو ذرا

وہ ہے رحمن الرحیم اور کرتا ہے التفات

(نوائے عزم)

ستار صدیقی:

بنایا بے ستوں اس آسماں کو

ہے بے شک لائق حمد و ثنا تو

ہے نور و نار تیرے استعارے

حقیقت میں ہے سب سے ماورا تو

(حرف خط کشیدہ)

عباس متقی:

کیا ذکر مرے دل کا

رگ رگ میں تو مکیں ہے

ہر شعر متقی کا

تسبیح دل نشیں ہے

(تنہائیاں)

شمیم نصرتی:

دے کے دنیا میں عزت و توقیر

جس کو چاہا نوازتا ہے کوئی

اپنی رحمت کے کھارے پانی سے

میٹھے چشمے نکالتا ہے کوئی

فرید سحر:

ترے ہی ہاتھ میں دنیا کی ہے زمام اللہ
ہر ایک شخص یہاں ہے ترا غلام اللہ
غذا بھی دیتا ہے پتھر کے ایک کیڑے کو
ہے کتنا پیارا یہ ترا نظام اللہ

شکیل مظہر:

اے خدا بندہ ہوں تیرا میں رہا عاصی سدا
سایہ رحمت کا مگر سر پر مرے پیہم رہا
مجھ کو مخلوقات کل پر تونے بخشا ہے شرف
ہے بہت احسان مجھ پر اے خدا تیرا بڑا
(کانچ کا گھر)

اسحاق ملک: (ماہیے)

یزداں کے غضب سے ڈر / خوف گنہ کیسا / سر توڑ کے سجدے کر
اللہ ہی مدد دے گا / کیا طاقت انسانی / وہ تا بہ عدد دے گا (نگینۂ سخن)

یوسف الدین یوسف:

مالک بحر و بر خالق جزو کل
ابتدا تجھ سے ہے انتہا تجھ سے ہے
(پیکر کردار)

بصیر افضل:

تا عمر مجھ کو رکھنا سرشار مرے مولا
کشتی مری لگانا اس پار مرے مولا

تیرے سوا نہیں ہے کوئی جہاں میں میرا
میں دل سے کر رہا ہوں اقرار مرے مولا
(آئینہ بولتا ہے)

اشرف رفیع:

تو ہے اول تو ہے آخر تو ہے ظاہر تو ہے باطن
خود اپنی ہستی ذات قدم کا راز داں تو ہے
ظہور جز و کل تفصیل تیرے علم مطلق کی
بصیر انس و جاں تو ہے قدیر کن فکاں تو ہے
(عود غزل)

زبیدہ تحسین:

کہیں آدم کی عظمت کو نئی پرواز دی تو نے
کہیں آئین فطرت کو کلید راز دی تو نے
کہیں خاموشیوں کو تو نے سکھلایا بیاں ہونا
شکستہ دل کے تاروں کو صدائے ساز دی تو نے
(دشت تمنا)

بانو طاہرہ سعید:

جو خبر میں نے سنی ہے نہ سنائے اللہ
کیسے بچ سکتا ہے جس کو نہ بچائے اللہ
ظلمتیں، بے بسی، تنہائیاں، دشت و دقت
دستگیری کے لئے کوئی تو آئے اللہ

اب آخر میں راقم الحروف شاغل ادیب کی ایک حمدیہ نظم ہے "قرآن گواہ" ملاحظہ کیجئے جو سورۂ لقمان کی چند آیات کی ترجمانی لئے ہوئے ہے:

کوئی کاٹ کر / پیڑ سارے جہاں کے / بنا لے قلم اک / کوئی جل سے / سب ساگروں کے بنالے / سیاہی / کہ لکھے ثنا و حمد و تعریف تیری / مگر اس سے / ممکن نہیں ہے مرے رب / کہ لکھے ثنا و حمد و تعریف تیری / مکمل / مرے رب / ثنا و حمد و تعریف تیری / ہے لا انتہا / اے مرے رب / تری خوبیوں کی / ستائش کی تیری / کوئی حد نہ سرحد / ہے قرآں گواہ

***

رفیق شاہین

راجستھان کی حمدیہ شاعری اور ڈاکٹر فراز حامدی

حمد کی لغوی معنی تعریف کے ہیں جبکہ لفظ حمد معنوی اعتبار سے خدا کی توصیف و ستائش سے مختص ہے۔ بابا آدم آسمان کی جانب نظر مرتکز کر کے لا الہ اللہ محمد الرسول اللہ پڑھا کرتے تھے۔ کلمہ طیبہ کی رو سے سوائے اللہ کے باقی سارے معبودوں کی نفی بذات خود اللہ کی حمد ہے۔ بابا آدم روئے زمین پر جبکہ تن تنہا تھے اور تحریری زبان عالم وجود میں نہیں آئی تھی ایسے میں ان کا کلمہ طیبہ پڑھنا جو عربی زبان میں ہے سوال پیدا کرتا ہے کہ عربی زبان کیا جنت کی آسمانی زبان ہے جسے آدم علیہ السلام اپنے ساتھ زمین پر لائے تھے۔ یہ ایک الگ ہی نکتہ ہے جس پر غور و فکر علما کا کام ہے۔ ہم تو یہاں صرف یہ کہنا چاہتے ہیں کہ اللہ کی تخلیق کردہ اس وسیع ترین کائنات میں اللہ کی پہلی تعریف بابا آدم نے کی تھی وہی پہلے حامد اور پہلے حمد گو ہیں۔ کرہ ارض پر موقع بہ موقع جب جب جس طور سے وہ خالق کائنات کی توصیف و ستائش بیان کرتے اور اس کا شکرانہ ادا کرتے تھے اگر اسے باقاعدہ ضبط تحریر میں لایا گیا ہوتا تو کم از کم وہ نثری یا معریٰ حمد کی شکل میں ضرور برآمد ہوتا۔

رسول مقبول ﷺ کی حیات طیبہ میں نعت گوئی کے ساتھ ہی حمد کا باقاعدہ آغاز ہوا۔ بدخواہ مشرکین رسول مقبول صلعم کی ہجو کیا کرتے تھے جس کا جواب خلفائے

راشدین اور صحابہ کرام نے نعت کہہ کر دیا اور نعت کہنے والوں نے اس کے ساتھ ہی اللہ کی تعریف بھی نظم کرنی شروع کر دی۔ جو تحریری سطح پر حمد کہلائی۔

عصر حاضر میں حمد و نعت کا شمار مقبول ترین اصناف میں ہوتا ہے۔ حمد اور نعت پر مشتمل مجموعہ کلام کا خاصہ ذخیرہ موجود ہے۔ ان کے علاوہ بھی تقریباً سبھی شعرا کی یہ روایت بن چکی ہے کہ وہ اپنی شعر کتب کا آغاز حمد اور نعت سے کرتے ہیں۔ حمد اور نعت کو تو پاکستان میں ادب کی باقاعدہ اصناف تسلیم کر لیا گیا ہے۔ اس کے علاوہ بیرون ملک کی نو آبادیوں میں بھی حمد و نعت کی مقبولیت اور تخلیقی عمل شدت اختیار کر چکا ہے۔

ہندوستان میں حمد اور نعت کے حوالے سے راجستھان سب سے آگے ہے۔ اس مردم خیز سرزمین کی کوکھ سے بڑے بڑے ہیرے بر آمد ہوئے ہیں جن سے افق ادب جگمگا اٹھا ہے۔ ڈاکٹر فراز حامدی بھی معروف شاعر رومان اختر شیرانی کی اسی سرزمین کے نونہال ہیں اور آپ کا آبائی وطن ٹونک ہے۔ آپ کا حمد و نعت کا مشترکہ مجموعہ "دیار مدینہ "۱۹۶۷ء میں منصہ شہود پر آکر مقبول عام ہوا تھا۔ تقسیم ملک کے بعد فراز حامدی کا یہ مجموعہ راجستھان کے باقی سبھی شعرا پر سبقت لے گیا ہے کیونکہ تقسیم ملک کے بعد ان کے اس مجموعے کو اولیت حاصل رہی ہے۔ حمد و نعت کے باقی سبھی مجموعے فراز حامدی کے مجموعہ کلام "دیار مدینہ" کے بعد ہی عالم ظہور میں آئے ہیں۔ ان کے بعد اسی سال کے اواخر میں نواب محمد اسماعیل علی خاں تاج کا مجموعہ "تاجدار مدینہ" شائع ہوا تھا۔ دل ایوبی کا "نذر رسالت" طلوع ہوا اور ۱۹۸۰ء میں امداد علی خاں شمیم کا "مخزن نعت" منظر عام پر آیا تھا۔ سیف ٹونکی کا حمدیہ و نعتیہ مجموعہ بھی کافی مقبول ہوا تقسیم ملک سے پہلے کیف ٹونکی کا حمدیہ و نعتیہ مجموعہ کلام اپنے وقت میں جتنا مقبول تھا اتنا ہی مقبول آج بھی ہے۔ لیکن ڈاکٹر فراز حامدی کے "دیار مدینہ" کو جو مقبولیت ملی وہ کسی کے حصے میں بھی

نہیں آئی۔ آپ کا حمدیہ و نعتیہ کلام "میوزک انڈیا" نامی گراموفون رکارڈ کمپنی کے بینر تلے تیار کئے گئے "نور اسلام"، "یارب" اور "چلو مدینے چلیں" نام کے گراموفون رکارڈز میں نغمہ بند ہیں۔

آپ کا حمدیہ و نعتیہ کلام تیس پینتیس سال سے میلاد پارٹیاں لگاتار پڑھتی چلی آرہی ہیں۔ خوش آواز موسیقار اور گائک محمد طاہر محفل محفل ان کی حمد و نعت کو ترنم سے ادا کر کے سماں باندھتا رہا ہے اور اس سے ہمیشہ ہی فراز حامدی کے حمدیہ و نعتیہ کلام پیش کرنے کی فرمائش کی جاتی رہی ہیں اور ان کے "دیار مدینہ" کو راجستھان بھر میں قدر و منزلت کی نگاہ سے دیکھا جاتا ہے اور داد و ستائش میں کوئی کمی باقی نہیں رکھی جاتی۔ "دیار مدینہ" منظر عام پر لاکر جو عزت شہرت راجستھان بھر میں ڈاکٹر فراز حامدی کو حاصل ہوئی وہ کسی کے بھی حصے میں نہیں آئی۔

راجستھان میں حمد اور نعت گوئی سے والہانہ عشق، اس صنف میں غیر معمولی دلچسپی اور اس کے احیا و ترویج کا بنیادی سبب یہ بھی ہے کہ ٹونک کو اسلامی ریاست کا درجہ حاصل رہا ہے۔ یہاں کے مسلمان اسلامی جذبے سے سرشار اللہ کی حمد و عبادت اور محمد صلعم سے عقیدت و محبت کے اظہار میں حمد و نعت کے حوالے سے بڑھ چڑھ کر حصہ لیتے رہے ہیں۔ انھوں نے وسیع پیمانے پر حمد و نعت تخلیق کی ہیں۔ یہاں کے نوابین اور امراء اور رؤسا بھی حمد اور نعت کی تخلیق میں خود بھی برابر شریک رہتے تھے۔ اس موقع پر اگر نواب حافظ محمد ابراہیم علی خانصاحب (ٹونک) کا ذکر نہ کیا جائے تو مضمون تشنہ ہی رہ جائے گا۔ خانصاحب حمد اور نعت تو تخلیق کیا ہی کرتے تھے۔ اس کے ساتھ ہی آپ کے مرتب کردہ سالانہ میلاد النبی بعنوان "میلاد خلیل" کو بھی یہاں زبردست اہمیت و مقبولیت حاصل رہی ہے۔ یہ محفل میلاد نواب صاحب کے شاہی محل میں منعقد ہوتی تھی اور لگاتار سات

دن تک جاری رہتی تھی۔ جلسہ میلاد میں نوابین اور امراء اور رؤساء تو شریک ہوتے ہی تھے ساتھ ہی اس میں شرکت کے لئے رعایا پر بھی شاہی محل کے دروازے کھلے رہتے تھے۔ بزم میلاد النبی میں مقامی اور دور دور سے تشریف لائے ہوئے معزز مہمان شعرا حمد اور نعتیں پڑھا کرتے تھے اور ساتوں دن ایک پاؤ بوندی کے لڈوؤں کی فرداً فرداً تقسیم ٹونک کی روایت بن گئی تھی۔

ٹونک: راجستھان کی اسلامک اسٹیٹ ٹونک کا شعر و ادب میں ہمیشہ بلند مقام حاصل رہا۔ یہاں بڑے بڑے بانکے حمد اور نعت گو شعرا اپنا کمال ہنر دکھاتے رہے ہیں۔ جن میں ذیل کے شعرا کے نام قابل ذکر ہیں۔

استاد آبرو جام ٹونکی، احمد سعید خاں ساحل ٹونکی، محمد صدیق صاحب، سیف ٹونکی، کیف ٹونکی، نواب محمد اسماعیل خاں تاج ٹونکی، فاخر اعجازی، دل ایوبی، ابن احسن بزمی، بسمل سعیدی، احمد رضا خاں صاحب وغیرہ۔ ٹونک کے موجودہ شعرا کرام میں جو حمد اور نعت بھی کہتے ہیں وہ ہیں جناب سید مختار ٹونکی، صفدر ٹونکی، امداد علی خاں شمیم اور ڈاکٹر فراز حامدی۔

جے پور: جے پور کے نامور شعرا جنھوں نے حمد اور نعت میں بھی اپنے جوہر دکھائے ہیں ان میں جناب چاند بہاری لعل صابئ، چاند نارائن ٹکومہر، اثر عثمانی، قمر واحدی، حسین کوثری، راہی شہابی، فضا جے پوری، خداداد مونس، چراغ جے پوری اور رفیق جے پوری خصوصی اہمیت کے شعرا ہیں۔

اجمیر: اجمیر کے ممتاز و مقتدر شعرا میں جنھوں نے حمد اور نعت گوئی میں بھی اپنی فنی بصیرت و مہارت کا ثبوت پیش کیا جناب عرشی اجمیری، رئیس اجمیری، نسیم اجمیری، فضل متین، ممتاز راشد اور احتشام اختر کے نام گنوائے جاسکتے ہیں۔

جودھپور: جودھ پور میں کالے خاں ابر، امجد جودھپوری، عبد الحفیظ بیکس، پارس رومانی، عبد الغفور راز، الہ دین راہی اور وفا رحمانی نے بھی حمد اور نعتوں کی تخلیق میں اپنا کردار نبھایا۔

شیخاوٹی: شیخاوٹی کے نمائندہ شاعر جنھوں نے حمد اور نعت نگاری میں نام کمایا ان میں حکیم یوسف، سالک عزیزی، منصور چودھری، غلام محمد کلیم اور نذیر فتح پوری کے نام نامی پیش کر دینا کافی ہو گا۔

اودے پور: ادے پور میں خلیل تنویر، شاہد عزیز اور عابد ادیب نے حمد اور نعت کی تخلیق میں سرگرمی کے ساتھ حصہ لیا۔

کوٹہ: راجستھان میں کوٹہ کو بھی ادب کی تخلیق میں ایک خاص مقام حاصل رہا ہے۔ یہاں جہاں دیگر اصناف میں شعری اور نثری ادب تخلیق ہوا ہے وہیں حمد و نعت میں بھی یہاں کے شعرا نے اپنا لوہا منوایا ہے۔ حمد اور نعت کے حوالے سے ذیل کے شعرا اپنا ثانی نہیں رکھتے۔ وہ ہیں مفتوں کوٹوی، ظفر غوری، عقیل شاداب، امیر علی صابر اور محمد توفیق برق۔

مندرجہ بالا شواہد سے یہ بات اپنے آپ واضح ہو جاتی ہے کہ حمد اور نعت گوئی کے تعلق سے ملک کے دیگر صوبوں کے بہ مقابلے راجستھان ابتدا سے ہی شعر و ادب کی تخلیق میں کچھ زیادہ ہی باعمل پر جوش اور فعال رہا ہے۔ لیکن اس حقیقت سے مفر ممکن نہیں کہ نعت کے مقابلے میں حمد کا ذخیرہ کمتر درجے کا ہے۔ ایسے مجموعہ کلام جن میں کہ صرف حمد ہی شامل ہوں کم از کم راقم الحروف کی نظر سے تو گزرے نہیں اور وہ اگر ہونگے بھی تو تعداد میں زیادہ نہیں ہونگے۔

ڈاکٹر فراز حامدی کی شناخت حلقہ ادب میں محض اس لئے نہیں ہے کہ وہ اچھے حمد

نگار اور نعت گو ہیں اور بعد آزادی ان کا حمدیہ و نعتیہ مجموعہ "دیار مدینہ" کو راجستھان میں ان اصناف میں پہلا مجموعہ قرار دیا گیا ہے۔ در حقیقت ان کی ادب میں شناخت اور شہرت و مقبولیت کا دار و مدار ادب میں انجام دہے ان کے کارناموں پر ہے۔ ان کا یہ کارنامہ کہ انھوں نے جاپانی اصناف سخن "تنکا"، "رنیگا" اور "سیڈوکا" کو اردو ادب میں متعارف کرایا ادب کی تاریخ بن چکا ہے۔ تحقیق، تنقید اور تخلیق تینوں سطح پر انھوں نے جم کر کام کیا ہے۔ وہ نصف درجن کتابوں کے خالق ہیں اور تقریباً اتنی ہی کتب تالیف کر چکے ہیں۔ ان کی مزید چھ کتابیں دو دو ماہ کے وقفے سے منصہ شہود پر آنے والی ہیں۔ گیت اور دوہا نگاری ابتدا سے ہی ان کی ترجیحات میں شامل رہے ہیں گیت کو انھوں نے اردو کا لباس فاخرہ عطا کیا ہے۔ دوہا ادب کو نشاۃ ثانیہ سے ہمکنار کر کے اس اوج ثریا پر پہنچانا انہیں کا کام ہے۔ اردو دوہا، مردف دوہا، معرا دوہا، مثلث دوہا، مثلث معرا دوہا، دوہا غزل، دوہا نظم، دوہا گیت، دوہا قطعہ، دوہا ترائیلہ اور دوہا سانیٹ بھی انہیں کی ایجادات میں شامل ہیں۔ انہیں فخر حاصل ہے کہ ان اصناف میں ادب تخلیق کرنے والے شعرا ان کے مقلد کہلانے سے بچ نہیں پائیں گے اور اس ادب کو ان کا شرمندہ احسان ہونا پڑے گا۔ ان کے انہی زبردست کارناموں کی بدولت آج ان کا نام نامی آسمان ادب پر مہر نصف النہار کی طرح تاباں و درخشاں ہے۔ سورج کی کرنوں کا جہاں جہاں گزر ہے وہاں وہاں ان کے چاہنے والے موجود ہیں اور عالمی سطح پر ادب کی فلک بوس عمارات کے پر شکوہ ایوانوں میں بھی فراز حامدی کا نام سنائی دینے لگا ہے۔

یہ تمام باتیں فراز حامدی کے ادبی پس منظر میں بیان کی گئی ہیں ویسے ہمارا اصل مقصد ہے فراز حامدی کا بحیثیت حمد گو جائزہ لینا۔ کسی بھی صنف کی شاعری کیوں نہ ہو اس میں زبان اور اسلوب کا بڑا دخل ہوتا ہے۔ فراز حامدی فکر و فن کے ساتھ زبان اور

اسلوب پر بھی خاصی توجہ دیتے ہیں۔ ان کے یہاں فکر گہری ہے اور زبان سادہ، لہجے کی کھنک اور چست بندش کے سبب کسے تاروں والے ستار کی سی جھنکار ان کی شاعری میں ترنم کی چاشنی گھول دیتی ہے۔ اس بات کو ان کے حمدیہ اشعار میں بھی بآسانی دیکھا جاسکتا ہے۔ ان کے مجموعہ کلام "دیار مدینہ" میں موجود ان کے حمدیہ اشعار کو دیکھ کر ورڈس ورتھ کا یہ مقولہ بے ساختہ یاد آجاتا ہے: "شعر ایک لاابالی جذبہ ہے جو دل سے پھوٹ کر دلوں میں پیوست ہو جاتا ہے۔"

خالق کائنات کے اشرف المخلوقات پر لاکھوں احسانات اور اس کی عطا کردہ طرح طرح کی نعمتوں کے تصور سے فراز حامدی کا جذبہ تشکر لاابالی طور پر شعر بن کر ان کے دل سے پھوٹتا ہے اور دلوں میں پیوست ہو جاتا ہے۔ ایک طرح سے اسے ورڈس ورتھ کی تائید بھی حاصل ہو جاتی ہے۔ ملاحظہ کیجئے:

تہی دل کی آرزو ہے تہی دل کا مدعا ہے
اسے کیا کمی ہے یارب جسے تیرا آسرا ہے
ترا لطف بیکراں ہے ترا فیض بے بہا ہے
میں تجھی سے کیوں نہ مانگوں مجھے جو بھی مانگنا ہے

غنائیت، موسیقیت اور ترنم کی چاشنی کے لحاظ سے بھی ملاحظہ ہو:

مرے نغمہ طرب میں ترلئے تری صدا ہے
یہ تری عنایتیں ہیں مجھے جو بھی کچھ ملا ہے

واحد کو کثرت میں تلاشنے کا متصوفانہ انداز بھی ان کی حمد کا ایک رنگ، ایک رویہ، ایک زاویہ، ایک اسلوب اور ایک ادائے دلبرانہ ہے:

تہی چاند میں نہاں ہے تہی پھول میں بسا ہے

ترے حسن کے ہیں جلوے ترے نور کی ضیا ہے

خدا عالم الغیب ہے۔ غیب کے اسرار و رموز سے واقفیت کی خواہش کسے نہیں ہوتی لیکن یہ بندے کے بس کی بات نہیں۔ فراز حامدی بندہ اور بندہ نواز کے رشتے سے آگے بڑھنے کی ہمت نہیں کرتے اور انکشاف اسرار و رموز میں ہاتھ لگی ناکامی کو اپنی کج فہمی تسلیم کر لیتے ہیں۔ جو ان کے معصوم اور سیدھے سچے انسان ہونے کا عندیہ بھی ہے۔ ملاحظہ ہو:

ترے راز تو ہی جانے مری فہم سے سوا ہے
مجھے صرف یہ خبر ہے میں ہوں بندہ تو خدا ہے
ہے ترا کرم سبھی پر تری شان ہی جدا ہے
تو رفیق ہر سخی ہے تو انیس ہر گدا ہے

تجاہل عارفانہ اردو شاعری کی ایک مقبول صنعت ہے جس کا مطلب جان کر انجان بننا ہے۔ مظاہر فطرت کی بوالعجبی اپنی تمام تر سحر طرازیوں کے ساتھ کچھ سوالات کو بھی جنم دیتی ہے۔ کچھ سوال ایسے بھی ہوتے ہیں جن کا جواب معلوم نہ ہو مگر فراز حامدی کے دل میں پیدا ہونے والے سوال ایسے نہیں ہیں جن کے جوابات سے وہ انجان ہوں مگر وہ پھر بھی فطرت کی نیرنگیوں سے متاثر ہو کر سوال پر سوال کرتے چلے جاتے ہیں اور سوالات ان کا اسلوب بن جاتے ہیں۔ اس طرح ان کا ہر سوال اپنے خاموش جواب میں حمدیہ اشعار کا پیکر بن جاتا ہے۔ ان کی اس انداز کی تکنیک پر استوار کئے گئے ان کی حمد کے دو بند ملاحظہ کیجئے:

چاند سورج کو کس نے یہ دی روشنی
اور ستاروں میں آخر ضیا کس کی ہے

رنگ و بو کس نے پھولوں کو بخشا فرازؔ
لبِ پہ غنچوں کے حمد و ثنا کس کی ہے
کس نے دریا کو کی ہے روانی عطا
کوہساروں کو بخشا ہے کس نے فرازؔ
کس نے کی ہیں شفق کو عطا سرخیاں
کائناتِ حسیں میں ادا کس کی ہے

ڈاکٹر فراز حامدی نے حمد یہ دوہے، حمد یہ ماہئے اور حمد یہ ہائیکوز بھی تخلیق کئے ہیں۔ دوہا دو برابر کے ہم وزن مصرعوں کے اتصال سے تشکیل پاتا ہے جس کے ہر مصرعے کے درمیان وقفہ ہوتا ہے۔ وقفے سے قبل کا ٹکڑا ادشم چرن کہلاتا ہے جس میں تیرہ ماترائیں ہوتی ہیں اور وقفے کے بعد کا حصہ سم چرن کہلاتا ہے جو اپنے آپ میں گیارہ ماتراؤں کا پابند ہوتا ہے۔ اس طرح مع وقفہ ایک مصرعہ چوبیس ماتراؤں پر مشتمل ہوتا ہے اور اس طرح دوہے کو اڑتالیس ماتراؤں کے اہتمام کے ساتھ تخلیق کرنا لازمی امر ہے۔ دوہا چھند ماتراؤں کی کمی بیشی کو تسلیم کرنے سے یکسر قاصر ہے۔ ڈاکٹر فراز حامدی نے دوہا چھند کی تعریف بڑے جامع اور بلیغ انداز میں نظم کی ہے:

تیرہ گیارہ ماترا بیچ بیچ وشرام
دو مصرعوں کی شاعری دوہا جس کا نام

دوہا نگاری قدرے مشکل اور باریک بینی کا فن ہے جسے ماتراؤں کے التزام کے ساتھ نظم کرنا کار دارد ہے کسی طرح کم نہیں ہے جبکہ حیرت اس بات پر ہوتی ہے کہ یہ اپنی سادگی کے سبب پڑھنے میں بڑا آسان سا دکھائی پڑتا ہے۔ دوہے میں ہندی کے الفاظ پھر بھی بآسانی شامل بحر ہو جاتے ہیں جبکہ اردو کے الفاظ اس کی ٹیڑھی بحر سے ایسے بدکتے ہیں

جیسے زخم پر مکھی بیٹھ جائے پر گھوڑا بدک اٹھتا ہے۔ دوہے میں ہندی الفاظ کی روایت کو توڑ کر اس میں اردو الفاظ داخل کرنا بھی فراز حامدی کی اختراع ہے جسے مقبولیت کی سند بھی مل چکی ہے۔ دیکھئے اردو دوہے میں انھوں نے اللہ کی حمد و ثنا سے متعلق اپنے جذبات و احساسات کی ترجمانی کیسے دلکش و دلآویز لب و لہجے میں کی ہے۔ دوہے کا آہنگ اور لئے رس کی پچکاریاں چھوڑ رہے ہیں:

تیرا نام رحیم ہے تو ہی ہے رحمان
میری بھی بگڑی بنا مشکل کر آسان

*

تیری ذات عظیم ہے تیرا نام قدیر
بیشک تیرا نام ہی اول اور اخیر

*

تیرے نافرمان بھی کرتے ہیں تسلیم
دھرتی سے آکاش تک تیری ہی تنظیم

*

میرے مالک دے مجھے ایک الگ پہچان
چٹانوں میں پھول ہوں پھولوں میں چٹان

اردو ماہیا نگاری پنجاب سے مستعار لی گئی ہے۔ اردو ماہیا کے بانی ہمت رائے شرما ہیں۔ حیدر قریشی جو عالمگیر سطح پر اردو ماہیا تحریک کے سرخیل اور قافلہ سالار رہیں انھوں نے اردو ماہیا کی جڑیں جمانے اور اسے استحکام عطا کرنے میں قابل تحسین و آفرین کردار نبھایا ہے۔ فراز حامدی نے بھی اردو ماہیا پر سب سے زیادہ پچاس مضمون لکھ کر اور شائع کرا کر

اس کی بنیاد میں فولاد نصب کیا ہے اور آج یہ صنف سخن سب سے زیادہ مقبول صنف کا تمغہ حاصل کر چکی ہے اور تیزی سے پھل پھول رہی ہے۔ ڈاکٹر فراز حامدی نے اردو ماہیا میں بھی حمد نگاری کے جوہر دکھائے ہیں۔ اگرچہ مفعول مفاعیلن / فعلن فعلن فع / مفعول مفاعیلن جیسی بحر جو ۷ + ۵ + ۷ ارکان پر مشتمل ہے اور مختصر بھی ہے اس میں محدود ہو کر حمدیہ مضامین باندھنا بھی سخت مشکل کام ہے۔ لیکن فراز حامدی کے پھولوں کی طرح مہکتے مسکراتے ماہیوں کو دیکھ کر لگتا ہی نہیں کہ انہیں نظم کرتے ہوئے انہیں کسی طرح کی دقت پیش آئی ہو گی۔ انھوں نے اللہ کے اسماء الحسنیٰ، خالق، رازق، غالب، قادر، غائب اور حاضر وغیرہ کو اپنے حمدیہ اشعار میں ڈھال کر اردو ماہیا کو معراج پر پہنچایا ہے۔ انھوں نے اپنے ماہیوں میں اللہ کی وحدت و عظمت کو بطور عقیدہ پیش کیا ہے ساتھ ہی اعتراف گناہ اور بخشش طلبی کے مضامین کو بھی حمدیہ ماہیوں کا لباس عطا کر دیا ہے۔ ملاحظہ کیجئے:

خالق ہے خدایا تو
رزق بڑھا میرا
رازق ہے خدایا تو

غالب بھی ہے قادر بھی
واہ تری قدرت
غائب بھی ہے حاضر بھی

ہر شے میں تری خوشبو

وقت ترا تابع
دن رات میں تو ہی تو

میں عیش نہ غم چاہوں
عرض فقط یہ ہے
بس تیرا کرم چاہوں

بھارت کا نواسی ہوں
فضل ترا چاہوں
میں بندہ عاصی ہوں

یارب تیرا مجرم ہوں
اپنے گناہوں پر
میں واقعی نادم ہوں

ماہیا کی طرح ہائیکو بھی اختصار سے متصف ہیئت ہے۔ اس میں پہلا اور تیسرا مصرعہ ۵۔۵ ارکان کا پابند ہوتا ہے جبکہ وسطی مصرعے میں سات ارکان کو ملحوظ خاطر رکھنا ہوتا ہے۔ اس ہیئت میں بھی حمدیہ مضامین باندھنے کے لئے قادر الکلام ہونا شرط اول ہے۔ لٰہذا افراز حامدی کے لئے یہ کام بھی مشکل نہیں ہے۔ انھوں نے ہائیکوز میں بھی حمد کے گل بوٹے خوب کھلائے ہیں۔ اللہ کی قدرت کاملہ اور اس کی عظمت وفضیلت کو انھوں نے بڑے دلکش اور مؤثر پیرائے میں بیان کیا ہے۔ اللہ کی وحدت بسم اللہ کی برکت، الوحی

قرآن کی تقدیس، ظہور شب و روز میں اللہ کے دخل جیسے مضامین کو انھوں نے ہائیکوز میں جمال و کمال کے ساتھ پیش کر کے اپنی فنکارانہ عظمت کا لوہا منوالیا ہے۔ ملاحظہ ہو:

اللہ اکبر
بس اللہ کا نام
سب سے بالاتر

بسم اللہ پڑھو
اس کی راہ نمائی میں
اپنا کام کرو

ذرے ذرے میں
تیرا جلوہ ہے موجود
ہر آئینے میں

اے سب کے معبود
سب تیرے سجدہ گزار
تو سب کا مسجود

قرآنی آیات
وہی جانتا ان کے بھید

جو پڑھتا دن رات

دل کے گوشے میں
تو ہی رہتا ہے یارب
ہر آئینے میں

غرض کہ فراز حامدی نے جس صنف کو بھی شعار کیا ہے وہ اس کی بالائی منزل پر پہنچے ہیں۔ تاریخ ادب میں انھوں نے اپنے بے مثل اور نا قابل فراموش کارناموں سے اپنا اپنے خاندان کا اپنے شہر کا اپنے صوبے کا اور اپنے ملک کا دنیا بھر میں نام روشن کیا ہے۔ دنیا بھر میں جہاں جہاں اردو کے گلشن کھلے ہوئے ہیں وہاں وہاں ڈاکٹر فراز حامدی کا نام گلاب گلاب خوشبو بن کر مہک رہا ہے۔

***

شمع ناسمین نازاں

شہر آرا کی حمدیہ شاعری

حمد کے لغوی معنی تعریف و توصیف کے ہیں۔ یہ تعریف و توصیف اللہ رب العزت کے لئے مخصوص ہے۔ ماسوا اللہ کی تعریف کو حمد نہیں کہا جاتا۔ شاعری کی اصطلاح میں حمد اس تخلیق پارہ کو کہا جاتا ہے جس میں شاعر اپنے عجز کا اعتراف کرتے ہوئے اپنے مالک سے مغفرت و استعانت کا طالب ہوتا ہے۔ حمد و مناجات موضوعی صنفوں کی ذیل میں آتی ہے۔ یعنی ان کے موضوعات متعین ہیں۔ البتہ ہیئت کی کوئی قید نہیں۔ چنانچہ حمد ہو یا مناجات شاعری کی مختلف ہیئتوں میں دستیاب ہیں۔

حمد و مناجات داخلی شاعری سے تعلق رکھتی ہیں۔ ان کا تعلق انسان کی داخلی کیفیات و احساسات سے ہے۔ ایک فنکار اپنے باطن میں خدائے پاک کی عظمت و کبریائی کا تجربہ کرتا ہے اور ذات باری کے مقابلے پر اپنے عجز کا ادراک کرتا ہے۔ اس طرح حمد و مناجات ایک تجربی شاعری ہے۔ یہ تجربہ انفرادی بھی ہوتا ہے اور اجتماعی بھی۔ کوئی ضروری نہیں کہ ہر فن کار خدائے تعالیٰ کی ذات والا صفات کا تجربہ یکساں طور پر کرے یا پھر اس تجربہ کو یکساں شدت کے ساتھ پیش کرے۔ کیفیت و شدت کے اعتبار سے اس میں فرق ہو سکتا ہے۔ ایک فنکار جب اسباب عالم پر غور و فکر کرتا ہے تو اس کے دل میں احسان تشکر کے بے پناہ جذبات پیدا ہوتے ہیں۔ وہ انہی جذبات کو الفاظ کا جامہ پہناتا

ہے۔ پھر جب وہ اس عالم اسباب میں اپنی حیثیت پر غور کرتا ہے تو خود کو مجبور، محتاج اور عاجز پاتا ہے۔ وہ محسوس کرتا ہے کہ اسے کسی پناہ کی ضرورت ہے۔ ایک ایسی ہستی کی ضرورت ہے جس سے وہ لو لگا سکے۔ اپنی حاجتوں اور ضرورتوں کو اس کے سامنے پیش کر سکے۔ اس کے سامنے گڑگڑا سکے اور اس سے استعانت کا طالب ہو، یوں اس کی زبان پر مناجات کے کلمے جاری ہوتے ہیں۔ گویا حمد و مناجات خدائے رب العزت کی ذات بے ہمتا اور انسان کی عبودیت و عجز کا فنکارانہ اظہار ہے۔

خالق حقیقی کے اوصاف کا احاطہ کرنا محال بلکہ ناممکن ہے حق تو یہ ہے کہ ایک فنکار ذات باری تعالیٰ کی انہی صفتوں کو گرفت میں لیتا ہے یا لے سکتا ہے جو اس کے تجرباتی معمل میں جلوہ گر ہوتی ہیں۔ خدا لا محدود ہے اور انسان کی عقل و ادراک محدود۔ انسانی عقل میں خدا کی ذات سے متعلق اوصاف کا تصور بھی محدود ہوتا ہے۔ وہ خدا کی لا محدود صفتوں کا احاطہ نہیں کر سکتی۔ اس حقیقت کو قرآن پاک میں اس طرح پیش کیا گیا ہے:

"کہہ دیجئے کہ اگر سمندر میرے پروردگار کی باتوں کو لکھنے کے لئے سیاہی بنا دئے جائیں تو قبل اس کے کہ میرے پروردگار کی باتیں تمام ہوں، سمندر ختم ہو جائے گا اگر ہم ایسا ہی اور سمندر بھی مدد کو لائیں تو بھی ممکن نہ ہو پائے گا۔" (سورۂ کہف، رکوع:۱۱، آیت:۱۰۸)

یہ صحیح ہے کہ پروردگار کی ذات صفات کا بدرجہ کمال احاطہ کرنا ممکن نہیں۔ تاہم بندوں کو یہ بھی حکم دیا گیا ہے کہ وہ خدائے تعالیٰ کی تسبیح و تحمید کریں۔ نیز اس کے طریقے بھی بنائے گئے ہیں۔ اسی احکام ربانی کے پیش نظر فنکاروں نے اظہار تشکر و بندگی کے طور پر ہر زبان اور ہر عہد میں حمد و مناجات کی ڈالیاں سجائی ہیں۔ مگر حسب توفیق و حسب استطاعت بعض فنکاروں نے عقیدتاً اور بعض نے تبرکاً حمدیہ کلمات کہے ہیں۔

آرہ شہر صوبہ بہار کا قدیم علمی و ادبی مرکز رہا ہے۔ یہاں ہر عہد میں شاعروں اور ادیبوں کی اچھی خاصی تعداد موجود رہی ہے۔ ان شعرائے کرام میں ایسے شاعروں کی تعداد بھی کم نہیں جنھوں نے حمدیہ اشعار کہے۔ جن حضرات نے اس صنف سخن میں طبع آزمائی کی ہے۔ ان کا مختصر تعارف اور نمونہ کلام درج ذیل ہیں۔ یہ تعارف مکمل نہیں۔ اس کی حیثیت مشتے نمونہ از خروارے کی ہے۔ دراصل میرا مقصد یہ دکھانا ہے کہ آرہ شہر کے شعرا نے بھی جہاں شاعری کی دوسری صنفوں میں طبع آزمائی کی وہیں حمد و مناجات کے اشعار بھی کہے۔ فی الوقت یہ کام اجمالی طور پر ہی ممکن ہے۔ تفصیلی جائزہ تحقیق طلب بھی ہے اور دقت طلب بھی۔ امید ہے کہ محققین شاعری کے اس گوشے کو اپنی تحقیق کا موضوع بنائیں گے تاکہ متعلقہ فنکاروں کی فنکارانہ کاوشوں کے ساتھ انصاف کیا جاسکے۔

حمدیہ اشعار کہنے والے شعرا کے کچھ نام اس میں شامل ہونے سے رہ جاتے ہیں تو اس کی وجہ یہ نہیں کہ انہیں نظر انداز کیا گیا ہے یا ان کی محنت پر پردہ ڈالنے کی کوشش کی گئی ہے۔ بلکہ اس کا سبب یہ ہے کہ ان کا کلام مجھے دیکھنے کا موقع نہ مل سکا۔ ان حضرات میں شیخ انور علی یاس آروی، سید نصرت حسین نصرت آروی، امیر آروی، مانوس سہسرامی، بے باک بھوجپوری اور پروفیسر انیس امام بطور خاص شامل ہیں۔ کلام کی عدم فراہمی میری کوتاہ نظری کی دلیل تو ہو سکتی ہے میری متعصبانہ ذہنیت کی ہر گز نہیں۔ بہر کیف ذیل میں چند شعرا کا ذکر کیا جاتا ہے:

صفیر بلگرامی: سید فرزند احمد صفیر بلگرامی ۸ اپریل ۱۸۳۴ء کو بلگرام میں پیدا ہوئے۔ پھر صغر سنی میں آرہ آگئے۔ سحر لکھنوی، ضمیر لکھنوی اور غالب دہلوی کے شاگرد رہے۔ عظیم شاعر کے علاوہ ماہر صحافی، نقاد، ناول نویس اور قواعد داں تھے۔ کئی اخباروں کے علاوہ بے شمار تصنیفات آپ کی یادگار ہیں۔ آپ کے والد کا نام سید عبدالحق تھا۔ آپ کی

وفات ۱۲ مئی ۱۸۹۰ء کو ہوئی۔ نمونہ کلام ملاحظہ ہوں:

جو انان مضامین پر ہے سایہ رب سبحاں کا
بنا طغرائے بسم اللہ سے تاج اپنے دیواں کا
دنیا کے قیل و قال سے کیا کام ہے صفیر
میں بندۂ خدا ہوں اسی کے پناہ کا

خواجہ فخر الدین حسین سخن: آپ کی ولادت ۱۰ جولائی ۱۸۳۹ء کو ہوئی۔ آپ کے والد کا نام خواجہ محمد جلال الدین حسین المعروف بہ حضرت مصب تھا۔ صرف ایک سال کی عمر میں والدہ کا انتقال ہو جانے کے سبب سخن کو ان کی نانی جو قلعہ معلی میں استانی تھیں نے اپنے پاس رکھ لیا۔ سخن کو غالب سے شرف تلمذ حاصل تھا۔ ۱۸۶۲ء سے ۱۸۶۷ء تک آرہ میں وکالت کی اور شعر و سخن کو پروان چڑھایا۔ سب جج کے عہدہ سے ۱۸۹۴ء میں ریٹائرڈ ہوئے۔ "دیوان سخن" کلام کا مجموعہ ہے۔ کئی کتابیں شائع ہو چکی ہیں۔ نمونہ کلام ملاحظہ ہو:

کلیم و خرقہ ہو جب تک فقیروں کی پوشش
زبانوں پر ہو روا جب تلک کہ نام خدا
مرتے دم تک مجھ کو فراموش ہو سب کچھ لیکن
نام محبوب خدا، نام خدا یاد رہے

ضمیر الحق قیس آروی: آپ مولوی نبی بخش کے فرزند تھے۔ آپ کی ولادت ۱۸۷۴ء میں ہوئی۔ ۲۹ ستمبر ۱۹۳۵ء میں رحلت فرما گئے۔ حضرت شمشاد لکھنوی کے ارشد تلامذہ میں تھے آپ کے کلام کا مجموعہ "بہارستان خلد، معروف بہ جذبات قیس" کے نام سے شائع ہو چکا ہے۔ حمد کے اشعار ملاحظہ ہوں:

اے مالک ملک کبریائی
زیبا ہے تجھے تیری خدائی
تو ذات وصفات میں ہے یکتا
تجھ سا کوئی تھا نہ ہے نہ ہو گا

بدر آروی: مولوی امیر حسن بدر آروی سید محمد ہاشم کے فرزند ارجمند تھے۔ آپ کی ولادت ۱۸۷۵ء میں ہوئی۔ آپ صفیر بلگرامی کے ارشد تلامذہ میں تھے۔ نہایت خوش آواز اور خوش الحسان شاعر تھے۔ آپ کا دیوان "خمخانۂ بدر" کے نام سے مشہور ہے۔ حمد کا شعر ملاحظہ ہو:

بندہ ازل سے ہوں میں خدائے کریم کا
حلقہ ہے گوش دل میں محمدؐ کے میم کا
عاشق دہان وزلف وقد مستقیم کا
کرتا ہے حل عقدہ الف لام میم کا

قتیل داناپوری: آپ کا اصل نام محمد قائم رضوی اور تخلص قتیل داناپوری تھا۔ آپ بدر آروی کے جانشیں اور شاگرد تھے۔ آپ کی پیدائش ۱۸ نومبر ۱۸۹۴ء کو ہوئی۔ آپ بڑے عالم اور خوش الحان شاعر تھے۔ کئی مجموعے اردو اور فارسی غزلوں کے شائع ہو چکے ہیں۔ آپ کی وفات ۲۵ جولائی ۱۹۸۵ء کو ہوئی۔ بنیادی طور پر آپ کا شمار نعت گو شعرا میں ہوتا ہے۔ نمونہ کلام ملاحظہ ہو:

نشان منزل اول سراغ مقصد آخر
ہے سنگ شاہراہ عشق الف اللہ اکبر کا
بجا یکتا ہے دل پر نقش اتر کر قد دلبر کا

قلم ہے دست قدرت میں الف اللہ اکبر کا

واقف آروی: آپ کا پورا نام سید شاہ فضل امام اور تخلص واقف تھا۔ آپ کی ولادت ۱۸ مارچ ۱۹۱۶ء میں ہوئی۔ آپ کے والد شاہ منظر امام ارول کے رئیس و زمیندار تھے۔ آپ نے اپنے ننہال محلہ چودھرانہ میں ہی اپنا مکان بنا رکھا تھا۔ شاعری میں تمنا عمادی سے اصلاح سخن لیا۔ بڑے زود گو اور خوش آواز شاعر تھے۔

بتائیں ہم کہ اس دنیا میں کیا لیتے ہوئے آئے
خدا کا ذکر نام مصطفی لیتے ہوئے آئے

حفیظ بنارسی: آپ کا نام ایم اے حفیظ ہے۔ آپ ۱۹۲۳ء میں بنارس میں پیدا ہوئے۔ ۱۹۶۷ء سے ریٹائرمنٹ تک مہاراجہ کالج آرہ میں بحیثیت انگریزی پروفیسر درس و تدریس کے فرائض انجام دیتے رہے۔ اردو میں آپ کی کئی کتابیں منظر عام پر آچکی ہیں۔ آپ کے یہاں شیرینی، سادگی اور صفائی خوب ہے:

جنت الفردوس کے وارث وہی ہوں گے حفیظ
ہیں جو دل سے تابع فرمان رب العالمین

ماہر آروی: آپ کا پورا نام شیخ محمد عارف اور ماہر تخلص ہے۔ آپ موضع برہ بترہ آرہ میں اکتوبر ۱۹۲۶ء میں پیدا ہوئے۔ آپ نے تمام اصناف سخن پر طبع آزمائی کی ہے۔ اردو شاعری میں آزاد نظم میں سب سے پہلی نعت ماہر آروی نے ہی کہی ہے۔ آپ بڑے کہنہ مشق اور عظیم شاعر ہیں۔ بڑھتی عمر کے باوجود لکھنے پڑھنے کا حوصلہ برقرار رکھا ہے۔ آپ کی کئی کتابیں منظر عام پر آچکی ہیں:

ظاہر و باطن اس دنیا میں ہر اک جلوہ تیرا ہے
باطن میں جو پوشیدہ ہے وہ بھی مولا تیرا ہے

رکھتا ہے امید کرم کی تیرے وہ

ماہر تیرا فاسق وفاجر یااللہ

تاج پیامی: آپ کا نام تاج الدین احمد خاں اور تاج تخلص ہے۔ ۲۵ جنوری ۱۹۴۰ء کو جگدیش پور میں تولد ہوئے۔ آپ کے والد عبدالحامد خاں حامد بھی شاعر تھے۔ آپ نے عطا کاکوری اور قتیل داناپوری سے اصلاح سخن لیا۔ مختلف اصناف پر آپ نے طبع آزمائی کی ہے۔ کئی کتابیں منظر عام پر آچکی ہیں۔ شاعری کے علاوہ افسانہ نگاری اور تنقید نگاری میں بھی اپنالوہا منوا چکے ہیں:

حیراں ہے اپنی عقل کہ تعریف کیا کروں

کچھ بھی سمجھ میں آئے تو حمد وثنا کروں

خدا معلوم کس کو ڈھونڈتا ہے آئینہ اب تک

ہزاروں جلوے اس کے سامنے ہیں پھر بھی حیراں ہے

طلحہ رضوی برقؔ: اصل نام سید شاہ محمد طلحہ رضوی اور برق تخلص ہے۔ آپ اعلیٰ پایہ شاعر قتیل داناپوری کے فرزند ہیں آپ کی پیدائش ۱۹۴۰ء میں ہوئی۔ جین کالج آرہ میں بحیثیت لکچرر بحال ہونے کے بعد شہر آرہ کے شعرا وادبا میں آپ نے نمایاں مقام بنالیا۔ "شایگاں" اور "شمعاب سخن" مشہور کتابیں ہیں۔ نمونہ کلام ملاحظہ ہوں:

ہے چہرہ چشم عقل ودل جدھر ہے اور جہاں تک ہے

یہ کس کے حس کا جلوہ زمیں سے آسماں تک ہے

سلطان اختر: اردو کے شعری افق پر ۱۹۶۰ء کے بعد اپنی پہچان قائم کرنے والے چند اہم شاعروں میں سلطان اختر کا شمار ہوتا ہے۔ آپ کی پیدائش ۱۶ ستمبر ۱۹۴۰ء کو سہسرام میں ہوئی۔ کافی دنوں تک آرہ میں قیام رہا ہے۔ مانوس سہسرامی سے مشورہ سخن کیا۔ والد کا

نام الحاج شرف الدین ہے۔ حکومت بہار کے محکمہ جیل میں ملازم ہیں۔ اردو کے جدید شعرا میں آپ کا اہم مقام ہے۔ نمونہ کلام ملاحظہ ہو:

کوئی نہیں ہے تیرا ثانی یا اللہ
ہر شئے فانی تو لافانی یا اللہ
آئینوں کو بھی حیرانی یا اللہ
کہاں گئے چہرہ نورانی یا اللہ

شاہد کلیم: محمد کلیم الدین خاں عرف شاہد کلیم ۱۲ جنوری ۱۹۵۱ء میں دودھ کٹورہ آرہ میں تولد ہوئے۔ والد کا نام عبد الخالق خاں ہے۔ علیم اللہ حالی سے شرف تلمذ رہا۔ کئی تصانیف کے مالک ہیں اور بہت سارے اعزازات و انعامات سے نوازے گئے ہیں۔ اس وقت سپرنٹنڈنٹ کسٹم کے عہدہ پر مامور ہیں۔ غزل کے علاوہ نظم، رباعی اور نعت بھی خوب کہتے ہیں۔ نمونہ کلام ملاحظہ ہوں:

پلا کے آب بقا بھی ہے زہر تیرا
ترا کرم ہے مجھے یاد قہر بھی تیرا

جمیل اختر: آپ کا نام جمیل اختر اور محبی تخلص ہے۔ جائے پیدائش شیام نگر پنہاں، شیر گھاٹی، گیا اور سال پیدائش ۱۹۵۹ء ہے۔ والد کا نام حاجی محب الرحمن مرحوم ہے۔ ملازمت لیکچرر ایچ ڈی جین کالج آرہ اور مشغلہ درس و تدریس و تصنیف و تالیف ہے۔ اردو ، فارسی اور انگریزی زبان پر گہری دسترس حاصل ہے۔ بڑے ذہین اور وسیع خیال شخصیت کے مالک ہیں:

گناہ گار ہیں ہم پھر بھی تیرے بندے ہیں
سوائے در کے ترے کس کا آستاں دیکھیں

میں سارے بندھنوں کو توڑ کر آزاد ہو جاتا
مگر دل میں کسی کا خوف رہ رہ کر چمکتا ہے

حافظ محمد اسرار عالم سیفی: ۱۶ مئی ۱۹۶۳ء کو اسلام پور ضلع نالندہ میں تولد ہوئے۔ آپ کے والد مولوی محفوظ عالم مرحوم صوفی منش اور مذہبی خیال آدمی تھے۔ آپ کو علم و ادب سے گہری دلچسپی تھی۔ سیفی صاحب ہائی اسکول میں معلم ہیں اور علم و ادب کی خدمت میں مصروف ہیں۔ بنیادی طور پر یوں تو آپ غزل کے شاعر ہیں، لیکن مرثیہ، حمد، نعت کا بھی ذوق رکھتے ہیں۔ پروفیسر کلیم عاجز کے ارشد تلامذہ میں ہیں اور ان سے کافی متاثر ہیں۔ نمونہ کلام ملاحظہ ہو:

ہے منور نور بھی اور نور کا محور بھی تو
تو ہی ہے تحسین فطرت اور مہ و اختر بھی تو
بخش دے سیفی کو مولا ہے کرم تیرا بڑا
بندۂ ناچیز یہ ہے بحر عصیاں میں پڑا

***

ڈاکٹر کبیر الدین خاں وارثی

حکیم جامی وارثی: حمد و مناجات کے آئینے میں

حکیم فرید الدین جامی وارثی جگدیش پوری (مرحوم) کی شخصیت کسی تعارف کی محتاج نہیں۔ آپ اردو ادب میں درخشاں ستارے کی طرح جگمگاتے رہے۔ مگر موت نے انہیں ہم سے ۲۹ مارچ ۱۹۹۴ء کو ہمیشہ ہمیشہ کے لئے جدا کر دیا۔ مگر ان کی شاعری انہیں رہتی دنیا تک زندۂ جاوید بنائے رکھے گی۔

حکیم جامی وارثی ۱۹ فروری ۱۹۱۹ء کو بھوجپور ضلع کے ایک تاریخی قصبہ جگدیش پور بہ مقام پٹھان ٹولی پیدا ہوئے۔ آپ کے والد کا نام حکیم عبد المجید وارثی تھا جو اپنے زمانہ کے ایک نامور طبیب تھے۔ آپ بچپن سے ہی نہایت ہی ذہین واقع ہوئے اور قدرت الٰہی نے انہیں بے پناہ گویائی سے بھی نوازا تھا۔

حکیم جامی وارثی نے ابتدائی تعلیم قاری عبد الرزاق صاحب جگدیش پور کے مقامی مدرسہ سے حاصل کی اور اس کے بعد عربی، فارسی اور اردو کی مزید تعلیم کے لئے مدرسہ وحیدیہ آرا میں داخلہ لیا اور فوقانیہ کی تعلیم حاصل کی۔ دوران تعلیم آپ ہمیشہ ہی مدرسہ کے ہونہار طلباء میں شمار کئے جاتے رہے اور اپنے اساتذہ کے درمیان بھی ہر دل عزیز رہے۔ بعد ازاں اپنے خاندانی روایات کے مطابق حصول علم طب کے لیے پہلے پٹنہ میں داخلہ لیا اور طب کی تعلیم مکمل کی اور پھر جامعہ طبیہ کالج دہلی سے بھی مدت تعلیم ختم کر

کے ۱۹۴۱ء میں طب کی اعلیٰ سند حاصل کر کے اپنے وطن جگدیش پور بھوجپور (بہار) چلے آئے اور زندگی کے آخری ایام تک یہیں مطب کرتے رہے اور ساتھ ہی شعر و شاعری کا مشغلہ بھی دامن گیر رہا۔ بقول پروفیسر علیم رضوی برق کہ:

وہ حکیم خوش نوا وہ عامل دست شفا

پیکر اخلاص و یکتائے فن شاعری

دہلی کے دوران قیام شعر و شاعری کا دبا ہوا جذبہ شعلہ بار ہوا۔ فن شاعری میں اپنا استاد مولانا احقر موہانی وارثی مدیر جام جہاں نما لکھنو کو تسلیم کیا اور کچھ عرصہ تک ان سے مشورہ سخن لیتے رہے اس کے علاوہ فاضل توریت و انجیل خطیب الہند حضرت محمد شاہ قائم چشتی نظامی علامہ قتیل داناپوری (پٹنہ) سے بھی اصلاح سخن لی اس طرح دونوں بزرگ استادوں سے فیضان سخن حاصل کر کے اپنے فطری شعری میلان کو ریاض فن سے پروان چڑھایا جس کا اظہار انھوں نے اپنے مقطع کے اس شعر میں یوں کیا ہے:

ہے کرم یہ حضرت اَحقرؔ کا اور فیض قتیلؔ

دیکھتے ہی دیکھتے جامیؔ سخن ور ہو گیا

جہاں تک حکیم جامی وارثی کی شاعری کا سوال ہے انھوں نے شاعری کی ہر صنف میں طبع آزمائی کی ہے۔ آپ کی شاعری داخلی اور خارجی کیفیتوں کے اظہار کا ایک خوشنما آئینہ ہے۔ یہ ایک ایسا گل دستہ ہے جس میں طرح طرح کے پھول چنے گئے ہیں۔ کہیں تصوف کے گہرے راز بیان ہوئے ہیں تو کہیں عشق و محبت کی جھلکیاں ہیں۔ کہیں زندگی کے تجربات نظم ہوئے ہیں تو کہیں نفسیات انسانی کا گہرا مطالعہ ہے مگر یہ بات ضرور ہے کہ ان کی شاعری میں تصوف کا رنگ غالب ہے چونکہ آپ سلسلہ وارثیہ سے منسلک تھے اور جیسا کہ معلوم ہے کہ اس وسیع وارثی سلسلہ میں بے شمار مشہور صوفی شاعر گزرے ہیں

جن میں ایک نام جامی وارثی کا بھی شمار میں آتا ہے۔ جامی وارثی ۱۹۴۹ء میں انیسویں صدی کے ایک صوفی حضرت حاجی حافظ سید وارث علی شاہ، دیویٰ شریف ضلع بارہ بنکی (یوپی) کے ایک فقیر، بلند شاعر، مشہور ادیب حضرت اوگھٹ شاہ وارثی بنچھرایوں ضلع مرادآباد(یوپی) کے ذریعہ داخل سلسلہ ہوئے۔

حکیم جامی وارثی تقریباً تیس برسوں تک آل انڈیا ریڈیو پٹنہ سے قلمی طور پر وابستہ رہے اور یہاں کے اردو پروگرام میں کبھی بحیثیت کلام شاعر کبھی محفل سخن کے تحت اور کبھی نعتیہ کلام میں شرکت فرماتے رہے اس کے علاوہ آپ کے کلام ہند و پاک کے مشہور رسالوں اور اخباروں میں بھی اکثر و بیشتر شائع ہوتے رہے ہیں۔ ابھی حال ہی میں ویر کنور سنگھ یونیورسٹی آرا (بہار) کے زیر اہتمام ان پر تحقیقی کام بھی مکمل ہو چکا ہے اور ڈاکٹر ایس ایس حسین احمد، صدر شعبہ اردو و فارسی ویر سنگھ یونیورسٹی، آرا کی زیر نگرانی، نیاز احمد خان ساکن جگدیش پور، بھوجپور (آرا) نے پی ایچ ڈی کی گراں قدر سند حاصل کی ہے۔

حکیم جامی وارثی صاحب دیوان شاعر ہیں۔ افکار جامی آپ کے کلام کا انتخاب ہے جو زیور طبع سے آراستہ ہو کر جلد ہی منظر عام پر آنے والا ہے۔ زینت حیات حکیم جامی وارثی کا ایک مختصر مجموعہ حمد و مناجات، نعت و منقبت بھی زیر اشاعت ہے آپ کے اس مختصر دیوان میں چند حمد باری تعالیٰ کے علاوہ مناجات، نعت پاک اور منقبت شامل ہیں۔

حکیم جامی وارثی نے اصناف حمد، مناجات، نعت، منقبت، غزل، قطعات، رباعیات اور نظم وغیرہ میں کامیاب طبع آزمائی کی ہے لیکن وہ فطرتاً غزل کے شاعر ہیں۔ لہٰذا انھوں نے غزل کی ہیئت میں ہی حمد و مناجات بھی کہی ہیں کیونکہ وہی حمد و مناجات مقبول ہوئی ہیں جو غزل کے اسلوب میں کہی جاتی رہی ہیں اور یہ بھی سچ ہے کہ حمد و مناجات گوئی ایک مشکل فن ہے اور ہر ایک کے بس کی بات نہیں ہے۔ حمد و مناجات صرف وہی شعرا کہہ

پائے ہیں جو عشق خدائے تعالیٰ میں سرشار رہے ہیں۔ لہٰذا حکیم جامی وارثی بھی عشق الٰہی میں سرشار نظر آتے ہیں اور انھوں نے حمد و مناجات کے تمام آداب اور لوازمات کی پابندی بھی کی ہے اور بڑی احتیاط سے حمد و مناجات کہی ہیں۔

حکیم جامی وارثی کی ایک حمد باری تعالیٰ کے چند اشعار ملاحظہ فرمائیں اور دیکھیں کہ وہ بذات خود عشق الٰہی کے اتھاہ سمندر میں کس قدر غوطہ زن نظر آتے ہیں:

اے خالق دو عالم ہر سمت تو ہی تو ہے
جلوہ ہر ایک شئے میں تیرا ہی چار سو ہے
ہر سمت جا کے ہم نے باغ جہاں میں دیکھا
تجھ سا کوئی حسیں ہے تجھ سا نہ خوبرو ہے
تو رونق چمن ہے، تو زینت گلستاں
ہر شئے میں تیری رنگت ہر گل میں تیری بو ہے
بلبل ہو یا کہ قمری کویل ہو یا پپیہا
ہر ایک کی زباں پر گلشن میں تو ہی تو ہے
تنہا دل حزیں کو سودا نہیں ہے تیرا
پروانہ اک زمانہ تیرا ہی شمع رو ہے
دیر و حرم میں تجھ کو کیوں کر بھلا میں ڈھونڈوں
تو جان آرزو جب قرب رگ گلو ہے
در پر انہیں کے جامی یہ جان تن سے نکلے
ارماں یہی اپنا یہ دل کی آرزو ہے

مناجات دراصل اسی سلسلے کی ایک اہم کڑی ہے۔ حکیم جامی وارثی اس میں بھی اپنا

ایک مقام رکھتے ہیں اور خوب خوب مناجات کہی ہیں۔ایک مناجات کے کچھ اشعار ملاحظہ فرمائیں اور دیکھیں کہ دربار رب العزت میں وہ کتنی عجز و انکساری کے ساتھ اس کی حمد و ثنا میں گم نظر آتے ہیں:

اس کی زباں پر کیوں نہ صدا اللہ ہو رہے
جس کی نظر کے سامنے جب تو ہی تو رہے
پائے گا وہ ضرور تجھے راہ عشق میں
دل سے اگر کسی کو تیری جستجو رہے
مٹ جاؤں تیری یاد میں اسطرح ہم نشیں
باقی نہ میں رہوں نہ میری آرزو رہے
دل میں کچھ آرزو ہے تو بس اتنی آرزو
مہماں ہمارے دل میں فقط ذات ہو رہے
جامی وہ آج خانۂ دل ہی میں مل گئے
مدت سے جن کو ڈھونڈتے ہم کو بکو رہے

غرضیکہ حکیم جامی وارثی کی تمام کاوشیں اسی معبود حقیقی کی محبت کا آئینہ دار ہیں اور انھوں نے بلاشبہ اسے اپنی دینی و دنیوی زندگی کا طرۂ امتیاز بھی سمجھا ہے۔

***

ڈاکٹر سید یحییٰ نشیط

ساحل کی حمدیہ شاعری اور مناجاتی نغمے

عبودیت کا شعور فطرتِ انسانی کا مقتضٰی ہے۔ انسانیت کی تاریخ کے بابِ اول سے آج کے متمدن دور تک علم و حکمت کی مختلف النوع و متواتر کوششیں اور حیاتیات و علم الاجسام کے حیرتناک تجربے بھی آدمی کے ذہن سے یہ شعور مٹا نہیں سکے۔ "عبودیت" احساسِ عجز کا نتیجہ ہے۔ آدمی کی حیاتِ متعینہ چونکہ منفعت و مضرت سے عبارت ہے۔ رنج و مسرت، تکلیف و راحت، پریشانی و شادمانی، ناکامی و کامرانی، تنگی و تونگری، فقر و فراغ، اضطراب و قرار اور سود و زیاں راہ حیات کے ناگزیر مراحل ہیں، جو وحشت ناک بھی ہیں اور فرحت بخش بھی۔ ان گھاٹیوں کی دشواریوں کے سامنے جب آدمی اپنے آپ کو بے بس و مجبور سمجھتا ہے تو استعانت و اعانت کے لیے وہ ایسی ہستی کا وجود ب اور کر لیتا ہے جو اس کے لیے معین و مستعین بن سکے۔ اسی کو وہ وکیل و کارساز اور حاکم و مولیٰ تسلیم کرلیتا ہے اور اپنے ذل افتقار کے تحت اس کی بندگی کو اپنا شعار بنالیتا ہے۔ اس سے لو لگائے رکھنے میں اسے اطمینانِ قلب نصیب ہوتا ہے اور انبساط و سرور کے کیف سے اس کا رواں رواں جھوم اٹھتا ہے۔ اب اس کے لیے قابلِ اعتصام ہے تو وہی ذات، حل المشکلات ہے تو وہی ذات۔ محافظ و مستجیب بھی اسی ذات کو تسلیم کرتے ہوئے وہ اپنے احتیاجات کی رفع رسانی کے لیے اسی کے آگے ہاتھ پھیلاتا ہے، اسی کے آگے جھکتا ہے اور اسی کے قدموں

پر اپنا سر ٹیکتا ہے۔ اگرچہ یہ عملِ غایب تذلل کا مظہر ہے لیکن عزتِ نفس کا دستور یہی ہے۔ اسی میں بندے کی معراج ہے۔ اپنے مولیٰ سے اس طرح کی سرگوشی اسے احتیاجات سے مستغنی کر دیتی ہے۔ تفکرات و وساوس سے اس کے قلب و ذہن خالی ہو جاتے ہیں۔ آقا کی معیت و قربت اسے نہال کر دیتی ہے اور فرطِ عقیدت و جوشِ محبت میں نغمہ ہائے توصیف و تمجید وارفتہ وار اس کی زبان سے نکلنے لگتے ہیں۔ اصطلاحاً یہی ثنا خوانی "حمد" کہلاتی ہے اور اس وراء الوراذات کے آگے اپنی فروتنی کا اقرار، عجز اور خود سپردگی کا اعتراف "مناجات" کہلاتا ہے۔

ڈاکٹر شرف الدین ساحل علاقۂ ودربھ کی اردو ادب میں قد آور شخصیت ہے۔ ادب کی خدمت وہ تحقیق و تنقید کے ذریعہ کرتے رہے ہیں۔ ادب میں تحقیق ان کا خاص میدان رہا ہے اور ابھی تک بیسیوں کتابیں لکھ چکے ہیں۔ وہ شاعری میں بھی شغف رکھتے ہیں اور اپنے چار مجموعۂ کلام وہ قارئین کو دے چکے ہیں۔ اس کے علاوہ سماجی (ملی) اور دینی کام بھی وہ کرتے رہتے ہیں۔ ان کا مذہبی شعور بڑا بالیدہ ہے اور دینی کتابوں پر ان کی نظر بڑی گہری ہے۔ ان کی حمدوں اور مناجاتوں میں جاں سوزی اور اضطراب والی کیفیات پائی جاتی ہیں۔ رسمیت سے مبریٰ ان کی حمدوں میں وجد آفرینی اور قلبی وارفتگی نمایاں ہے۔

ذرۂ خاک کی کیا بساط کہ وہ خورشیدِ درخشاں کی تعریف کرے۔ قطرۂ شبنم میں وہ طاقت کہاں کہ بحر بیکراں کے وصف بیانی میں رطب اللسان رہے۔ خشک تنکا کبھی اڑ کر آسماں کو چھو نہیں سکتا۔ ریگ زاروں کی وسعت بھلا ریت کے ذرے کیا جانے۔ سنگِ پامال پہاڑوں کی رفعت کا اندازہ نہیں کر سکتا۔ اللہ رب العزت کا جب کہ یہ اعلان ہے کہ "مانفدت کلمت اللہ" (سورۃ لقمان:۲۷) تو بندۂ عاجز لاکھ زور مارے اللہ کی تعریف وہ کر ہی نہیں سکتا، ساحل اسی لیے کہتے ہیں:

کس زباں سے میں کروں حمدِ خدائے قیوم
کام دیتی ہے یہاں پر نہ فراست نہ علوم

اللہ تعالیٰ کی قدرتِ کاملہ کی آیات ونشانیوں کو انھوں نے تاریخی واقعات اور قرآنی آیات میں تلاش کیا ہے اور ان کی مثالوں سے حمدیہ نظموں کو سجایا ہے۔ ایک حمدیہ نظم میں تو ہر شعر میں صنعتِ تلمیح کا برجستہ استعمال کیا ہے:

سینۂ کوہ چیر کر تو نے
حاملہ اونٹنی کیا پیدا
سرفرازیِ اہلِ حق کے لیے
تیری قدرت سے پھٹ گیا دریا
امر سے اپنے ابنِ مریمؑ کو
کر کے ظاہر، شرف جہاں میں دیا

مذکورہ بالا اشعار میں حضرت صالحؑ، حضرت موسیٰؑ اور حضرت عیسیٰؑ کے واقعات کی طرف اشارہ کیا گیا ہے۔ دوسرے شعر کو پڑھ کر ذہن حضرت خالد بن ولیدؓ کی فتوحات کی طرف بھی پلٹا کھاتا ہے۔ نہایت صاف اور سادہ زبان میں شاعر نے خدا کے تئیں اپنی دلی کیفیات کو نہایت موثر انداز میں پیش کر دیا ہے۔ زبان سادہ ہونے کے باوصف اس میں شیرینی اور شعریت دونوں موجود ہیں۔

ساحل کی حمدیہ شاعری میں عجز شاعرانہ کے بالمقابل بندے کا عجز نمایاں ہے۔ استقامت و استمداد اور ذل و افتقار میں ڈوبا ہوا لہجہ ان کے اشعار میں جذب کی کیفیت طاری کر دیتا ہے۔ بندے کی مجبوری اور آقا کی آقائی کا احساس ان کے حمدیہ اشعار کا خاص وصف ہے۔ وہ اوصاف بیانی میں تخیلات کی دنیا میں نہیں کھو جاتے بلکہ قلب کی گہرائیوں

میں خدا کے استحضار کو وہ محسوس کرتے ہیں۔ یہی وجہ ہے کہ "لاتدرک الابصار" کے قرآنی اعلان کے باوجود ساحل کے حمدیہ ترانوں میں محسوسات کی دنیا آباد دکھائی دیتی ہے :

تیری قدرت کے شاہکار حسیں
پھول، برگِ حنا و موج صبا
بحر، دریا، ندی، پہاڑ، دھنک
گلستاں، کھیت، وادی و صحرا
بیج کو قوتِ نمو دے کر
شق کیا ارضِ سخت کا سینا

حمدیہ نغمات کے لیے نہ افسردگی کی کیفیت اور نہ طمطراق کے رویے کی ضرورت ہوتی ہے۔ ان دونوں حالتوں کے بین بین عجز و انکسار والی بندے کی بے خودی زیادہ موزوں ہوتی ہے۔ حمد نگار شاعر کے لہجے میں بادِ صرصر کی خوفناکی کی تند و تیزی غیر موثر ہوتی ہے۔ دم گھٹا دینے والی خاموش فضا کی سی کیفیت بھی حمد نگاری کے لیے ناموزوں ہوتی ہے۔ بلکہ یہاں تو بادِ نسیم کے جھونکوں سا احساس حمدیہ اشعار میں بندے کی دل بستگی اور شگفتہ سری کے لیے ضروری ہوتا ہے۔ حمدیہ اشعار میں نہ پہاڑی دریاؤں کا سا شور چاہیئے، نہ خاموش سمندروں کی سی ہیبت ناکی بلکہ جھرنوں کی سی مدھم گنگناہٹ چاہیئے۔ مہرِ نیم روز کی تمازت اور شبِ دیجور کے مہیب اندھیروں والی کیفیت پیدا کرنے والا لہجہ بھی حمدیہ شاعری کو راس نہیں آتا۔ وہاں تو آسمانوں میں چھٹکی چاندنی کی مدھم لیکن فرحت بخش روشنی کی سی کیفیت چاہیئے۔ روح پرور خنکی سے معمور فضا کی ٹھنڈک چاہیئے۔ قلب کو مضطرب کرنے والا نہیں قلب کو مطمئن کرنے والا لہجہ حمدیہ نغمات کے لیے ضروری

ہے۔ کیونکہ حمد اللہ کا ذکر ہے اور ذکر اللہ اضطراب کا نہیں اطمینان کا باعث ہوتا ہے۔ "الا بذکر اللہ تطمئین القلوب" میں اس کی شہادت موجود ہے۔ غرض کہ حمدیہ شاعری کے اندر فطرت کی تمام خوبیاں در آنی چاہئیں۔ رنگ و نکہت کی تمام دلآویزیوں سے دامنِ حمد مزین ہونا چاہئے۔ ایسی حمدیں کیف پرور اور روح افزا ہوتی ہیں۔ ان میں اللہ تعالیٰ کے تئیں بندوں کا تعبدانہ جذبہ بڑا پر کیف اور وجد آفریں ہوتا ہے۔ بندے کا انتہائی تذلل اور رب العالمین کی رفعتِ شان حمد کے ہر شعر سے عیاں ہوتی ہے۔ ان خوبیوں کی حامل حمدیہ شاعری میں پاکیزہ خیالات اور مطہر جذبات کا ایک دریا امڈ آتا ہے۔ جو ہمارے گناہوں کے خس و خاشاک کو بہالے جاتا ہے اور بدعملیوں کی کثافت دور ہو جاتی ہے۔ حمدیہ شاعری کبھی بھی برائے شعر گفتن نہیں رہی بلکہ بندے کے عبدیت سے معمور جذبات سے تحریک پاکر وجود پاتی ہے۔ اس کا مقصدی پہلو بڑا مضبوط اور مستحکم ہوتا ہے۔ ساحلؔ کی حمدیہ شاعری میں یہ تمام خصوصیات بدرجہ اتم پائی جاتی ہیں۔ خیالات کی بلند پروازی اور جذبات کی روانی ان کی حمدیہ شاعری کا خاص وصف رہے ہیں۔

حمد کا کینواس بڑا وسیع ہوتا ہے۔ اس میں ساری کائنات سما جاتی ہے۔ کہکشاؤں کا مشاہدہ کرتے وقت خدا کا یاد آجانا ہی حمد ہے۔ اپنی ذات پر غور کرنے کے بعد اللہ کی قدرت کاملہ کا یقین حمد ہے۔ اللہ کی بے حد و حساب نعمتوں کا اعتراف حمد ہے، قدرت کی بے شمار نشانیوں پر غور و فکر بھی حمد ہے۔ الفاظ کے ذریعہ جہاں اللہ کی بڑائی حمد ہے۔ وہاں اللہ کی بے پایاں قدرت کے آگے بندے کی معاجزانہ خاموشی بھی حمد کے دائرے میں شمار ہوتی ہے۔ بقول رومیؒ:

خود ثنا گفتن ز من ترک ثناست
کیں دلیلِ ہستی و ہستی خطاست

یعنی خدا کی ہستی کے سامنے ہماری ہستی ہی کیا ہے۔ اے خدا! اگر میں تیری تعریف کرتا ہوں تو اس کا مطلب یہ ہوا کہ میرا بھی وجود ہے۔ لیکن تیری ہستی کے سامنے میری ہستی کا تصور ہی غلط ہے۔ چنانچہ میں اگر تیری تعریف کرنے لگوں تو یہ بات تعریف کے بالکل صد ہو جائے گی۔ رومی آگے یہ بھی کہتے ہیں کہ تیری تعریف نہ کرنا ہی دراصل تیری تعریف ہے کہ بندے کی یہ اوقات اور اس کی کیا بساط کہ خدائے برتر کی تعریف کرے۔ ساحلؔ نے انفس و آفاق کو اپنی حمدوں میں سمانے کی کوشش کی ہے۔ وہ کہتے ہیں:

حمد ہے آفتاب کا منظر
گردشِ انقلاب کا منظر
بادلوں کے سیاہ جھرمٹ میں
تیز رو ماہتاب کا منظر
تتلیوں کے پروں کی نقاشی
حسنِ رنگِ گلاب کا منظر
فرشِ مخمل پہ کروٹیں لیتا
زندگی کے عذاب کا منظر
حالتِ بیکسی میں کانٹوں پر
شوقِ کارِ ثواب کا منظر
عہدِ طفلی سے عہد پیری تک
نعمتِ بے حساب کا منظر
فکرِ ساحل کو روک دیتا ہے
حیرت و استعجاب کا منظر

اس ضمن میں مولانا آزاد کا ایک قول یاد آتا ہے۔ جو بڑا معنی خیز ہے۔ آپ نے فرمایا تھا کہ:

"ذات الہٰ کے بارے میں آدمی جو کچھ جانتا ہے اور جان سکتا ہے وہ عقل کے تحیر اور ادراک کی درماندگی کے سوا کچھ نہیں ہے۔"

ساحل کی حمد کے مذکورہ آخری شعر میں آزاد کے خیالات کا پرتو صاف دکھائی دے رہا ہے۔ واقعی میر کا یہ کہنا کہ:

خرد کنہ میں اس کی حیران ہے
گماں یا پریشاں پشیمان ہے

معرفتِ الٰہی میں بندے کی عاجزی کا مظہر ہے۔ درد نے بھی تو یہی صدا لگائی تھی:

یارب! یہ کیا طلسم ہے ادراک و فہم یاں
دوڑے ہزار آپ سے باہر نہ جا سکے

ساحل کی حمدوں میں صنعتوں کا بھی استعمال ہوا ہے۔ تشبیہہ و استعاروں کے علاوہ تلمیح، مرأت النظیر، ابہام وغیرہ صنعتیں ان کے یہاں پائی جاتی ہیں۔ اس کے علاوہ قرآنی آیات کی پیوندکاری اور ان کے منظوم ترجمے بھی حمدیہ شاعری میں ملتے ہیں۔ جو ساحل کی قرآن فہمی پر دلالت کرتے ہیں۔

ساحل نے حمدوں کے ساتھ ساتھ مناجاتیں بھی کہی ہیں۔ ان میں رقتِ قلبی اور حزینہ پہلو نمایاں ہے۔ رفعِ احتیاج کے لیے بارگاہ ایزدی میں ہاتھ پھیلا کر نہایت بیچارگی کی حالت میں وہ مدد و اعانتِ الٰہی کی درخواست کرتے ہیں۔ فقر و ذل کی کیفیتوں سے بھرپور ان کی مناجاتوں میں استعانت، استمداد و استغاثہ کے پہلو غالب ہیں۔ مناجاتوں میں ان کا لب و لہجہ نیازمندانہ اور تعبدانہ ہے۔ عجز و انکسار کے ساتھ وہ جب بارگاہ الٰہی میں

دست بہ دعا ہوتے ہیں تو رقت آمیز جذبات ان پر طاری ہو جاتے ہیں۔ ان جذبات و کیفیات سے مملو ان کی مناجاتوں میں زبردست اثر آفرینی پائی جاتی ہے۔ اپنی مناجاتوں میں جہاں انھوں نے اپنی ذات کا رونا رویا ہے وہاں کائنات (عالم انسانیت) کے لیے بھی گڑگڑایا ہے:

کر حفاظت کہ بہت ہی کم ہے
روشنی میری نگاہوں میں خدا
امنِ عالم کے لیے انسان اکمل بھیج دے
العطش کا شور ہے رحمت کے بادل بھیج دے

ساحل کثیر المطالعہ اور زودرقم شخص ہے۔ لکھنے پڑھنے کے شوق میں انھوں نے اپنی بینائی کی طرف مطلق توجہ نہیں دی۔ اس لیے نظر نہایت کمزور ہو کر رہ گئی ہے۔ اس کا انھیں بہت قلق ہے۔ مناجات کے پہلے شعر میں انھوں نے اللہ سے اپنی بینائی کی بھیک مانگی ہے اور دوسرے شعر میں امنِ عالم کے لیے استعانت کی درخواست کی ہے۔ ان کی مناجاتوں میں تضرع وزاری اور عاجزی و انکساری کی کیفیات میں بھی شوقِ وارفتگی اور والہانہ انداز پایا جاتا ہے۔

ساحل کے نزدیک "دعا" بندے کا حق ہے اور آقا اس حق کو پورا کرتا ہے۔ اس لیے ان کی مناجاتوں میں تذبذب نہیں وثوق کارفرما دکھائی دیتا ہے۔ عبادتوں کے بعد دعا ہی ایسا عمل ہے جس میں عبد و معبود کے رشتہ کا غایت اظہار ملتا ہے۔ ساحل کی مناجاتوں میں اس رشتے کا اظہار بڑے موثر انداز میں ہوا ہے۔ ساحل کی بعض مناجاتوں میں معبود کی شانِ استغنیٰ اور بندے کے غایت تذلل کی انمل حالت کو باہم مربوط کرنے کی کوشش کی گئی ہے۔ بڑی شان والا مالک جب اپنے پھٹے حال غلام پر توجہ کرتا ہے تو وہ لمحہ ہر

دو جانب افتخار و انبساط کا ہوتا ہے۔ آقا کو اپنے توجہ فرمانے پر خوشی اور فخر محسوس ہوتا ہے تو غلام کو آقا کے توجہ فرمانے پر خوشی ہوتی ہے اور فخر سے اس کا سینہ پھولنے لگتا ہے۔ "عشقنی و عشقنہ" کی یہ کیفیت کتنی وجد آفریں ہے۔ ساحل کی مناجاتوں میں بندہ ایسی کیفیات کو بارہا محسوس کرتا ہے۔

چونکہ دعا و مناجات احتیاج کے موقع پر زبان سے نکلے ہوئے برجستہ کلمات ہوتے ہیں۔ اس لیے ان میں حسن کاری تو نہیں ہوتی لیکن دلآویزی بدرجہ اتم ہوتی ہے۔ ساحل کی مناجاتوں میں آپ کو حسن شعری کے دلکش و دلربا نمونے نہیں ملیں گے مگر دلوں کو تڑپا دینے والا آہنگ ضرور ملے گا کہ تضرع و اضطراب ہی مناجاتی شاعری کا صحیح حسن ہوتا ہے۔

ساحل اگر اپنی تمام حمدوں اور مناجاتوں کا ایک علاحدہ مجموعہ ترتیب دے دیں تو یقیناً یہ اردو ادب کے سرمایہ میں بیش بہا اضافہ ہوگا۔ پاکستان کے شعرا اب اس طرف توجہ دینے لگے ہیں اور حمد و مناجات کے سیکڑوں مجموعے منظرِ عام پر آچکے ہیں، ہند میں ابھی شعرا خلوص و انہماک کے ساتھ اس جانب متوجہ نہیں ہوئے۔ ایسی حالت میں ساحل کی چند حمدیں و مناجاتیں بسا غنیمت ہے۔

***

عاجز ہنگن گھاٹی

منصور اعجاز کی آزاد نظموں میں حمد و مناجات کا مظاہرہ

آزاد نظموں کے خدو خال کا تعین صحیح معنوں میں ن م راشد اور میراجی کے ذریعے ہوا ہے اور انہیں کے زمانے میں یہ نظم نہ صرف ہیئت کی سطح پر تبدیل ہوئی بلکہ اس کے مواد میں بھی انقلابی تبدیلیاں ہوئی ہیں۔ آزاد نظم کے تعلق سے یہ بات فراموش نہیں کی جاسکتی کہ اس کی ہیئت پابندیوں کی حامل رہی ہے۔ سچ پوچھئے تو آزاد نظم آزاد نہیں ہے۔ اس میں جو بحر اختیار کی جاتی ہے اس بحر کے تمام ارکان جذبے اور خیال کے تابع ہوا کرتے ہیں جب ارکان کی کمی بیشی مصرعے کو چھوٹا بڑا کرتی ہے تو مصرعے کی ساخت میں طوالت یا اختصار سے کام لیا جاتا ہے۔ اس میں مروجہ الفاظ اور تراکیب کا استعمال نہیں کیا جاتا۔ بلکہ زندگی کے نئے محرکات، نئے احساسات، نئے خیالات، نئے اسالیب، نیالب و لہجہ اور آج کی زندگی کی سچائی ان کی نظموں میں کھ کر لطف دیتی ہے۔ غرض موجودہ نظم قدیم نظم کے ڈھانچے سے بہت مختلف ہے یعنی اس نظم کا کینوس مسلسل اسی انداز سے وسیع ہو رہا ہے جیسے آدمی مادی اور سائنسی لحاظ سے آگے بڑھ رہا ہے۔ اس کینوس پر وجودی تنہائی، قلبی اضطراب، ذہنی خلفشار، حسیاتی رویئے، زندگی کی گرانباری، روحانی آسودگی کی تلاش، اقتصادی ناہمواری، تاجرانہ جبر، روزگار و ہجرت مکانی اور تعصبانہ فسادات کی گوناگوں تصویریں دیکھی جاسکتی ہیں۔ اس نظم کی کل کائنات جدت طرازی

ہی ہے۔ پچھلے دس برسوں میں یہ نظم جس سج دھج کے ساتھ سامنے آئی ہے وہ اپنے طرز احساس اور طرز فکر ہی میں جدید نہیں بلکہ دنیا بھر میں کی جانے والی شاعری کے بھی بہت سے رنگ اپنے اندر سموئے ہوئے ہیں اور یہ کارنامے جنہوں نے اعجاز کی طرح آشکار کئے ہیں ان میں کچھ مخصوص شعرا کی طرف نشان دہی کی جاسکتی ہے۔ مثلاً وزیر آغا، ساقی فاروقی، اختر الایمان، منیر نیازی، صلاح الدین پرویز، محمد علوی، ندا فاضلی، شہریار اور زبیر رضوی وغیرہ ان شہرہ آفاق قلمکاروں کی بھیڑ میں آزاد نظم کے تعلق سے ودربھ کے نامور کتابی شاعر منصور اعجاز کا قد بھی کم نہیں ہے۔ ان کے یہاں بھی ہیئت کے نئے تجربے ملتے ہیں یہ مختصر اور پر تاثیر نظموں کی وجہ سے ان گنت رسائل کے علاوہ ادب پرور "شب خون"، "شاعر"، "توازن"، "اسباق" اور "قرطاس" وغیرہ میں بھی اپنا ایک خاص مقام رکھتے ہیں۔

منصور اعجاز کی نظمیں آج کے عہد کے مسائل کی منہ بولتی تصویریں ہیں ان کی نظموں میں علامت، استعارے، تشبیہہ، تمثیل، اشارے، کنائے وغیرہ کے جلوے ہی نہیں دکھاتی دیتے بلکہ حیات انسانی کا انتشار، رشتوں کی شکست، سیاست کی شعبدہ گری، تعلیمی الجھنیں، عظمت، ماضی کی بازیافت، لہجہ کا بے ساختہ پن، سچائی اور صاف گوئی، اسلوب میں جدت طرازی، جذبات واحساسات میں شدت وتوانائی، سماجی اخلاق کا بکھراؤ اور عصر حاضر کے رنگ ڈھنگ کا مظاہرہ ان کی فکر وسوچ کا واحد یقین ہے۔ ان کی بامعنی نظمیں پڑھ کر بخوبی اندازہ لگایا جاسکتا ہے کہ انھوں نے اپنے ذاتی جذبات واحساسات سے ہٹ کر زندگی و کائنات کی دوسری حقیقتوں کو نظر انداز نہیں کیا ان کی نظموں کے موضوعات کو اگر گہرائی و گیرائی سے جانچا اور پرکھا جائے تو اسلوب کا اظہار ہی انہیں آفاقیت کی منزل تک پہنچاتا ہوا محسوس ہوگا اور یہ بات بھی پورے وثوق سے کہی جاسکتی

ہے کہ ان کی شاعری میں وقت کے المیہ کا جو نوحہ سنائی دیتا ہے ایک دن انہیں تاریخی طور پر لافانی بنا سکتا ہے۔

بہر نوع ان کی تخلیقات میں حقائق کا سمندر موجزن دکھائی دیتا ہے۔ یہ تاثیر انہیں کہیں مستعار لینے کی ضرورت نہیں پڑی چونکہ حساس شاعر اپنے اظہار و ابلاغ کی راہ کو ہموار کرنے کے لئے ہمہ وقت چوکس ذہن، وسیع النظر اور کشادہ دل سے کام لیا کرتا ہے اس شاعر نے بھی اپنی تقدس پذیر چھوٹی چھوٹی نظموں میں بڑی بات کو مختصر الفاظ میں کہنے کا ہنر پیش کیا ہے۔ بعض جگہ تو عالم کونین کی وسعتیں سمٹ آئی ہوئی محسوس ہوتی ہیں مشاہدے کے طور پر یہ نظم ملاحظہ فرمائیں:

کربلا: تمہارے ظلم کی / میرے صبر کی
جب انتہا ہو گی / تو پھر ایک کربلا ہو گی

بصورت دیگر مضمون قلمبند کرنے کا مقصدی جواز اور حیرت انگیز انکشاف یہ ہے کہ ایوت محل کے منفرد لہجے کے منصور اعجاز نے اپنی فن شناسی کی قدرت کے مد نظر شہرت یافتہ آزاد نظم جیسی صنف کے سینے پر حمد و مناجات کی تقدس پذیر فکر و سوچ کی مہر ثبت کر کے ایمان کی تازگی کا اعلان کیا ہے۔ بایں ہمہ " تخلیق کائنات " یہ آزاد نظم غور فرمائیں۔ اس نظم میں خالق دوجہاں کی حمد و ثنا کے ساتھ ساتھ مناجات کا وہ جذبہ بھی پنہاں ہے جسے ہم دعائے مستجاب تصور کرتے ہیں:

تخلیق کائنات: اگر تو یہ زمیں نہ بناتا / ہم خلاؤں میں تیرتے رہتے / تو نے زمیں کی کوکھ میں / آبی ذخیرے نہ سموئے ہوتے / ہم فضاؤں میں نمی چوستے ہوتے / تو نے خورشید کو تپش دے کر / چمکایا نہ ہوتا / فصلیں اگتی اور پکتی کیسے ؟/ ہماری دنیا اندھی / اندھیاری ہو جاتی / رب اللعالمین ! / تو نے زمین و آسمان کی / بے پناہ دولت اور

خلافت / ہمیں عطا کر دی (کتنا سخت امتحان ہے) / قیامت قریب ہے اور ہم / بے چین و پریشان / بے حس و حرکت / یا غفور الرحیم ! / ہمیں ایمان کی حرارت سے پگھلا دے / کل کائنات پر پھیلا دے / ہم پر امید ہیں / تجھے بھی یہی مقصود ہے نا۔؟

میں تو راضی ہوں اسی میں جو رضا تیری ہے۔ اس علم حکمت کے بعد ایک اور حمد و ثنا کے زمرے میں خدائے ذوالجلال کی عرفانیت، معرفت اور وحدانیت کی عبدیت کا یہ یقین بھی اہل ایمان کو دعوت تقویٰ دیتا ہوا محسوس ہوتا ہے۔ کیونکہ اس کی ذات اقدس ہی پائیدار اور دائمی ہے۔ خدا کا وصف اور اس کی مدحت سرائی کا یہ انداز بھی خوب ہے:

آئندہ و پائندہ: خدا / چھو لینے کی / نظروں میں سما لینے کی / کوئی شئے نہیں ہے / خدا انصاف ہے / احساس ہے / حوصلہ ہے / خدا مجبور و بے کس کی تلوار ہے / مظلوم کی ڈھال ہے / خدا آئندہ و پائندہ ہے / ازل تا ابد

اور پر امید مناجات کی یہ کیفیت بھی روح کی آسودگی کا ضامن محسوس ہوتی ہے:

پر امید ندامت: جہاں جتنا بڑا ہے / گناہ اتنے بہت / میرے گناہ میری عمر سے بھی زیادہ ہیں / مگر خدا۔۔۔ / تیری رحمت کی انتہا بھی نہیں

احساس گناہ بھی یقیناً بخشش کا ذریعہ ہے:

اندیشہ: جب تیری مرضی بغیر / پتہ کوئی ہلتا نہیں / سانس بھی چلتی نہیں / پھر یہ گناہ ہم کیوں کرتے ہیں / کیا ہم دوزخ کا ایندھن ہیں؟

اور آخر میں مناجات کی اس انفرادی کیفیت پر قربان جائیے:

ماں : میری ماں / مصلے پہ بیٹھ کر / یقیں کے ہاتھ اٹھا کر / دعا مانگتی رہی / یارب !۔۔۔ / ہمارے دن پھیر دے

مختصر یہ کہ منصور اعجاز کی کچھ اور داخلی و خارجی افکار کی لائق مطالعہ نظمیں بھی ہیں،

جو متنوع سماجی

مسائل سے مکالمہ کرتی ہوئی محسوس ہوتی ہیں۔ شاعر نے معنی خیز لفظیات، رموز علائم اور استعارات کو برت کر اپنی نظموں کی ایک خوبصورت فکر انگیز دنیا آباد کی ہے۔ برائے تصدیق ان کی نظمیں دیگر شعرا کی بھیڑ میں ان کے اپنے لب و لہجے اور اسلوب سے بجاطور پر پہچانی جاسکتی ہیں۔ کیونکہ اچھے شاعر کے یہاں ماتم کائنات کا ذکر کچھ زیادہ ہی ہوا کرتا ہے اور منصور اعجاز ہر نکتہ نگاہ سے مندرجہ بالا موضوعات پر پوری طرح قابض نظر آتے ہیں۔ فسادات اور بابری مسجد کی مسماری کے تعلق سے ۱۹۹۳ء میں "آواز جرس" اور ۱۹۹۴ء میں نظموں اور غزلوں کا مجموعہ "چاندنی کا درد" علاوہ ازیں گجرات فسادات پر نظموں کا مراٹھی ترجمہ مارچ ۲۰۰۳ء میں شائع ہو کر طشت از بام ہو چکے ہیں۔ ان دنوں بقول منصور اعجاز:

زمانہ ہو کوئی بھی بربریت ساتھ ہے ساقی
کبھی طائف کبھی کوفہ کبھی گجرات ہے ساقی

اسی نفس مضمون کے مابین بنام "زجز" آزاد نظموں کا مجموعہ بھی اشاعت کے مراحل طے کر رہا ہے۔ "بازگشت" کے نام سے ایک نثری تخلیق کا مسودہ اور مراٹھی نظموں کے اردو ترجمے کا کام بھی بڑی عرق ریزی سے جاری ہے۔ خداوند تعالیٰ منصور اعجاز کو اپنے ادبی مقصد میں لمحہ لمحہ کامیابی و کامرانی عطا کرے۔ تاکہ اردو ادب کے ارتقائی سفر کا پرچم آنے والی نسلوں کی رہنمائی کے لئے ہمیشہ لہراتا رہے آمین ثم آمین۔

***

ہارون رشید عادل

مہاراشٹر میں رائج درسی کتب میں حمد و مناجات

قرآن مجید میں سورۃ نور میں اللہ تعالیٰ فرماتا ہے کہ:"کائنات کی ہر شے اللہ تعالیٰ کی ثنا بیان کرتی ہے۔" قرآن شریف میں کم از کم مندرجہ ذیل پانچ سورتیں (۱)سورۃ فاتحہ،(۲)سورۃ الانعام، (۳)سورۃ کہف، (۴)سورۃ سبا اور (۵)سورۃ فاطر لفظ "الحمد" سے شروع ہوتی ہیں۔ اللہ تعالیٰ کے ننانوے اسمائے حسنیٰ ہیں۔ جن سے اللہ تعالیٰ کی صفات ظاہر ہوتی ہیں۔ دنیا کی ہر زبان میں اللہ تعالیٰ کی حمد و ثنا نثر و نظم کی صورت میں بیان کی گئی ہے ہمارے اردو کے شعرا نے بھی حمد و مناجات تحریر فرمائی ہیں ان میں سے طلبا کی عمر اور صلاحیت کے اعتبار سے درسی کتب میں حمد و مناجات ہر درجے ہر جماعت میں شامل نصاب ہیں۔

ریاست مہاراشٹر میں جو درسی کتب رائج ہیں ان کا نام اول تا ہشتم "بال بھارتی" ہے۔ نویں اور دسویں جماعت کی کتابوں کا نام "کمار بھارتی" اور گیارہویں و بارہویں جماعت کی کتابوں کا نام "یوک بھارتی" رکھا گیا ہے۔

مہاراشٹر ریاست کی اردو لسانی کمیٹی نے اول جماعت کے لئے جو نصابی کتاب تیار کی ہے اس کے دو حصے ہیں بال بھارتی حصہ اول، بھارتی حصہ دوم اور ان دونوں ہی کتابوں میں حمد و مناجات شامل ہیں۔ پہلے حصے میں جو مناجات ہے اس کے بول یوں ہیں:

خدا تو بڑا ہے
تجھی سے دعا ہے
بنا ہم کو اچھا
بنا ہم کو سچا
ہمیں ایک کر دے
ہمیں نیک کر دے

اور دوسرے حصے میں نظم کے بول اس طرح ہیں:

بولو بچو اللہ اللہ
کون ہے مالک
کون ہے آقا
کون ہے حاکم
کون ہے راجا
بولو بچو اللہ اللہ

حمد و مناجات کا یہ سلسلہ بارہویں جماعت تک جاری ہے۔ دوسری جماعت میں جو حمد شامل نصاب ہے اس کے ابتدائی اشعار یہ ہیں:

اللہ سب کا مالک ہے
سب کا داتا ہے اللہ
ساری دنیا پر اپنا
پیار لٹاتا ہے اللہ

تیسری جماعت کا ہر طالب علم اللہ تعالیٰ سے یوں مخاطب ہے:

اے میرے خدا ہے تجھ سے دعا
تو مجھ کو بنا ہمت والا
دے عقل مجھے سوچوں سمجھوں
کیا اچھا ہے کیا کام برا

چوتھی جماعت میں تاجدار تاج کی تحریر کردہ حمد ہے جس کے ابتدائی اشعار یہ ہیں:

اے خدائے پاک اے پروردگار
دونوں عالم پر ہے تیرا اختیار
تیرے در پر سر جھکاتے ہیں سبھی
تیری رحمت کے ہیں سب امیدوار

پانچویں جماعت کی درسی کتاب میں محمد اسمٰعیل میرٹھی کی حمد شامل ہیں۔ جس کی ابتدا ان اشعار سے ہوتی ہے:

تعریف اس خدا کی جس نے جہاں بنایا
کیسی زمیں بنائی کیا آسماں بنایا
پیروں تلے بچھایا کیا خوب فرش خاکی
اور سر پہ لاجوردی اک سائباں بنایا

چھٹی جماعت میں ادارہ بال بھارتی کی اردو لسانی کمیٹی نے سرور احمد کی تحریر کردہ حمد شامل نصاب کی ہے۔ فرماتے ہیں:

سب کا تو حاجت روا ہے اے خدا
ہر گھڑی انعام ہے ہم پر ترا
حد نہیں ہے تیرے احسانات کی

شکر تیرا ہو نہیں سکتا ادا

ساتویں جماعت میں روش صدیقی کی جو حمد شریک نصاب ہے اس کے بول کچھ اس طرح ہیں:

آغاز تیرے نام سے

اے کارساز دوجہاں

رحمت تری سب سے سوا

توسب سے بڑھ کر مہرباں

اے مالک روز جزا

ہم کو دکھا راہ ہدیٰ

آٹھویں جماعت میں جو حمد پڑھائی جاتی ہے وہ سراج الحق حافظ لدھیانوی کی ہے۔ جس کے آخر کے دو اشعار یہ ہیں:

راز فطرت بتائے ہیں تو نے

علم کیا کیا سکھائے ہیں تو نے

تو نے بخشا ہے نطق کا اعجاز

کر دیا آدمی کو محرمِ راز

درسی کتاب "کمارتی بھارتی" جو نویں جماعت سے رائج ہوتی ہے اس جماعت میں جو حمد شامل نصاب ہے وہ حضرت داغ دہلوی کی ہے۔ جس کا آخری شعر اور مقطع یوں ہے:

مجھ گنہ گار کو جو بخش دیا

تو جہنم کو کیا دیا تو نے

داغؔ کو کون دینے والا تھا

جو دیا اے خدا تو دیا تو نے

دسویں جماعت میں نظیر اکبر آبادی کی تحریر کردہ حمد شامل کی گئی ہے:

بو ہو کے ہر اک پھول کی پتی میں بسا ہے
موتی میں ہوا آب ستاروں میں ضیا ہے
تنہا نہ ہمارے ہی وہ شہ رگ سے ملا ہے
نزدیک ہے وہ سب سے جہاں اس سے بھرا ہے
جب چشم کھلی دل کی تو پہچان میں آیا

گیارہویں سے درسی کتاب کا نام "یوک بھارتی" ہو جاتا ہے اور اس جماعت میں شاعر مشرق ڈاکٹر محمد اقبال کی شہرہ آفاق مناجات کے پندرہ اشعار شامل نصاب ہیں ان میں سے چند منتخب اشعار قارئین کی نذر ہیں:

خرد کو غلامی سے آزاد کر
جوانوں کو پیروں کا استاد کر
تڑپنے پھڑکنے کی توفیق دے
دل مرتضیٰؓ سوز صدیقؓ دے
جوانوں کو سوز جگر بخش دے
مرا عشق میری نظر بخش دے

بارہویں جماعت کے نوجواں طلبا کو اردو کے پہلے صاحب دیوان شاعر قلی قطب شاہ معانی کی یہ مناجات پڑھنے کے لئے دی جاتی ہے:

قلب محزوں کی صدائے درد ہے سنتا ہوا
رہ کے شہ رگ سے قریں وہ دھڑکنیں بنتا ہوا

زندگی کی ابتدا ہو یا کہ اس کی انتہا
ہر جگہ موجود ہے وہ تھپکیاں دیتا ہوا
اس کی مرضی پر ہے مبنی دو جہاں کا ہر نظام
اک صدائے کن پہ اس کے ہر عمل ہوتا ہوا
تیرگی ہو یا کوئی خطرہ ہو تو موجود ہے
نور میں ڈھلتا، عصائے موسوی بنتا ہوا
بے سکوں ماحول میں محرومیوں کے درمیاں
بس ترا ہی آسرا ہے حوصلہ دیتا ہوا
گلشن ارض کے پھولوں کی ادا میں تو ہے
دشت افلاک کی خاموش فضا میں تو ہے
رعد میں برق میں بادل میں گھٹا میں تو ہے
صبح میں شام میں ظلمت میں ضیا میں تو ہے
میرے اس دل میں ہے تو دل کی دعا میں تو ہے
درد میں تو ہے مرے، میری دوا میں تو ہے
دشت و صحرا میں ہے، گلشن کی فضا میں تو ہے
خار کی نوک میں، پھولوں کی قبا میں تو ہے
اپنے اشعار پہ ہے فخر عطا کو تو بجا
تہہ میں معنی کی ہے تو حرف و نوا میں تو ہے

مناجات میرا تو سن یا سمیع

منجے خوش توں رکھ رات دن سمیع
بھلا کر بھلا منج سوں جو ہوئیگا
برا کر برا منج سوں جن یا سمیع
مرے دوستاں کوں تونت دے جنت
مرے دشمناں کو اگن یا سمیع
اباد ان کر ملک میر اسو توں
بسا سو توں دے مرا من یا سمیع

ریاست مہاراشٹر کی کئی یونیورسٹیوں میں گریجویٹ، پوسٹ گریجویٹ تک اردو پڑھائی جاتی ہے اور پی ایچ ڈی اردو زبان میں کرنے کے مواقع حاصل ہیں۔ گریجویٹ اور پوسٹ گریجویٹ کی درسی کتب میں بھی حمد و مناجات شامل ہے۔ میرے خیال میں ناگپور یونیورسٹی سے اس موضوع پر ڈاکٹریٹ آف فلاسفی کی ڈگری بھی تفویض کی گئی ہے۔

***

حمد و مناجات سے متعلق ایک اور تحقیقی کتاب

اردو ادب میں حمد و مناجات

مرتبہ : محمد امین الدین

بین الاقوامی ایڈیشن جلد منظر عام پر آرہا ہے